நாங்கள் – அவர்கள்

நாங்கள் – அவர்கள்

மணி வேலுப்பிள்ளை (பி. 1948)

கொழும்பு பல்கலைக்கழகப் பட்டதாரி. முன்னர் இலங்கை யிலும் பின்னர் கனடாவிலும் அரச மொழிபெயர்ப்பாளர். எழுதிய நூல்: 'மொழியினால் அமைந்த வீடு' (2004).

மொழிபெயர்ப்பு நூல்கள்: 'மார்க்சியம் – ஒரு மீள்நோக்கு' (A.J.P. Taylor, Marxism - Introduction) (2008); 'மாயமீட்சி' (Milan Kundera, Ignorance) (2009); அருந்ததி ராயின் 'வெட்டுக்கிளிகளை உற்றுக் கேட்டல்' (2013), 'காஷ்மீர் சீற்றம் பொதிந்த பார்வை' (2013).

கனடாவிலிருந்து வெளிவரும் *காலம்* சஞ்சிகையில் இவருடைய எழுத்துக்கள் தொடர்ந்து வெளிவருகின்றன.

மணி வேலுப்பிள்ளை

நாங்கள் – அவர்கள்

காலச்சுவடு பதிப்பகம்

நாங்கள் – அவர்கள் ❖ கட்டுரைகள் ❖ ஆசிரியர்: மணி வேலுப்பிள்ளை ❖

முதல் பதிப்பு: டிசம்பர் 2014 ❖ வெளியீடு: காலச்சுவடு பப்ளிகேஷன்ஸ் (பி) லிட்., 669, கே.பி. சாலை, நாகர்கோவில் 629001

காலச்சுவடு பதிப்பக வெளியீடு: 640

naankaL-avarkaL ❖ Articles ❖ Author: Mani Velupillai ❖

Language: Tamil ❖ First Edition: December 2014

Published by Kalachuvadu Publications Pvt.Ltd., 669, K.P. Road, Nagercoil 629001, India ❖ Phone: 91-4652-278525 ❖ e-mail: publications@kalachuvadu.com

ISBN: 978-93-84641-06-1

12/2014/S.No. 640, kcp 1232, 18.6 (1) ILL

கல்லூரியில் எனக்கு தமிழ், ஆங்கிலம் கற்பித்த ஆசிரியர்
அமரர் **வ. சிவராசசிங்கம்** அவர்களுக்கு

பொருளடக்கம்

பகுதி 3 – தமிழ்மொழி

பகுதி 4 – கிரேக்கச் சிந்தனை

முன்னுரை

நமது அறியாமை தமிழின் வறுமை அல்ல

1

"நிறை நீர நீரவர் கேண்மை" என்று வள்ளுவர் சொல்லும்போது நீரவர் என்று அறிவுடையவர்களை அழைக்கிறார். நீரவர் தண்ணீரைப் போன்று தண்மையுடையவர்கள், தாகம் தீர்ப்பவர்கள். நண்பர்கள் செல்வத்தையும் வேலுப்பிள்ளையையும் நீரவர் என்றுதான் சொல்ல வேண்டும். எனது கனடா பயணத்தில் நான் பெற்ற பயன்களில் இவர்களது நட்பு தலையாயது. எனவே வேலுப்பிள்ளையின் புத்தகத்தைப் பற்றி எழுவது குறித்து எனக்கு மிகுந்த மகிழ்ச்சி.

தமிழில் படிப்பவர்களில் பலருக்கு *Short attention span* – எதிலும் சில நிமிடங்களுக்குமேல் கவனம் செலுத்த முடியாது. படிப்பது தோலுரித்து, கொட்டைகள் நீக்கப்பட்ட ஆரஞ்சு பழச்சுளைபோல இருக்க வேண்டும். வாயில் போடுவதற்கு யாராவது பக்கத்தில் இருந்தால் நலம். இந்தப் புத்தகத்தை நான் அவர்களுக்குப் பரிந்துரை செய்ய விரும்பவில்லை. செறிவோடு, அறிவு சார்ந்து, பிரச்சார நெடி அல்லாத, புத்தகங்கள் தமிழில் வரவேண்டும் என்று விரும்புவோர்க்கு இந்தப் புத்தகம் நிச்சயம் பிடிக்கும். இவர்கள் அதிகம் இல்லை. ஆனால் புத்தகத்தின் வாழ்நாளை அழிவில்லாமைக்கு அருகே அழைத்துச் செல்பவர்கள்.

2

நமது மொழி வளர்ந்துவரும் மொழி. அதற்கு புதிதுபுதிதாகச் சொற்கள் தேவை. புதிய சொற்களை வைத்து அமைக்கப்படும் வாக்கியங்கள் படிப்பவரை ஓடச்செய்யக் கூடாது. நாவலோ சிறுகதையோ கவிதையோ எழுதும்போது கடினமான அல்லது அதிகம் புழங்காத சொற்களைத் தவிர்த்து எழுத முடியும். ஆனால் கட்டுரைகள் எழுதும்போது குறிப்பாக, அறிவியல் மற்றும் இன்றைய உலகில் நடைபெறும் நிகழ்வுகள் சார்ந்த கட்டுரைகளை எழுதும்போது புதிய சொற்களை அறிமுகப்படுத்துவது தவிர்க்க இயலாதது. புதிய சொற்களை மட்டுமன்று, மொழியின் நடையே ஒரு புதிய வடிவம் பெறவேண்டிய கட்டாயம் பல தருணங்களில் ஏற்படுகிறது. அந்த வடிவம் தமிழ்தான் என்ற புரிதல் படிப்பவருக்கு ஏற்பட வேண்டும். அவ்வாறு ஏற்படாவிட்டால் கட்டுரையைப் படிக்கும் மிகச்சிலர், எழுதுபவரின் நண்பராக இருப்பார்கள் அல்லது எதிரிகளாக இருப்பார்கள். மொழிபெயர்ப்பாளர்களுக்கு இதைவிடப் பெரிய சிக்கல். ஆசிரியரே கூறுவதுபோல பழைய அகராதிகளை நம்பி பழைய விடயங்களை மொழிபெயர்ப்பதே கடினம். புதிய விடயங்களை மொழிபெயர்ப்பது அதைவிடக் கடினம். ஆசிரியர் மொழிபெயர்ப்பாளர் என்பதனால் இந்தச் சங்கடங்களையெல்லாம் மிக அருகாமையிலிருந்து உணர்ந்தவர். அவ்வுணர்ச்சிகளின் வெளிப்பாடுகள்தான் அவரது மொழியைப் பற்றிய கட்டுரைகள். அவர் சொல்கிறார்:

“நாம் இதுவரை சுட்டிக்காட்டிய பிரச்சனைகளிலிருந்து கடைத்தேறுவதற்கு தமிழாக்கவியல் ஒரு தனித்துறையாக (சிறப்புத்துறையாக) மேலோங்க வேண்டும் என்பது பெறப் படுகிறது. ஆங்கில நடையிலிருந்து தமிழ் நடையை மீட்டெடுப்பதே தமிழாக்கத் துறையின் தலையாய குறிக்கோளாய் அமைய வேண்டும்.

தமிழ் நடையில் அமையும் தமிழே தமிழாக்கத்தைச் செம்மைப்படுத்தும். அதற்கு, தமிழிலும் ஆங்கிலத்திலும் கற்றவர்களாய் மட்டுமன்றி, தமிழையும் ஆங்கிலத்தையும் கற்றவர்களாய் விளங்குவோர் மனமுவந்து களமிறங்க வேண்டும். இரு மொழிகளின் பாணியையும் தேர்ந்து, தெளிந்து பெயர்க்கும் பணியை அவர்கள் முன்னெடுத்துச் செல்லவேண்டும். தமது தமிழாக்கங்களில் செம்மை *(accuracy)* ஒருமைப்பாடு *(uniformity)* திட்பம் *(specificity)* என்னும் மூன்று சிறப்புகளையும் அவர்கள் பொறிக்க வேண்டும்.”

கூடவே சீர்மையையும் *(integrity)* சேர்த்துக்கொள்ள வேண்டும்.

ஒரு மொழிபெயர்ப்பாளனுக்கு வெல்லும் சொல் என்ன என்பது நன்கு தெரிந்திருக்க வேண்டும் என்பதைச் சமீபத்தில் தமிழில் வந்த மொழிபெயர்ப்பு நூல்கள் நமக்குத் திரும்பத் திரும்பச் சொல்லி வருகின்றன. அறிவியல் நூலை மொழிபெயர்ப்பவருக்கு அறிவியலைப் பற்றிக் குறைந்தபட்சத் தொடர்புகூட இல்லையென்றால் மொழிபெயர்ப்பு தறிகெட்டுப் போய்விடும். உதாரணமாக சமீபத்தில் *Black body radiation* என்பதன் மொழிபெயர்ப்பாக 'கருப்பு உடல் கதிர்வீச்சு' என்று படித்த நினைவிருக்கிறது. ஆசிரியருக்கு வெல்லும் சொற்கள் கை கட்டிப் பணியாற்றுகின்றன என்பதை அவரது 'ஆங்கிலத்திலிருந்து தமிழுக்கு' கட்டுரையைப் படித்தால் தெரியும்.

"எந்த மொழியிலும் ஒரு பொருட்பதங்களைவிட, பல் பொருட்பதங்களே அதிகம். சில எடுத்துக்காட்டுகள்:

Socialize with students = மாணவர்களுடன் ஊடாடு

Socialize the children = பிள்ளைகளுக்கு சமூக நடத்தை கற்பி

Socialize the nation = நாட்டைச் சமூகவுடைமை மயமாக்கு

Capitalism socializes the cost and privatizes the profits = முதலாளித்துவம், செலவைச் சமூகத்தின்மீது பொறுப்பிக்கிறது, இலாபத்தைத் தனியாருக்கு அளிக்கிறது"

சமூகத்தின்மீது பொறுப்பித்தல் என்ற சொல்லமைப்பு எனக்கு மிகவும் பிடித்திருக்கிறது.

அவரே தீரா இடும்பை தருவது என்ன என்பதற்கு அருமையானதொரு உதாரணத்தைத் தருகிறார்:

தேராது தெளிதல் விந்தையான மொழிபெயர்ப்புக்கு இட்டுச் செல்லும் என்பதற்கு இன்னோர் எடுத்துக்காட்டு: பிரித்தானியப் பிரதமர் கேட்பதற்காகவும் கற்றுக்கொள்வதற்காகவும் பிரதிபலிப் பதற்காகவும் பாலஸ்தீனத்துக்குச் சென்றார். இதன்தோற்றுவாய்: *...to listen, learn and reflect...* மிகவும் கனதி வாய்ந்த இம்மூன்று வினைகளும் மேலே கருத்தூன்றி மொழிபெயர்க்கப்படவில்லை. *Lost in translation* என்பதற்கு இது ஒரு சிறந்த எடுத்துக்காட்டு! இதன் நேரிய தமிழாக்கம்: அவர்... செவிமடுப்பதற்காகவும், கற்பதற்காகவும், சிந்திப்பதற்காகவும்... பாலஸ்தீனத்துக்கு சென்றார்.

மற்றொரு கட்டுரையில் அவர் மொழிபெயர்ப்பு எப்படியிருக்க வேண்டும் என்பதைத் தெளிவாகச் சொல்கிறார்:

ஓர் ஆக்கத்தை ஏற்கெனவே வேற்று மொழியில் வாசித்த ஒருவர் மாத்திரமல்ல, எந்த ஒரு வாசகருமே வெற்றுவெறிதான

மொழிபெயர்ப்பை நாடப் போவதில்லை. மூலப் பொருள்வளத்துக்கு அப்பால், மூல மொழிவளத்துக்கு நிகரான தமிழ்வளம் படைத்த மொழிபெயர்ப்பையே அவர் நாடுவார். அத்தகைய ஒரு வாசகரை நிறைவுற வைக்கும் விதமாகவே ஒரு மொழிபெயர்ப்பு அமைய வேண்டும்.

விபுலானந்த அடிகளைப்பற்றி எனக்கு அதிகம் தெரியாது. ஆனால் அவரது ஆர்வமும் கூர்மையும் தெளிவும் அவரைப்பற்றிய கட்டுரையில் மிகத் துல்லியமாகக் கொண்டு வரப்பட்டிருக்கின்றன. அடிகள் கூறுகிறார்:

முதற்கண் தமிழ் மொழியிலேயே ஆட்சியில் இருக்கும் சொற்களை எல்லாம் ஆராய்ந்து அவற்றிலே பயின்றுள்ள கலைச்சொற்களையும் ஏனைய சொற்களையும் வரையறுத்துக் கொள்ளல் வேண்டும். காலப்போக்கிலே தமிழில் வந்து கலந்து கொண்ட வட மொழிச் சொற்களைக் கடிந்து ஒதுக்காது அவற்றையும் ஆக்கத் தமிழாக தழுவிக்கொள்ள வேண்டும். அடிகள்மேலும்கூறுகிறார்:

"தமிழ்மொழியிலே புதுப்புதுச் சொற்களை ஆக்கிக் கொள்ள வேண்டியது கற்றவர் கடமை. ஆக்கப்படும் புதுச்சொற்களும் நேர், நிரை என்ற வாய்ப்பாட்டில் அடங்கத்தக்கவாறு சுருக்கமும் இனிமையும் பெற்றிருத்தல் வேண்டும்" கலைச்சொல்லாக்கத்தில் மொழியமைதி பேணப்பட வேண்டும் என்பது அதன் பொருள் என்று ஆசிரியர் விளக்குகிறார். விபுலானந்தர் தமிழ்மயமாக்கிய ஒரு சொல்: *bacteria* – பற்றீரியம்!

3

புரட்சித்தெளிவு என்ற சொற்றொடருக்கு உதாரணம் ரோஸாலக்சம்பர்க். சர்வதேசீயம், உலக விடுதலை என்ற இரண்டு கொள்கைகளுக்காக இறுதிவரை போராடிய இவரைப்பற்றிய கட்டுரை புத்தகத்தின் முக்கியமான கட்டுரைகளில் ஒன்று. ரோஸாவின் புரட்சிவாழ்க்கையை மிகச் சுருக்கமாக, ஆனால் அவரைப் பற்றிய ஒரு முழு அடையாளம் தெரியும் வகையில் இந்தக் கட்டுரை நமக்குத் தருகிறது. ரோஸா கூறுகிறார்: சமூகவுடைமைக்கான போராட்டமே உலக வரலாறு கண்ட மாபெரும் உள்நாட்டுப் போர்... தொழிலாளர்கள் தங்களைப் பாதுகாக்க ஆயுதம் ஏந்த வேண்டும்... போராடாமல் சமூக வுடைமையை ஈட்ட முடியாது... வன்முறை ஓங்குதல் திண்ணம், குருதி சிந்துதல் திண்ணம், எனினும் ஒரு துளி குருதியும் வீணாகச் சிந்தக் கூடாது... முழு உலகத்தையும் கவிழ்க்க வேண்டும்... ஆனால் தவிர்க்கப்படக்கூடிய கண்ணீர் ஒரு குற்றச்சாட்டுக்கு

நிகரானது... ஒரு முக்கிய செயலைப்புரிய விரையும் ஒருவர், நினையாப்பிரகாரமாகவேனும் ஒரு புழுவை மிதிப்பது குற்றமாகும்..."

இந்தக்கூற்று முக்கியமாக மக்களின் சார்பில் நடத்தப்படும் போர்களுக்கு மிகவும் பொருந்தும். ஆனால் மக்களுக்காகப் போர் நடத்தியவர்கள் புழுக்களை மட்டும் அன்று, ஆயுதமெடுக்காத ஆண்கள், பெண்கள், சிறுவர்கள், சிறுமிகள், வயதின்மிக்கவர்கள் இவர்கள் அனைவரையும் மிதித்து நசுக்கிவிட்டுத்தான் முன்செல்ல முயன்றிருக்கிறார்கள். மிதித்து நசுக்கியவர்களின் தோல்விகளுக்கும் அவர்களின் கொள்கைகளை—அவற்றின் குறிக்கோள்கள் மிகத் தூய்மை யானவைகளாக இருந்தாலும்—மக்கள் இன்று நம்ப மறுப்பதற்கும் காரணம் இதுவே.

இந்தக் கட்டுரையைப் படித்தவுடன் வந்த சிலிர்ப்பு டெங்சியாவோபிங் பற்றிய கட்டுரையைப் படித்ததும் வரவில்லை என்பதைச் சொல்லியே ஆக வேண்டும். கட்டுரை, தகவல்கள் பலவற்றைத் தந்தாலும் அதன் தரம் சாதாரணமானதுதான் என்று சொல்ல வேண்டும்.

மாயகாவோஸ்கி பற்றிய கட்டுரை ஃபிரான்ஸைன் க்ரே எழுதிய 'அம்மாவின் காதலர்கள்' புத்தகத்தின் சுருக்கமான மொழிபெயர்ப்பு என்று நினைக்கிறேன். தனது கவிதையின் தொண்டையின் மீது ஏறி நின்று தனது குதிகால்களால் அதை மிதித்து நசுக்குபவனாகத் தன்னைத்தானே கண்டுகொண்ட இந்தக் கவிஞனின் கவிதை; ஆசிரியர் மொழிபெயர்த்தது;

கதை முடிந்தது;
எமது காதல் படகு
அன்றாட ஊழியத்துடன்
மோதி நொறுங்கியது.
நீயும் நானும் பேரம் பேசி
கணக்கு தீர்ந்தது.
துக்கம், துயரம், துன்பம்
இனிமேல்,
பகிரத் தேவை இல்லை.
இனி,
வானில் இருள் கவிய
உலகை அமைதி சூழ
காலமும் வரலாறும் படைப்பும்
சீண்டட்டும் என் சிந்தையை

அமெரிக்கா தனது வரலாற்றில் செய்த போர்க்குற்றங்களும் அழித்தொழிப்புகளும் கணக்கற்றவை. அவற்றில் மிக

முக்கியமான ஒன்று சிலிநாடு அலந்தேயின் படுகொலை. அந்தச் சமயத்தில் இளைஞர்களாக இருந்த என்னைப் போன்றவர்களை மிகவும் பாதித்த மரணம் அவருடையது. வேலுப்பிள்ளையின் கட்டுரையை என்னால் முழுவதும் படிக்க முடியவில்லை. கோபமும் இயலாமையும் மூளைக்குத் திரை போட்டுவிட்டன.

4

கிரேக்க இலக்கியங்களின் மீது ஆசிரியருக்கு இருக்கும் காதல் அவரை வரலாற்றின் தந்தையான ஹெரொடட்டஸின் கதை ஒன்றை நாடகமாக ஆக்க வைத்திருக்கிறது. ஹெரொடட்டஸில் வரலாறுகளின் ஆங்கிலவடிவம் இவ்வாறு கூறுகிறது: *My Lord! What are you saying? Insanity! You order me to see your mistress naked? When a woman's dress is removed so is her dignity. People long ago recognized what principles are noble and good and we should learn from them. Among them is this one: Look only at what belongs to you. I believe she is the most beautiful of all women and I beg you not to ask for what is against all decency.*

ஆசிரியர் இந்தக் கதையை நாடகமாக்குவதில் ஹெரோடட்டஸின் புகழ்பெற்ற "உனக்குச் சொந்தமானதைத்தான் நீ பார்க்க வேண்டும்" என்ற கூற்றை ஏன் விட்டுவிட்டார் என்று தெரியவில்லை.

'மீனுடன் மீண்ட கணையாழி' கட்டுரையில் அவர் ஹெரொடட்டஸில் கதையையும் சாகுந்தலத்தையும் ஒப்பிடுகிறார். ஒன்று அவப்பேறுக்கு இட்டுச்சென்றால் மற்றது நற்பேறுக்கு வழிவகுக்கிறது என்று சொல்லும் அவர் ஆறாம் காட்சியை மொழிபெயர்ப்பு செய்திருக்கிறார். இதிலும் "காலனுடன் கூடிவரும் நாய்களின் தாடையை நீ வைத்த கண் வாங்காமல் பார்ப்பதாகத் தெரிகிறதே" என்ற வரிகள் சாகுந்தலத்தில் இல்லை என எண்ணுகிறேன். இதேபோன்று சில வரிகளும் கூடுதலாக இருக்கின்றன. ஒருவேளை ஆங்கிலப் பதிப்பில் இருந்திருக்கலாம்.

இந்தப் புத்தகத்தின் வித்தியாசமான கட்டுரை சாக்கிரடீஸைப் பற்றியது. தமிழனுக்கு சாக்கிரடீஸின்மீது அளவிற்கு அதிகமான பாசம். பெரியாரும் அவரைப்போல தாடி வைத்திருந்ததாலோ என்னவோ.

இது சாக்கிரடீஸ் சொன்னது:

அதாவது பரந்துபட்ட பாமர மக்கள் அறிவிலிகள் (அறிவையோ அறத்தையோ வரையறுக்க முடியாதவர்கள்). ஆகவே அவர்கள் தங்களைத் தாங்களே ஆள்வதற்கு அருகதை

அற்றவர்கள். மக்கள் கூட்டம் ஒரு மந்தைக் கூட்டம். மந்தைகள் தாமாகவே மேயவல்லவை அல்ல. இடையரே மந்தையை மேய்க்க வல்லவர். வேந்தரே மாந்தரை ஆளவல்லவர்!

ஏதென்ஸ் நகரத்தை சாக்கிரடீஸ் அதிகம் விரும்பியதாகத் தெரியவில்லை. அவர் விரும்பியது சர்வாதிகார நாடான ஸ்பார்ட்டாவை. ஆசிரியர் கூறுகிறார்:

சாக்கிரட்டீஸ் கொடுமைக்கு ஆளாகவில்லை. அதென்சின் அன்றையச் சட்டதிட்டப்படி அவருக்கு மரண தண்டனை விதிக்கப்பட்டது (மரண தண்டனை ஒரு கொடுமையே என்பது வேறு கதை). ஒரு வாதத்துக்காக அவர் கொடுமைக்கு ஆளானார் என்பதை ஒப்புக்கொள்வோம். அவருடைய நிலைப்பாடு (மக்களாட்சி தகாது, சர்வாதிகாரமே தகும் என்ற நிலைப்பாடு) சரியா, தவறா என்ற கேள்வி இங்கே எழுகிறது. அதற்கான விடை ஆளுக்கு ஆள், காலத்துக்குக் காலம், இடத்துக்கு இடம் வேறுபடக்கூடும். எவ்வாறாயினும் கொடுமைக்கு உள்ளாகும் அனைவரும் கலிலியோ ஆகமுடியாது. கொடுமைக்கு உள்ளாவோரின் நிலைப்பாடும் சரியாக அமைய வேண்டும் என்று *Stephen Jay Gould* கூறியமை கருத்தில் கொள்ளத்தக்கது.

சாக்கிரடீஸ் நிச்சயம் கலீலியோ இல்லை. ஆனால் எதிர்நிலை எடுத்தால்தானே நாம் எடுத்த நிலைக்குச் சான்றுகளைத் தேட முடியும்? மனித குலத்தின் தேடல்கள் அதனால்தானே பரந்து வளர்ந்தன? சாக்கிரடீஸ் ஒரு மேதை என்பதில் ஐயம் இல்லை. இதை ஆசிரியரும் ஒப்புக்கொள்கிறார்.

5

எனக்கு இந்தப் புத்தகத்தின் அச்சாணியாகக் கருதும் கட்டுரை நாங்கள் – அவர்கள். கிப்ளிங்கின் புகழ்பெற்ற கவிதை யான *We and They* (நாங்களும் அவர்களும் என்பது சரியான மொழிபெயர்ப்பு என்று நினைக்கிறேன். ஆனால் நாங்கள்-அவர்கள் என்று மொழிபெயர்த்தது கிப்ளிங் கவிதையில் சொன்னதை ஒட்டியிருக்கிறது) கவிதையின் அடுத்தவரிகள் மிக அழகானவை. அவையே கவிதையை உச்சத்திற்கு உயர்த்துகின்றன.

But would you believe it? - They look upon we
As only a sort of they!

கவிதையின் இந்த வரியை வேலுப்பிள்ளை மொழிபெயர்க்க வில்லை. ஏனென்றால் கவிதையை எழுதியவர் ஆளும் வர்க்கத்தைச் சார்ந்தவர். அவருக்கு நாம் நம்மை அவர்களாகக் கருதுவது என்பதே ஆச்சரியத்தைத் தருகிறது. ஆனால் கட்டுரை

நம்மைப் பற்றி, மூன்றாம் உலகில் இருந்தவர்களைப்பற்றி, ஒடுக்கப்பட்ட தேசிய இனங்களைப்பற்றிப் பேசுகிறது. இந்தப் பிரிவிற்கு இருக்கும் நீண்ட வரலாற்றைப்பற்றிப் பேசுகிறது.

சில இடங்களில் நாம் அவர்களாக மாறியதன் விளைவு என்ன என்பது சொல்லப்படுகிறது:

பிசாறோவின் கையாட்களுள் ஒருவன் இறக்குந்தறுவாயில் தன் உள்ளச் சுமையைக் கொட்டி, இஸ்பானிய மன்னன் பிலிப்புக்கு (*Philip II 1554 - 1598*) எழுதிய மடல்: "... திருடர்களோ கயவர்களோ வீணர்களோ இல்லாத நிலையிலேயே இந்நாடுகளை நாங்கள் கண்டோம் என்பதை மாட்சிமை தங்கிய கத்தோலிக்க மாமன்னர் அறியக் கடவர். அத்துணை மதிநலம்படைத்த இம்மண்ணின் மைந்தர்களை நாங்கள் உருமாற்றிவிட்டோம்... அன்று இங்கு தீவினை இல்லை. இன்று இங்கு நல்வினை இல்லை.

மணி வேலுப்பிள்ளை கட்டுரைகளில் வெறுப்பு இல்லை. பிரச்சாரநெடி இல்லை. வலிந்து பொருள்கொள்ளுதல் இல்லை. புலம்பெயர்ந்த துயரம் கண்ணீர்க் கடலாக வெளிவரவில்லை. ஆனால் வென்றவர் நீதிபற்றிப் பேசும்போது மனம் பொங்கி வார்த்தைகள் வருகின்றன. நம்மை உலுக்குகின்றன:

அவர்களை "அசுரர்கள், அரக்கர்கள், மிலேச்சர்கள், சண்டாளர்கள், தீண்டத்தகாதவர்கள், காட்டுமிராண்டிகள், அவிசுவாசிகள், எதிர்ப்புரட்சியாளர்கள், பயங்கரவாதிகள், தீவிரவாதிகள்..." என்றெல்லாம் "நாங்கள்" சாடுவது எதற்காக?

ஒன்றில் அவர்களை அழித்தொழிப்பதற்காக அல்லது அவர்களை அடக்கி ஒடுக்குவதற்காக: அவர்களுடைய நிலபுலங்களை அபகரிப்பதற்காக, அவர்களுடைய வீடு – வளவுகளைச் சுவீகரிப்பதற்காக, அவர்களுடைய பொருள் வளத்தைச் சூறையாடுவதற்காக, அவர்களுடைய சமூகக் கட்டுக் கோப்பினைத் தகர்ப்பதற்காக. அவர்களுடைய மக்களாட்சி– உரிமைகளை மறுப்பதற்காக, அவர்களுடைய மனித உரிமைகளை மீறுவதற்காக. அவர்களை விசாரணையின்றி அடைத்துவைப்பதற்காக, அவர்களைக் கொன்றுகுவிப்பதற்காக, அவர்களுக்கு நீதியோ நியாயமோ வழங்கும் கடப்பாட்டிலிருந்து தப்புவதற்காக, அவர்களுக்கு வெளியுலக ஆதரவு கிடைப்பதைத் தடுப்பதற்காக, ஊடகங்களை வெருட்டுவதற்காக, வெளியுலகத்தை மிரட்டு வதற்காக, மனிதஉரிமை அமைப்புகளை விரட்டுவதற்காக... மொத்தத்தில் அவர்களைச் சின்னாபின்னப்படுத்துவதற்காக...

எனக்குச் சில இலங்கைத் தமிழர்கள் நண்பர்களாக சமீபத்தில் கிட்டியிருக்கிறார்கள். மனித குலத்தின் அடிப்படை இனிமைகளை— தில்லிவாசியாகப்போன பிறகு நான் இழந்துவிட்டேன் என்று நினைத்த இனிமைகளை—நான் அவர்களிடம் மீண்டும் பெற்றுக் கொண்டேன். அத்தகைய நண்பர் ஒருவரின் புத்தகத்திற்கு முன்னுரை எழுதுவது எனக்கு மிகுந்த மகிழ்ச்சியை அளிக்கிறது.

பி.ஏ. கிருஷ்ணன்

தொகுப்புரை

இவை 1991 முதல் 2013 வரை *காலம்* இதழில் எம்மால் வெளியிடப்பெற்ற கட்டுரைகள். மணி வேலுப்பிள்ளையின் மொழிவளத்துக்கும் பொருள் வளத்துக்கும் சான்றுபகரும் இக்கட்டுரைகள் தாயகம், வெளியுலகம் இரண்டையும் கருத்தில் கொண்டு எழுதப்பெற்றவை.

இதில் இடம்பெற்றுள்ள "ஆங்கில நடையில் தமிழ், மொழியின் முன் ஆணும் பெண்ணும் சமன், மொழியினால் அமைந்த வீடு, சாக்கிரட்டீஸ், மாயக்கோவஸ்கி, அலந்தே, டெங் சியாவோ பிங்" ஆகிய ஏழும் ஏற்கெனவே 'மொழியினால் அமைந்த வீடு' (அன்னம், தஞ்சாவூர், 2004) கட்டுரைத்தொகுப்பில் இடம்பெற்றவை. ஏனைய பதின்மூன்று கட்டுரைகளும் பின்னர் *காலம்* இதழில் வெளிவந்தவை.

தமிழிலிருந்து ஆங்கிலத்துக்கு பெயர்க்கும் துறையும், ஆங்கிலத்திலிருந்து தமிழுக்கு பெயர்க்கும் துறையும் ஒன்றுக்கொன்று ஈடுகொடுத்து வளர்வது கண்கூடு. குறிப்பாக, புனைவியலில் இரு துறைகளும் சரிநிகராக வளர்ந்து வருகின்றன. எனினும் கட்டுரைத் துறையில் ஏற்றத்தாழ்வு வெளிப்படையாகவே புலப்படுகிறது. தருக்கநியாயமும் செப்பநுட்பமும் கொண்ட கட்டுரைகள் தமிழைவிட ஆங்கிலத்தில் பன்மடங்கு அதிகம். அவை இயன்றவரை தமிழில் எழுதப்படவும் பெயர்க்கப்படவும் வேண்டும். இதில் புலனைச் செலுத்தி எழுதி, மொழிபெயர்ப்போருள் பி.ஏ. கிருஷ்ணனும் மணி வேலுப்பிள்ளையும் இருவர்.

ஏற்கெனவே தமிழில் தருக்கநியாயமும் செப்பநுட்பமும் கொண்ட கட்டுரைகளை எழுதியோருள் பாரதியார் தலையாயவர். வெ. சாமிநாத சர்மா எழுதிய 'பிளேட்டோவின் அரசியல்' என்னும் அரிய நூல் தமிழ்க் கட்டுரைத் துறை எய்தக்கூடிய உயர்ச்சியை எடுத்துக்காட்டுகிறது. அதன் தோற்றுவாயாகிய *Plato's Republic* கி.மு. 380ஆம் ஆண்டு, ஏறத்தாழ 2,400 ஆண்டுகளுக்கு முன்னர் எழுதப்பட்டது. அதற்கு முன்னரே கிரேக்க நாட்டில் தேல்ஸ் *(Thales of Miletus,* கி.மு. *624 – 546)* என்னும் மெய்யியலாளருடன் முறைசார் மெய்யியல் தோன்றி விட்டது. அதாவது தருக்கநியாயமும் செப்பநுட்பமும் கொண்ட மேல்நாட்டு மெய்யியலுக்கு 2,600 ஆண்டுகளுக்கு மேற்பட்ட வரலாறு உண்டு. பேட்ராண் ரசல் *(Bertrand Russell),* நோம் கொம்ஸ்கி *(Noam Chomsky),* ஹவாட் சின் *(Howard Zinn)* முதலியோர் அதன் தளிர்க்கொழுந்துகள். இவர்களின் மேற்கோள்கள் இக்கட்டுரைத் தொகுப்பில் விரவிக் கிடக்கின்றன.

எமது கல்வியுலகில் தருக்கநியாயமும் செப்பநுட்பமும் கற்பிக்கப்படும் அளவுக்கு எமது எழுத்துலகில் அவை வெளிவர வேண்டும். தமிழ் எழுத்துலகில் உளவியல், உளநோயியல், அறவியல் எழுத்துக்கள் வெளிவரும் அளவுக்கு மெய்யியல் எழுத்துக்கள் வெளிவர வேண்டும். பி.ஏ. கிருஷ்ணன், மணி வேலுப்பிள்ளை போன்ற கட்டுரையாளர்கள் இதில் மேன்மேலும் கருத்தூன்றிச் செயற்பட வேண்டும். இதுவே எமது வேட்கையும் வேண்டுகோளும் ஆகும்.

இத்தகைய கட்டுரையியலுக்கு உறுதுணை புரியும் நோக்குடன் 'நாங்கள் – அவர்கள்' கட்டுரைத் தொகுப்பு வெளிவருவதில் நாம் மகிழ்ச்சி அடைகிறோம். கட்டுரைகளை வழங்கிய மணி வேலுப்பிள்ளை, முன்னுரை நல்கிய பி.ஏ. கிருஷ்ணன், காலச்சுவடு பதிகப்பகத்தார் அனைவருக்கும் எமது நன்றியும் கடப்பாடும் உரித்தாகுக.

2014 – 07 – 03 **செல்வம் அருளாநந்தம்**

காலம் ஆசிரியர்

பகுதி 1

ஒடுக்கப்பட்ட மக்கள்

மறதிக்கு எதிரான நினைவின் போராட்டம்

ஆட்சியாளருக்கு எதிரான மக்களின் போராட்டம் என்பது, மறதிக்கு எதிரான நினைவின் போராட்டமே – The struggle of people against power is the struggle of memory against forgetting (Milan Kundera, *The Book of Laughter and Forgetting,* Penguin, London, 1983, p.5). அந்த வகையில் தமிழ் பேசும் மக்கள் தமது மனித உரிமை, தன்னாட்சி உரிமைப் போராட்டங்களுடன் கூடவே, மறதிக்கு எதிரான நினைவின் போராட்டத்தையும் முன்னெடுத்துச் செல்ல வேண்டும்.

தமிழ் பேசும் மக்களின் மறதிக்கு எதிரான நினைவின் போராட்டம் கடந்த மூன்று தலைமுறைகளையும் ஊடுருவி நிகழ்ந்த வரலாற்றை "நினைவு மடியும் வேளை" என்று பொருள்படும் பாரிய நாவல் நேரிய முறையில் பதிவிட்டுள்ளது (Ambalavanar Sivanandan, *When Memory Dies,* Acadia Books, London, *1997*). ஆங்கிலேயர் இலங்கையிலிருந்து வெளியேறுந் தறுவாய் தொட்டு, இலங்கையில் உள்நாட்டுப் போர் மூளுந் தறுவாய் ஈறாக, எங்கள் மறதியுள் புதையுண்ட நினைவுகளை அ.சிவானந்தன் தமது பென்னம்பெரிய நாவலில் தன்னந்தனியனாய் அகழ்ந்து குவித்துள்ளார்.

அவர் கோவைப்படுத்தும் நிகழ்வுகளின் தோற்றுவாய், எம்மைக் கட்டியாண்ட ஆங்கிலேயர் விடைபெற்ற காலகட்டம். அதற்கு முன்னர்

பிறப்பிக்கப்பட்ட கோல்புறூக்–கமெறன் ஆணைப்படி (*Colebrook-Cameron Commission, 1829–1832*) தமிழ் பேசும் மக்களின் ஆள்புலம், இலங்கைத் தீவின் ஒற்றை ஆட்சிக்கு உட்பட்ட புலமாக்கப்பட்டது. அது முந்திய நிலைமைக்கு முற்றிலும் மாறானது. ஒல்லாந்தரும் (1658–1718), போர்த்துக்கேயரும் (1505–1658) இலங்கையைக் கட்டியாண்ட காலத்தில் தமிழ் பேசும் மக்களின் ஆள்புலம் தொடர்ந்தும் தமிழ் பேசும் மக்களின் ஆள்புலமாகவே விளங்கியது. 'இஃதிப்படி இருக்க, இங்கிலீஷ் அரசினர் தங்கள் பலத்தினாலும், வீரத்தினாலும், நுண்ணறிவினாலும் உலாந்தேசரிடம் யாழ்ப்பாணத்தைச் சகாத்தம் 1718ஆம் வருஷத்தில் பிடித்துத் தங்கள் நியாயப் பிரமாணங்களை இலங்கை முழுவதுக்குஞ் சகாத்தம் 1738ஆம் வருஷத்தில் நிலைநிறுத்துவாராயினர்' (மாதகல் மயில்வாகனப் புலவர், யாழ்ப்பாண வைபவமாலை, பதிப்பு: முதலியார் குல.சபாநாதன், சரஸ்வதி புத்தகசாலை, கொழும்பு, 1953, அனுபந்தம், ப.iii). "இங்கிலீஷ் அரசினர் யாழ்ப்பாணத்தைச் சகாத்தம் 1718ஆம் வருஷத்தில் பிடித்து ..." இலங்கைத் தீவு ஒரே நாடாக விளங்கவில்லை என்பது இத்தால் பெறப்படுகிறது. எனினும், ஆங்கிலேயர் வெளியேறுந் தறுவாயில் தமிழ் பேசும் மக்கள் தமது ஆள்புலத்தை மீட்கத் தவறிவிட்டார்கள். ஆதலால் அவர்களின் ஆள்புலம் இலங்கை ஆட்சியாளருக்கு ஓர் அறுதிச் சொத்தாய் மாறியது (1948). அது, விடைபெற்றோர் விடை கொடுத்தோர்க்கு ஈந்த பயணக் காசாகவும் தேறியது!

தமிழ் பேசும் மக்களின் ஆள்புலம், இலங்கையின் ஒற்றை ஆட்சிக்கு உட்பட்டு ஏறத்தாழ ஒரு நூற்றாண்டு கழித்து இலங்கைக்கு ஒரு கூட்டாட்சி அமைப்பை விதந்துரைத்தவர்களுள் எஸ்.டபிள்யு.ஆர்.டி. பண்டாரநாயக்கா தலையாயவர். கூட்டாட்சி அமைப்பைக் குறித்து (*The Ceylon Morning Leader* என்னும் ஏட்டில்) அவர் தொடர்ச்சியாக ஆறு கட்டுரைகளை வரைந்தார் (1926). அப்புறம் யாழ்ப்பாணம் சென்ற பண்டாரநாயக்கா 'இலங்கைக்கு ஒரு கூட்டாட்சி அமைப்பு' என்னும் தலைப்பில் உரையாற்றினார் (1926–07–17). பண்டாரநாயக்காவுக்குப் பதிலடி கொடுக்கு முகமாக ஜேம்ஸ் ரி. இரத்தினம் கூட்டாட்சி அமைப்பை நிராகரித்து உரையாற்றினார்! கூட்டாட்சி அமைப்பை நிராகரித்து மேற்படி ஏட்டில் ஒரு கட்டுரையையும் இரத்தினம் வெளியிட்டார் இரத்தினத்தின் பதிலடியுடன் கூட்டாட்சி வாதம் படுத்துவிட்டது.

இலங்கையில் கூட்டாட்சி அரசியல் ஓய்ந்த கையோடு குடியேற்ற அரசியல் ஓங்கத் தொடங்கியது (1927). குடியேற்ற யோசனையை முதன்முதல் முன்வைத்தவர்: பிரித்தானிய ஆளுநர் *Sir Hugh Clifford* (1866–1941). மின்னேரியா, பொலனறுவை, அனுராதபுரம் ஆகிய இடங்களில் சிங்கள மக்களையும்,

கிளிநொச்சியில் தமிழ் மக்களையும் குடியேற்றும் திட்டத்தை (அப்பொழுது கமத்தொழில் அமைச்சராய் விளங்கிய) டி.எஸ். சேனநாயக்கா தீட்டினார். சிங்களப் பகுதிகளில் சிங்களவரும், தமிழ்ப் பகுதிகளில் தமிழரும் குடியேற்றப்பட்டதால், குடியேற்றம் இனிதே இடம்பெற்று வந்தது.

1949இல் பிரதமர் டி.எஸ். சேனநாயக்கா, தனது நிரந்தரச் செயலாளர் கந்தையா வைத்தியநாதன், நீர்ப்பாசனப் பணிப்பாளர் ரி. அழகரத்தினம், நில அளவையாளர் நாயகம் எஸ். புரோகியர் மூவரையும் அழைத்து, பட்டிப்பளை ஆற்றுக்குக் குறுக்கே ஓர் அணை கட்டும் வாய்ப்பினை ஆராயும்படி பணித்தார். அதுவே இங்கினியாகலையில் வைத்து சேனநாயக்காவினால் தொடக்கிவைக்கப்பட்ட கல் ஓயா அபிவிருத்தித் திட்டமாய் எழுந்தது (1949–08–28). அங்கு மொத்தம் 40 குடியேற்றங்கள் அமைக்கப்பட்டன. 34 குடியேற்றங்களில் 7,000 சிங்களக் குடும்பங்களும், 6 குடியேற்றங்களில் 900 தமிழ்க் குடும்பங்களும் அமர்த்தப்பட்டன. கிழக்கு மாகாணத்தில் மேற்கொள்ளப்பட்ட சிங்களக் குடியேற்றங்கள் பின்வருமாறு:

அம்பாறை	**திருகோணமலை**
கல் ஓயா	கந்தளாய்
பன்னல் ஓயா	அல்லை
அம்பலம் ஓயா	மொறவோவா
	முதலிக்குளம்
	பதவியா
	மகாஇதுலுவெவா

மேற்படி குடியேற்றங்களின் விளைவை ஆட்சியாளரின் அதிகாரபூர்வமான பட்டியலே புலப்படுத்துகிறது:

இலங்கை தொகைமதிப்பு திணைக்களம்
கிழக்கு மாகாணம்

	1949	**1981**	**அதிகரிப்பு**
தமிழர்	136,059	411,451	302%
முஸ்லீங்கள்	109,024	315,201	289%
சிங்களவர்	27,556	243,358	883%

'1921ஆம் ஆண்டுத் தொகைமதிப்பின்படி கிழக்கு மாகாணம் முழுவதும் வாழ்ந்த மக்களுள் சிங்களவர் தொகை 4% மாத்திரமே. 1949 முதல் 1981 வரை இலங்கை முழுவதிலும் சிங்கள மக்களின் தொகையில் ஏற்பட்ட பெருக்கம் 283%. அதேவேளை கிழக்கு மாகாணத்தில் மட்டும் அவர்களின் பெருக்கம் 883%' (M.I.M.Mohideen, *The Island,* Colombo, 2007/12/27).

தமிழ் பேசும் மக்களுக்கு விழுந்த முதல் அடி, அவர்களின் ஆள்புலத்துக்கு விழுந்த விதத்தைப் பின்வரும் பெயர் – மாற்றங்கள் செவ்வனே புலப்படுத்துகின்றன:

தமிழ்	**சிங்களம்**
பட்டிப்பளை	கல் ஓயா
மணல் ஆறு	வெலி ஓயா
தண்ணி முறிப்பு	ஜனகபுர
அம்பாறை	திகமடுவ

அப்புறம் வீரகேசரியில் வெளிவந்த அழகரத்தினத்தின் செவ்வி அரியதோர் உண்மையைப் புலப்படுத்தியது: 'தமிழ் மக்களின் காணியை அபகரிப்பதே பிரதமரின் உள்நோக்கம் என்று கனவிலும் நாங்கள் கருதவில்லை.'

இரண்டாவது அடி, தமிழ் பேசும் மக்களின் ஆட்பலத்துக்கு விழுந்தது. 1823 முதல் தமிழ் நாட்டிலிருந்து பெயர்க்கப்பட்டு மலைநாட்டில் குடியமர்த்தப்பட்ட தமிழ் பேசும் மக்கள் 1947இல் இடம்பெற்ற தேர்தலில் தமக்கு 7 பிரதிநிதிகளைத் தெரிவுசெய்தார்கள். அத்துடன் அவர்கள் பெரிதும் இடதுசாரிகளாய் விளங்கினார்கள். ஆதலால் அடுத்த ஆண்டே ஏறத்தாழ 10 இலட்சம் மலையக மக்களின் குடியுரிமை பறிக்கப்பட்டது: 'இச்சட்டம் நடைமுறைக்கு வரும் (1948 நவம்பர் 15ம்) திகதிக்கு முன்னர் இலங்கையில் பிறந்த தகப்பன் ஒருவருக்குப் பிறந்த ஒருவரே இலங்கைக் குடியினராய் ஏற்றுக்கொள்ளப்படத் தக்கவர்' *(Ceylon Citizenship Act,* 1948). அமைச்சர் ஜி.ஜி. பொன்னம்பலம் இந்திய–பாகிஸ்தானிய (வாசிகள்) குடியுரிமைச் சட்டத்தை *(Indian and Pakistani (Residents) Citizenship Bill,* 1949) ஆதரித்து வாக்களித்து அமைச்சராய் நீடித்தார். சி. சுந்தரலிங்கம் அதனை எதிர்த்து வாக்களித்துப் பதவிதுறந்தார்.

இலங்கையில் (1796 முதல் 1948 வரை) 150 ஆண்டுகளுக்கு மேலாக நிலவிய பிரித்தானிய ஆட்சியும், இயங்கிய கிறீஸ்தவப் பாடசாலைகளும் தவிர்க்கவியலா வகையில் ஆங்கிலம் கற்ற

வகுப்பு ஒன்றைத் தோற்றுவித்தன. இனங்களையும் மதங்களையும் ஊடறுத்து மேலோங்கிய அவ்வகுப்பினர் பிரித்தானிய அரசு வழங்கிய உரிமைகளையும் சலுகைகளையும் வசதிகளையும் அனுபவித்து வந்தனர். தாய்மொழி கற்ற பெரும்பான்மையோர் புறக்கணிப்புக்கும் பாகுபாட்டுக்கும் இழிவுக்கும் உள்ளாகினர். அத்தகைய சூழ்நிலையிலேயே ஆங்கிலம் கற்ற சிறுபான்மையோருக்கு அளிக்கப்படும் சலுகைகளுக்கு எதிராக யாழ் இளைஞர் பேரவை *(Jaffna Youth Congress)* கண்டனக் குரல் எழுப்பியது (1925). பொன் அருணாசலம் தலைமையில் எழுந்த இலங்கைத் தேசிய பேரவை *(Ceylon National Congress)* தாய்மொழிக் கல்வியை வேண்டி நின்றது (1935).

நீதி மன்றுகளிலும் காவல் நிலையங்களிலும் தமிழும் சிங்களமும் பயன்படுத்தப்பட வேண்டும் என்று பிலிப் குணவர்த்தனாவைத் தலைவராகக் கொண்ட சமசமாசக் கட்சி கோரிக்கை விடுத்தது (1936). தமிழும் சிங்களமும் ஆட்சி மொழிகளாக வேண்டும் என்று இலங்கைத் தேசிய பேரவை கேட்டுக்கொண்டது (1939). எல்லாப் பாடசாலைகளிலும் தமிழும் சிங்களமும் கட்டாய பாடங்களாகப் போதிக்கப்பட வேண்டும் என்று யாழ் இளைஞர் பேரவை வேண்டுகோள் விடுத்தது (1940). ஆதற்கு மாறாக, எல்லாப் பாடசாலைகளிலும் சிங்களமே பாட மொழியாய் விளங்க வேண்டும் என்றும், எல்லாப் பரீட்சைகளிலும் சிங்களமே கட்டாய பாடமாய் விளங்க வேண்டும் என்றும் முன்மொழிந்தார் ஜே.ஆர். ஜெயவர்த்தனா (1943). அதாவது இலங்கை வரலாற்றில் முதல் தடவையாகத் தனிச் சிங்கள மந்திரத்தை உச்சரித்தவர் (பலரும் நினைப்பது போல் பண்டாரநாயக்கா அல்ல) ஜெயவர்த்தனாவே! தமது முன்மொழிவில் தமிழை விலக்கியதற்கு அவர் முன்வைத்த காரணம் மிகவும் வேடிக்கையானது:

'உலகம் முழுவதும் 30 இலட்சம் பேரே சிங்களம் பேசுவோர். அதேவேளை இந்தியாவில் மாத்திரம் 4 கோடி தமிழர்கள் வசிக்கிறார்கள். இலங்கையில் தமிழ் இலக்கியம், தமிழ்ப் பண்பாடு, தமிழ்த் திரைப்படம் ஏற்படுத்தும் தாக்கத்தினால் எதிர்காலத்தில் சிங்கள மொழிக்கு கேடு விளையக்கூடும். ஆகவே இந்த நாட்டில் சிங்களத்துக்கு நிகரான இடத்தை தமிழுக்கும் வழங்கினால், சிங்களம் மங்கிவிடும், அல்லது மறைந்துவிடும் என்று நான் அஞ்சுகிறேன்'.

அதற்கு பண்டாரநாயக்கா கொடுத்த பதிலடியில் அவருடைய மனநீதி புலப்படுகின்றது: 'ஒரு நாட்டில் ஒன்றுக்கு மேற்பட்ட மொழிகள் ஆட்சி மொழிகளாய் விளங்குவது சற்று விசித்திரமாய்

இருக்கும் என்று மறுப்புத் தெரிவிப்பவர்களுக்கு நான் ஒரு சங்கதியைச் சுட்டிக்காட்ட விரும்புகிறேன். வேறு நாடுகள் இரண்டுக்கு மேற்பட்ட மொழிகளை வைத்து நியாயமான முறையிலும் நிறைவான முறையிலும் ஆட்சி புரிகின்றன. ஆகவே தமிழையும் ஓர் ஆட்சி மொழியாக ஏற்றுக்கொள்வதால் ஏதாவது தீங்கு விளையும் என்று எனக்குப் படவில்லை. நியாயமான வரையறைக்குள் பல்வேறு இனங்களுக்கும் இடையே நல்லெண்ணத்தையும் நம்பிக்கையையும் ஏற்படுத்துவதற்கு இது இன்றியமையாதது. ஆகவே இவ்விரு மொழிகளையும் ஆட்சி மொழிகளாய் ஏற்றுக்கொள்வதில் எனக்கு எவ்வித மறுப்பும் கிடையாது. அதனால் ஒரு தீங்கோ இடரோ விளையும் என்று நான் நினைக்கவில்லை'.

ஈற்றில் ஜெயவர்த்தனாவின் இசைவுடனும் பண்டார நாயக்காவின் ஆதரவுடனும் (திருகோணமலை உறுப்பினர்) நல்லையா முன்வைத்த திருத்தப் பிரேரணை மூலம் தமிழும் சேர்க்கப்பட்டது. ஆங்கிலத்திலிருந்து தமிழுக்கும் சிங்களத்துக்கும் மாறுவதற்கு வேண்டிய நடவடிக்கைகளை விதந்துரைப்பதற்கு ஓர் ஆணையத்தை நியமிக்க வேண்டும் என்று ரி.பி. ஜாயா (என்னும் மலாய் உறுப்பினர்) முன்மொழிந்தார் (1944). ஆட்சி மொழித் தெரிவுக் குழு அமைக்கப்பட்டது (1946). ஆங்கிலத்திலிருந்து தமிழுக்கும் சிங்களத்துக்கும் மாறும் வழியைக் காட்டுவதற்கு ஒரு தேசிய மொழி ஆணையம் அமைக்கப்பட்டது (1951).

அப்பொழுது இலங்கைப் பல்கலைக்கழகக் கல்லூரியின் அதிபராய் விளங்கிய றொபேர்ட் மார்ஸ் *(Robert Marrs)* என்னும் ஆங்கிலேயர் விடுத்த எச்சரிக்கை கவனிக்கத்தக்கது: 'தற்பொழுது ஆங்கிலம் கற்ற இனம், தாய்மொழி கற்ற இனம் என்னும் இரு இனங்களாய் நாடு பிளவுபட்டுள்ளது. இனிமேல் (தாய்மொழி இயக்கத்தின் பெறுபேறாய்) தமிழ் கற்ற இனம், சிங்களம் கற்ற இனம் என்னும் இரு இனங்களாய் நாடு பிளவுபடக்கூடும்'. அந்த எச்சரிக்கை கையொடு பலித்தது: 'ஆங்கிலத்திலிருந்து இரு தேசிய மொழிகளுக்கு (தமிழுக்கும் சிங்களத்துக்கும்) மாறுவதைவிட, ஒரு தேசிய மொழிக்கு (சிங்களத்துக்கு) மாறுவதே எளிது' (ஆதர் விஜேவர்த்தனா, முன்னாள் தலைமை நீதியரசர், பின்னாள் ஆட்சி மொழி ஆணையத்தின் தலைவர்). ஆதலால் பௌத்த இளைஞர் அவையமும், பௌத்த ஞான சமாசமும் முன்வைத்த தனிச் சிங்களக் கோரிக்கைக்கு ஆ. விஜேவர்த்தனா பேராதரவு தெரிவித்தார் (1953).

எனினும் வடபுலம் சென்ற பிரதமர் ஜோன் கொத்தலாவலை கொக்குவிலில் வைத்து 'தமிழுக்கும் சிங்களத்துக்கும் சமத்துவம்' வழங்க வாக்குறுதி அளித்தார். கொழும்பு திரும்பியதும்

செவிடுபடும்படியான தனிச் சிங்கள முழக்கத்தினால் அவர் நாவடங்கிப் போனார் (1954). பௌத்த விசாரணைக் குழுவும், டி. சி. விஜேவர்த்தனா எழுதிய 'காட்டில் ஒரு கிளர்ச்சி' என்று பொருள்படும் நூலும் தனிச் சிங்கள முழக்கத்தை மேலோங்கச் செய்தன (1955). அப்புறம் ஐக்கிய தேசியக் கட்சியும் (அக்கட்சியிலிருந்து வெளியேறிய பண்டாரநாயக்காவினால் அமைக்கப்பட்ட) இலங்கைச் சுதந்திரக் கட்சியும் தனிச் சிங்களக் கொள்கைக்கு மாறிவிட்டன (1956).

இலங்கை வரலாற்றில் 1956 ஒரு திருப்புமுனை ஆகும். அந்த ஆண்டில் புத்த ஜயந்தி (புத்தர் இறந்து 2500 ஆண்டுகளின் நிறைவு) பேரெழுச்சியுடன் கொண்டாடப்பட்டது. இலங்கையில் முன்னொருபோதும் ஏற்படாத பௌத்த மத உணர்ச்சியும் சிங்கள இன எழுச்சியும் ஏற்பட்டன. சைவமும் தமிழும் போல், பௌத்தமும் சிங்களமும் பேரெழுச்சியுற்றன. அத்தகைய சூழ்நிலையிலேயே 'நான் பதவியேற்றால் 24 மணித்தியாலங்களுக்குள் தனிச் சிங்களச் சட்டத்தை இயற்றுவேன்' என்று பண்டாரநாயக்கா சூளுரைத்தார். ஆரிய, பௌத்த, சிங்களப் பேரலையே பண்டாரநாயக்காவைப் பதவியில் அமர்த்தியது. அவரும் மறு பேச்சின்றி தனிச் சிங்களச் சட்டத்தை இயற்றிவிட்டார்!

அது பாரதூரமான விளைவுகளுக்கு இட்டுச்சென்றது. இலங்கை வரலாற்றில் முதல் தடவையாக தந்தை செல்வா ஒத்துழையாமை இயக்கத்தை மேற்கொண்டார். ஏறத்தாழ ஓராண்டு முழுவதும் தமிழ் பேசும் மக்களின் ஆள்புலம் எங்கும் அது கொழுந்துவிட்டு எரிந்தது. ஈற்றில் பண்டா – செல்வா ஒப்பந்தம் வரையப்பட்டது (1957–07–26). அதன்படி 'வட, கீழ் மாகாணங்களில் தமிழ் ஒரு நிருவாக மொழியாய் விளங்கும், அம்மாகாணங்களை ஒரு பிரதேச மன்றம் நிருவகிக்கும், அங்கு சிங்களக் குடியேற்றம் மட்டுப்படுத்தப்படும்'.

வெகுண்டெழுந்தது தென்னிலங்கை! பொங்கியெழுந்த பிக்குகளையும் தென்னிலங்கைப் புத்திமான்களையும் ஆட்கொள்ளத் தலைப்பட்டவர் வேறு யாருமல்ல, ஜே.ஆர். ஜெயவர்த்தனாவே. ஒப்பந்தத்தை எதிர்த்து, தனது படுகேவலமான 'கண்டி யாத்திரை'யை மேற்கொள்ளுந் தறுவாயில் ஜே.ஆர். இட்ட முழக்கம்: '2500 ஆண்டுகளாய்த் தனது மொழியையும் மதத்தையும் கட்டிக்காத்து வாழ்ந்த சிங்கள இனம் அதன் பிறப்புரிமையை இம்மியும் விட்டுக்கொடாது போராட வேண்டிய காலம் வந்துவிட்டது. இந்தப் போராட்டத்துக்கு நானே தலைமை வகிப்பேன்'! பண்டா ஒப்பந்தத்தைக் கிழித்தார். செல்வா ஒத்துழையாமையுள் குதித்தார். தமிழினப் படுகொலை தொடர்ந்தது (1958). விலாவாரியான விபரங்களுக்கு: *Tarzie Vittachi,*

Emergency '58, <http://www.tamilnation.org/books/Eelam/vitachi.htm> Andre Deutsch, 1958.

இதற்கிடையே சோமராம தேரோ என்னும் பௌத்த பிக்கு பண்டாரநாயக்காவைச் சுட்டுக்கொன்றார் (1959). பண்டாரநாயக்காவுக்கு நேர்ந்த கதியை *he Ceylon Daily Mirror* பதிப்பாளர் றெஜி மைக்கேல் *(Regie Michael)* இப்படிக் குறிப்பிட்டிருந்தார்: *"He thought he could run with the hare and hunt with the hounds. He was wrong"* (பாலுக்கும் காவல், பூனைக்கும் தோழன்! அது தவறான கொள்கை).

1972இல் தமிழ் பேசும் மக்களுக்கு அடிக்கு மேல் அடி விழுந்தது. முன்னொரு காலத்தில் 'ஒரு மொழி இரு நாடுகளுக்கு வழிவகுக்கும். இரு மொழிகள், ஒரே நாட்டுக்கு வழிவகுக்கும்' என்றும், 'மதம் மனிதருக்கு அபின்' என்றும் போதித்த அதே அமைச்சர் கொல்வின் ஆர்டி.சில்வா வரைந்த புதிய அரசியல் யாப்பில் தனிச் சிங்களச் சட்டம் நீடித்தது! பௌத்தம் அரச மதமாக்கப்பட்டது! (பழைய அரசியல் யாப்பில்) சிறுபான்மையோருக்கு அளிக்கப்பட்டிருந்த ஒரேயொரு பாதுகாப்பு (பிரிவு 29) புதிய அரசியல் யாப்பின் மூலம் நீக்கப்பட்டது. தரப்படுத்தல் புகுத்தப்பட்டது . . . அதாவது பாலுக்கும் காவல், பூனைக்கும் தோழன் என்னும் கொள்கை தொடர்ந்து கடைப்பிடிக்கப்பட்டு வருகிறது. அதனால் பால் வற்றி, பூனை கொழுத்துவிட்டது. பால் வற்றிப் பூனை கொழுத்த கதையின் ஆகப்பிந்திய பதிப்புக்கு 'மகிந்த சிந்தனை' என்று தலைப்பு வைக்கப்பட்டது (2005).

வாக்கு

நுண்ணிய கட்டுக்கோப்பு வாய்ந்த மனித மொழியைப் புரிந்துகொள்ளும் ஆற்றலுடன்தான் குழந்தை பிறக்கிறது என்கிறார் நோம் கொம்ஸ்கி *(Chomsky-Foucault Debate on Human Nature,* The New Press, New York, *2006, 2–4).* அதனை அவர் பிறவி மொழி *(innate language),* அல்லது இயல்பூக்க மொழி *(instinctive language)* என்று குறிப்பிடுகிறார். அத்தகைய ஆற்றலைக் கொண்டே, தான் செவிமடுக்கும் மொழியைத் தேர்ந்து தெளியும் படிமுறையில் குழந்தை அடியெடுத்து வைக்கிறது என்று அவர் கருதுகிறார்.

மனிதரை ஒரு சமூகப் பிராணி என்று வர்ணிக்கும் அரிஸ்டாட்டில், தனது கருத்தை உணர்த்துவதற்கு *logos* என்னும் கிரேக்கச் சொல்லைப் பயன்படுத்துகிறார். *Logos* என்பது *வாக்கு, நீதி, நியாயம்* மூன்றையும் ஒருங்கே உணர்த்தும் கிரேக்கச் சொல். அந்த மூன்று தன்மைகளும் மனிதரில் இயற்கையாகவே காணப்படுகின்றன. அதாவது மனிதர்கள் நியாயம் பேசும் சமூகப் பிராணிகள் *(zoon politikon)* என்பதே அரிஸ்டாட்டில் கொண்ட கருத்து. அந்த வகையில் அவர்கள் ஒருவருக்கொருவர் நிகரானவர் என்றும், ஒப்பானவர் என்றும் *(equal and like)* அவர் குறிப்பிடுகிறார்.

எல்லோரும் இந்நாட்டு மன்னர் என்பது அரிஸ்டாட்டிலுக்கு முற்பட்ட ஆசான்களின் *(Sophists)* அடிப்படைப் போதனை. அதனை வலியுறுத்தும் பொருட்டு புறொட்டேகொறஸ்

(Protagoras) என்னும் ஆசான் கூறும் கிரேக்க புராணக் கதை ஒன்று இருக்கிறது: கிரேக்கரின் முழுமுதல் கடவுள் (கிரேக்கரின் சிவன்!) *Zeus* தனது தூதரை *(Hermes)* அழைத்து மக்களுக்கு அரசியல் கலையை வழங்கும்படி பணிக்கிறார். ஏற்கெனவே ஏனைய கலைகளை ஆங்காங்கே வழங்கிய இறைதூதர் அரசியல் கலையையும் ஆங்காங்கே வழங்கிவிடட்டுமா என்று கடவுளைக் கேட்கிறார். அதற்குக் கடவுள் கொடுக்கும் விடை:

அரசியல் கலையை எல்லோருக்கும் வழங்கிவிடு. அதில் எல்லோருக்கும் பங்குகொடு. அதனை ஒருசிலருக்கு மட்டும் வழங்கினால், மக்கள் எல்லோரையும் மேம்படுத்த முடியாது போய்விடும். அத்துடன் அரசியல் கலையில் ஈடுபடாதோர் மக்களைப் பீடித்த பீடைகளாய் மாள்வர் என்பதையும் அவர்களுக்கு உணர்த்திவிடு . . . மேற்படி ஆசான்களின் இறுதி முழக்கம்: ***வேறு துறைகளில் மக்கள் அனைவரும் பங்குபற்ற முடியாவிட்டாலும், அரசியலைப் பொறுத்தவரை மக்கள் அனைவரும் பங்குபற்ற முடியும், பங்குபற்ற வேண்டும் . . .*** இதனை நாங்கள் மக்களீர் நிலைப்பாடு எனலாம்.

அடுத்தது சிட்டர் – நிலைப்பாடு: புத்திமான்கள் அதனை முன்னெடுத்துச் செல்வதுண்டு. அதனை நாங்கள் புத்திமான்மியம் என்றும் கொள்ளலாம்! அவர்களை, மக்களுக்கும் நிகழ்வுகளுக்கும் இடையே கொடுக்கல் – வாங்கல் செய்யும் தரகர்கள் என்கிறார் கொம்ஸ்கி. ***மெய்நிகழ்வுகளுக்கு விளக்கமளிப்பதை விடுத்து, தனி நலன்களைப் பேணுவதற்காகவே சமூக – அரசியல் ஆய்வுகள் முன்வைக்கப்படுகின்றன*** என்று வேறு எச்சரிக்கிறார் நோம் கொம்ஸ்கி (அதே நூல், ப.69). எனினும் மக்களால் அவற்றை எளிதில் இனங்காண முடியும் என்பது அவர் துணிபு. திறந்த மனது, சராசரி விவேகம், நியாயமான ஐயம் என்னும் மூன்றும் தனது சித்தாந்த ஆய்வுகளுக்கு கைகொடுப்பதை அவர் எடுத்துரைத்துள்ளார். அது எவர்க்கும் கைகூடும் என்பது அவர் வாதம்.

சிறப்புப் பயிற்சிபெற்ற துறைஞர்களால் மட்டுமே சமூக – அரசியல் ஆய்வுகளை, மேற்கொள்ள முடியும் என்ற வாதத்தை கொம்ஸ்கி மறுத்துரைக்கிறார் (அதே நூல், ப.70). நாட்டம் கொண்ட எவர்க்குமே அது கைகூடும் என்று அவர் அடித்துக் கூறுகிறார். நியாயத்தின் துணையுடன் நிகழ்வுகளை எதிர்கொள்ளும் எவருமே சமூக – அரசியல் ஆய்வுகளை மேற்கொள்ள முடியும் என்று அவர் வாதிடுகிறார்.

சமூக – அரசியல் ஆய்வுகளை மேற்கொள்வதற்கு சிறப்புப் பயிற்சி தேவையா என்னும் வினாவுக்கு, **இல்லை** என்று விடையளிக்கும் கொம்ஸ்கி, சமூக – அரசியல் ஆய்வுகளை

மேற்கொள்வதற்குப் பொது அறிவே போதுமா என்னும் வினாவுக்கு, **ஆம்** என்று விடையளிக்கிறார்!

பிறவி மொழி அல்லது இயல்பூக்க மொழி பற்றி கொம்ஸ்கி முன்வைக்கும் விளக்கமும், மனிதரை நியாயம் பேசும் சமூகப் பிராணிகள் என்று அரிஸ்டாட்டில் இனங்காணும் விதமும், மக்களாட்சியில் ஒருவர் வாக்களிக்கும் தகைமை பெறுவதற்கு, தனக்குரிய மொழியில் பேசவோ, எழுதவோ, வாசிக்கவோ தெரிந்திருக்க வேண்டும் என்னும் முதல் விதியும் ஒன்றுடன் ஒன்று உடன்படுபவை.

நியாயம் பேசும் சமூகப் பிராணிகள் நடத்தும் மக்களாட்சியில் கருத்து – மோதல்கள் தவிர்க்க முடியாதவை மட்டுமல்ல, இன்றியமையாதவையும் கூட. அத்தகைய கருத்து – மோதல்கள் எக்காரணம் கொண்டும் வன்முறைக்கு இட்டுச்செல்லக் கூடாது என்பதைக் கருத்தில் கொண்டு வோல்டயர் முன்வைத்த ஓர் அரும்பெருங் கூற்று: ***நீ கூறுவதை நான் ஏற்கவில்லை. எனினும், அதனைக் கூறுவதற்கான உனது உரிமைக்காக நான் என்றென்றும் குரல்கொடுப்பேன்!***

எத்தகைய சுதந்திரம் எங்களுக்கு மறுக்கப்பட்டாலும், சிந்திக்கும் சுதந்திரத்தை எவராலும் அபகரிக்க முடியாது. சிந்திக்கும் சுதந்திரத்தைக் கொண்டு ஏனைய சுதந்திரங்கள் அனைத்தையும் ஈடுசெய்யவோ மேம்படுத்தவோ எங்களுக்கு வாய்ப்புள்ளது. சிந்தித்து, நியாயம் பேசி, நீதியை நிலைநாட்டும் வல்லமையை ஈட்டிக்கொள்ள வேண்டிய காலகட்டத்துள் இன்று நாங்கள் அடி எடுத்து வைத்துள்ளோம். இலங்கையில் இலட்சக் கணக்கான உடன்பிறப்புகளை இழந்து கதறும் உலகளாவிய தமிழ் மக்கள் என்றுமிலாவாறு நியாயம் பேசும் மக்களாக மேலோங்க வேண்டிய தருணம் இது. மனிதநேயக் கடப்பாடு தமிழ்கூறு நல்லுலகை அறைகூவி அழைக்கிறது.

ஈழ மக்கள் கடுகதியில் இயல்பு – வாழ்வுக்கு மீளும் சூழ்நிலை தோன்றுவதற்கு இயன்றவரை பாடுபடும் தலையாய பணி இன்று வெளியுலக மக்கள்மீது சுமத்தப்பட்டுள்ளது. அங்கு அவரசகாலச் சட்டம் தளர்த்தப்பட்டு, அதற்கமைய இயற்றப்பட்ட பயங்கரவாத தடுப்புச் சட்டம் நீக்கப்பட்டு, அவற்றுக்கிணங்க சிறைசெய்யப்பட்டவர்கள், விசாரணை எதுவுமின்றிக் காவலகங்களிலும், படை – முகாங்களிலும், அகதி – முகாங்களிலும் தடுத்து வைக்கப் பட்டுள்ளவர்கள், இடம்பெயர்ந்த மக்கள் அனைவரும் உடனடியாக விடுதலை செய்யப்படுவதற்கு ஏதுவான சூழ்நிலை தோன்றுவதற்கு நாங்கள் துணைநிற்க வேண்டும்.

இயல்பு – வாழ்வுக்கு மீளும் மக்கள் தம்மால் இயன்றவரை தமது வாக்குரிமையை நிலைநாட்டுவது தவிர்க்கவியலாதது. உள்ளூராட்சி, மாகாண, நாடளாவிய தேர்தல்களில் தமது வாக்குரிமையை அவர்கள் தங்குதடையின்றிப் பயன்படுத்த வாய்ப்புள்ளது. மக்களாட்சிக்கு அடிப்படையாக விளங்கும் வாக்குரிமையை மக்கள் என்றென்றும் கட்டிக்காக்கக் கடமைப்பட்டவர்கள். வாக்காளர் முன்னிலையில் கட்சிகள் ஒன்றை ஒன்று எதிர்கொண்டு கருத்து – மோதல்களில் ஈடுபடுவது வழமை. மக்கள், தேர்தல்களில் வாக்களித்து தமது தீர்ப்பை வெளிப்படுத்துவது உலகளாவிய முறைமை.

மக்களின் தீர்ப்புக்கு கட்சிகள் கட்டுப்படும் அதேவேளை, மக்கள் முன்னிலையில் தமது கருத்து – மோதல்களை அவை தொடர்ந்து முன்னெடுத்துச்செல்ல வேண்டும். அடுத்த தேர்தலில் தமது தீர்ப்பை நிலைநிறுத்துவதற்கு அல்லது மாற்றுவதற்கு அத்தகைய கருத்து – மோதல்கள் மக்களுக்குத் துணைநின்றே தீரும்.

கட்சிகளிடையே நிகழும் கருத்து – மோதலை, மக்களாட்சி–நெறிக்கு உட்பட்ட கருத்துரையாடலாக மேம்படுத்தும் வல்லமையை ஊடகங்கள் ஈட்டிக்கொள்வது நலம் பயக்கும். ***உண்மைகள் ஒப்புக்கொள்ளப்பட வேண்டும், கருத்துரைகள் வேறுபடலாம்*** என்னும் கூற்றை அவை அடியொற்றிச் செல்ல வேண்டும்.

மக்கள் நாடுவதை விடுத்து, மக்களுக்குத் தேவையானவற்றையே ஊடகங்கள் இனங்காட்ட வேண்டும் என்கிறார் ஒரு பிரெஞ்சு ஊடக அதிபர். ஒரு நியாயத்தை ஏற்பதா, மறுப்பதா என்பது அதனைச் செவிமடுக்கும் மக்களைப் பொறுத்தது. அதேவேளை மக்கள் நாடுவதையும், மக்களின் தேவையையும் இயைபுபடுத்தும் பணியில் கட்சிகளும், ஊடகங்களும் அவர்களுக்கு கைகொடுக்கக் கடமைப்பட்டவை.

வாக்குரிமையால் நிலைமையை மாற்றலாம் என்றால், அவர்கள் எங்களுக்கு வாக்குரிமையே தந்திருக்கமாட்டார்கள் என்று ஆஸ்கார் வைல்ட் *(Oscar Wilde)* கூறியதுண்டு. இது ஓரளவு உண்மை என்பதை மறுப்பதற்கில்லை. எனினும் வாக்காளர்களின் பலவீனத்தை நாங்கள் வாக்குரிமையின் பலவீனமாகவோ, மக்களாட்சியின் பலவீனமாகவோ கொள்ளக் கூடாது.

அப்படி என்றால், மக்களால் தேர்ந்தெடுக்கப்படும் பிரதிநிதிகளைக் கொண்ட உள்ளூராட்சி மன்றம் அல்லது மாகாண ஆட்சிமன்றம் அல்லது நாடாளுமன்றம் எத்தகையது? அதற்கான விடை ஆளுக்கு ஆள், இடத்துக்கு இடம், காலத்துக்குக்

காலம் வேறுபடக்கூடும். எனினும், மக்களால் தேர்ந்தெடுக்கப்படும் ஆட்சிமன்றம் எத்தகையதோ அத்தகைய ஆட்சிமன்றத்தைப் பெற்றுக்கொள்வதற்கே அவர்கள் அருகதை உடையவர்கள் என்று அதற்கு ஏற்கெனவே பதிலளிக்கப்பட்டுள்ளது!

இலங்கையில் வதையுண்டு, புதையுண்ட இலட்சக் கணக்கான உடன்பிறப்புகளை நினைந்துருகும் அதேவேளை, எங்களை நாங்களே ஆற்றவும், தேற்றவும் வேண்டிய ஓர் இக்கட்டினுள் நாங்கள் அகப்பட்டுள்ளோம். அது எத்துணை கடினமாயினும், அதனை நாங்கள் உடனடியாகவே செய்ய வேண்டியுள்ளது. உடனடியாக எங்களை நாங்களே தேற்றிக்கொண்டு, எங்கள் உடன்பிறப்புகள் நலன்கருதிச் செயற்பட வேண்டியுள்ளது.

நாங்கள் எவ்வாறு செயற்படப் போகிறோம் என்பது எங்கள் ஒவ்வொருவரையும் பொறுத்தது. எங்கள் வழமையான பொருளுதவி என்றென்றும் தொடரும் என்பதில் ஐயமில்லை. அதற்கு அப்பாலும் நாங்கள் துணைநிற்றல் வேண்டும். இலங்கையில் அமைதி நிலவிய காலத்திலும், எங்கள் உடன்பிறப்புகளை சுனாமி பலிகொண்ட வேளையிலும் எங்களுள் பலர் ஓடோடிச் சென்று அவர்களுக்கு ஒத்தாசை புரிந்ததுண்டு. அத்தகைய உதவிகள் இன்று அவர்களுக்குப் பன்மடங்கு தேவைப்படுகின்றன.

புலம்பெயர்ந்த மக்கள் இலங்கையில் நிலவும் சமூக – அரசியல் சூழ்நிலையை இம்மியும் பொருட்படுத்தாது அங்கு சென்று தமது குடும்பத்தவர்களை அரவணைக்க வேண்டியுள்ளது. துறைஞர்களுக்கான பணி அங்கு காத்துக் கிடக்கிறது. பொது மருத்துவர்கள், உளமருத்துவர்கள், தாதியாளர்கள், தொண்டர்கள் ... முதலியோர் மருந்துவகைகளுடனும், உபகரணங்களுடனும், பிற பொருள்வகைகளுடனும் பறந்துசென்று புண்பட்ட மக்களையும், வடுப்பட்ட உள்ளங்களையும் குணப்படுத்த வேண்டியுள்ளது.

அத்தகைய பணிகளை ஆற்றுவதில் ஐ.நா.வும், செஞ்சிலுவைச் சங்கமும் ஏற்கெனவே தடங்கல்களை எதிர்நோக்குவது தெரிந்ததே. அப்படி என்றால், எங்கள் சொந்தத் துறைஞர்கள், எங்கள் உடன்பிறப்புகளை அணுகுவது எங்கனம்? இங்கேதான் நாங்கள் நியாயம் பேசும் சமூகப் பிராணிகள் என்பதை இடைவிடாது மெய்ப்பிக்க வேண்டியுள்ளது. எங்கள் மக்களுக்கு உதவும்படி வெளியுலக அரசுகளிடம் எங்களால் இயன்றவரை ஏற்கெனவே நாங்கள் வேண்டிக்கொண்டு விட்டோம். அது ஒருபுறம்.

மறுபுறம், இலங்கையில் எங்கள் மக்களின் உள்ளூராட்சி, மாகாண, நாடாளுமன்றப் பிரதிநிதிகள் அனைவருடனும் நாங்கள் உடனடியாகத் தொடர்புகொண்டு, அவர்களின் உறுதுணையுடன்

எங்கள் மக்களை அணுகித் தொண்டாற்ற நாங்கள் உறுதி பூண்டுள்ளதைத் தெரிவிக்க வேண்டும். எங்கள் உறுதி மக்களின் பிரதிநிதிகளுக்குத் தெம்பூட்டல் திண்ணம்.

கொள்கையளவில் எந்தப் பிரதிநிதியும் இதற்கு மறுப்புத் தெரிவிக்க நியாயமில்லை. செயலளவில் இது கைகூடும் வாய்ப்பு கையோடு கிடையாது போகக்கூடும். அப்படி என்றால், மக்களை அணுகித் தொண்டாற்றுவதில் எங்களுடனும், தங்களிடையேயும் ஒத்துழைப்பது என்னும் கொள்கையை மட்டுமாவது முதற்கண் கருத்தில் கொள்ளும்படி பிரதிநிதிகள் அனைவரிடமும் நாங்கள் கேட்டுக்கொள்ள வேண்டும்.

உள்ளக் கிடக்கையை தெள்ளத் தெளிவாக எடுத்துரைக்கும் எந்தத் தரப்பினரிடையேயும் அத்தகைய ஒத்துழைப்பு கைகூடல் திண்ணம். சமூக – அரசியல் துறையில் பழுத்த அனுபவம் வாய்ந்த எங்கள் பிரதிநிதிகளுக்கு தனி நலன், பொது நலன் என்பவற்றுக்கு இடையே காணப்படும் வேறுபாடு நன்கு தெரியும். அந்த வகையில், அவர்கள் தத்தம் தனி நலனைக் கருதி தனித்தனியாக இயங்கும் அதேவேளை, மக்களின் பொது நலனைக் கருதி ஒத்தழைக்க நியாயமும் உண்டு, வழிவகையும் உண்டு.

அத்தகைய வழிவகையை இனங்காண்பதே அவர்களுடைய முதலாவது நடவடிக்கையாக அமையத்தக்கது. எங்கள் உள்ளூராட்சி, மாகாண, நாடாளுமன்ற உறுப்பினர்கள் அனைவரும் மக்களின் பொது நலனைக் கருதி ஒத்துழைக்கும் வழிவகையைக் கண்டறியும் வாய்ப்பினைக் கருத்தில் கொள்ளும் நோக்குடன் உடனடியாக ஒருவருடன் ஒருவர் தொடர்புகொள்ளக் கடமைப்பட்டுள்ளார்கள். பருகவும் தண்ணீரின்றி மக்கள் சிந்தும் செந்நீரும், கண்ணீரும் எங்கள் பிரதிநிதிகளை ஒத்துழைக்க வைக்க வேண்டும். எங்கள் பிரதிநிதிகளிடையே வேறு எந்த விடயத்திலும் திண்மை இல்லாதொழியலாம். ஆனால், மக்களின் பொது நலனைப் பொறுத்தவரை அவர்களிடையே திண்மை ஓங்கியே தீரவேண்டும்.

2009.05.24

சுயநிர்ணய உரிமை

சுயநிர்ணய உரிமை *(right of self - determination)* என்பது'... மக்கள்திரள் ஒன்று, அதன் அரசவிசுவாசத்தை அல்லது ஆட்சி முறையைத் தீர்மானிக்கும் சுதந்திரம் ...' எனப்படுகிறது - *... the freedom of a people to decide their own allegiance or form of government... (Oxford).* அத்தகைய சுயநிர்ணய உரிமையின் தோற்றுவாயாக அமெரிக்க விடுதலைப் போரையும் *(1775–1783)*, பிரெஞ்சுப் புரட்சியையும் *(1789–1799)* வரலாற்றறிஞர்கள் எடுத்துக்காட்டுவதுண்டு.

'ஒரு நாட்டின் தேசிய ஐக்கியத்தையும், ஆள்புலக் கட்டுறுதியையும் ஓரளவு அல்லது முற்றிலும் குலைக்கும் முயற்சி எதுவும் ஐ.நா. பட்டயத்துக்கு முரணாகும்' என்பதை மறுப்பதற்கில்லை. எனினும், 'மக்கள்திரள்கள் அனைத்துக்கும் சுயநிர்ணய உரிமை உண்டு' என்பதை ஐ.நா. பொது அவை *1960*இல் ஏற்றுக்கொண்டது. 'எவ்வாறு பிரிவினை இயக்கங்களுக்கு அல்லது கிளர்ச்சி இயக்கங்களுக்கு உதவுவது சட்டவிரோதம் ஆகுமோ, அவ்வாறே சுயநிர்ணய உரிமையைத் தடுப்பதற்கு வன்முறையைப் பயன்படுத்துவதும் சட்டவிரோதம் ஆகும்' (Daniel Patrick Moyniham, *Pandaemonium,* Oxford, 1993, p.*151*). இதில் பொதிந்துள்ள உண்மையை லெனின் நன்கு சுவைபட விளக்கியுரைத்தார்: 'தமது கணவர்களை மணவிலக்குச் செய்யும்படி பெண்களை நாம் தூண்டவில்லை. ஆனால் அவ்வாறு செய்வதற்கான சுதந்திரம் அவர்களுக்கு இருக்க வேண்டும்.'

'தொழிலாளிகளுக்குத் தாயகம் இல்லை, பொதுவுடைமைவாதிகள் தேசியத்துக்கு அப்பாற்பட்டவர்கள்...' என்று மார்க்சும் (1865), 'சமூகவுடைமையின் நலன்கள் சுயநிர்ணய உரிமைக்கு மேம்பட்டவை' என்று லெனினும் (1912), முழங்கியது முற்றிலும் உண்மையே. அதேவேளை இங்கிலாந்திலிருந்து அயர்லாந்தும், ரஷ்யாவிலிருந்து போலாந்தும் – பின்லாந்தும், சுவீடனிலிருந்து நோர்வேயும்... விடுதலை பெறுவதற்கு மேற்கொண்ட போராட்டங்களை மார்க்சும், லெனினும் முற்றுமுழுதாக ஆதரித்தார்கள். அத்தகைய மார்க்சிய– லெனினிய நிலைப்பாட்டை மார்க்சியமும் தேசிய இனங்களும் (Marxism and Nationalities) என்னும் தலைப்பில் ஓர் ஆய்வுரையாக முன்வைத்தார் ஸ்டாலின் (1913).

அதேவேளை, சுவீடிய ஆட்சியிலிருந்து விடுதலை பெறுவதற்கு நோர்வே மக்கள் மேற்கொண்ட போராட்டத்தை ரோசா லக்சம்பேர்க் (Rosa Luxemburg, 1870–1919) எதிர்த்து நின்றார். அவருடைய நிலைப்பாட்டை லெனின் வன்மையாகக் கண்டித்து முன்வைத்த விளக்கம் கவனிக்கத்தக்கது: (1) நோர்வேயின் விடுதலை சுவீடிய எதேச்சாதிகார அரசைப் பலவீனப்படுத்தும். அது சுவீடிய மக்களின் சொந்த விடுதலைக்கு வழிவகுக்கும். (2) நோர்வேயின் விடுதலை, அங்கு (நோர்வேயில்) தேசியத்தை நிலைநிறுத்தும். தேசியம், மக்களாட்சிக்கு ஒரு படிக்கல்.'

'தேசியப் போராட்டத்துள் மக்களாட்சிப் பண்பு பொதிந்துள்ளது' என்று வாதிட்ட லெனின், சோவியத் நாட்டை அமைத்த கையோடு, தாம் சொன்னதைச் செயலில் காட்டுமுகமாக, ரஷ்யப் பேரரசினால் கட்டியாளப்பட்ட பின்லாந்து, லற்வியா, எஸ்தோனியா, லிதுவேனியா ... முதலியவற்றின் தேசியத்தை ஏற்றுக்கொண்டு, அவற்றுக்கு விடுதலையளிக்க ஆணையிட்டார் (1918). 1944இல் சோவியத் நாட்டினால் திரும்பவும் கைப்பற்றப்பட்ட லற்வியா, எஸ்தோனியா, லிதுவேனியா மூன்றும் 1991இல் மீண்டும் விடுதலை பெற்றன.

'இங்கிலாந்திலிருந்து அயர்லாந்து பிரியமுடியாது என்றுதான் நான் முதலில் கருதினேன். அது பிரியாமல் இருக்க முடியாது என்று நான் இப்பொழுது கருதுகிறேன்' என்று மார்க்ஸ் குறிப்பிட்டார். அதன்படி, 'அயர்லாந்து விடுதலை பெறும்வரை ஆங்கிலேயத் தொழிலாளிகள் விடுதலை பெறமுடியாது' என்ற முழக்கத்தை அவர் முன்வைக்க நேர்ந்தது. ஆங்கிலேயத் தொழிலாளிகள் தமது சொந்த விடுதலைக்கான போராட்டத்தில் குதிப்பதைத் தடுப்பதற்காக, அதாவது அவர்களுடைய கவனத்தை திசை திருப்புவதற்காக, அவர்களை அவர்களுடைய ஆட்சியாளர் அயர்லாந்து மக்களுக்கு

எதிரான போராட்டத்தில் ஈடுபடுத்தியபடியால், மார்க்ஸ் அவ்வாறு முழங்க நேர்ந்தது. அந்த முழக்கத்தில் பொதிந்துள்ள தருக்கம் இலங்கைக்கும் பொருந்தும். அதன்படி இலங்கையில் தமிழ் பேசும் மக்கள் விடுதலை பெறும்வரை சிங்களத் தொழிலாளிகள் விடுதலை பெறமுடியாது என்பது பெறப்படுகிறது. அதை 1971இல் அல்லது 1987இல் ஜே.வி.பி. புரிந்துகொண்டிருந்தால், அதன் கிளர்ச்சி சூடுபிடித்திருக்கும். இற்றைவரை ஜே.வி.பி. அதைப் புரிந்துகொள்ளவில்லை.

*1991*ஆம் ஆண்டு ஈராக்கில் குர்திசு மக்கள் துருக்கிய, ஈரானிய எல்லைகளைக்கு விரட்டியடிக்கப்பட்ட பொழுது, 'தலையிடும் உரிமை' என்னும் கொள்கையை பிரெஞ்சு அரசு முன்வைத்தது. அதனை அடுத்து ஐ.நா. பாதுகாப்பு மன்றத்தில் நிறைவேற்றப்பட்ட (688ஆம் இலக்கத்) தீர்மானத்தின்படி, ஒரு நாட்டின் உள்விவகாரத்தில் மனிதாபிமான நோக்குடன் தலையிடும் உரிமை உலக சமூகத்துக்கு உண்டு.

தலையிடும் உரிமை என்பது சம்பந்தப்பட்ட நாட்டின் இறைமையை அல்லது ஆள்புலக் கட்டுறுதியை விஞ்சிய உரிமை என்பது பெறப்படுகிறது. அந்த வகையில், இறைமையோ, ஆள்புலக் கட்டுறுதியோ அப்படி ஒன்றும் புனிதமான சரக்கல்ல என்பது புலப்படுகிறது. எனினும், அதனைப் புனிதமான சரக்கென்று கொண்டாடி, சம்பந்தப்பட்ட ஆட்சியாளருக்கு ஒத்தாசை புரியும் பிறிதொரு வேடிக்கையான உலகமும் இருக்கத்தான் செய்கிறது.

அத்தகைய இறைமையும், ஆள்புலக் கட்டுறுதியும் . . . வாய்க்கப்பெற்ற நாடுகள் தோற்றுவிக்கப்பட்ட விதத்துக்கு ஒரு சுவையான எடுத்துக்காட்டை எம்மால் குறிப்பிடாமல் இருக்க முடியவில்லை: 'நாங்கள் அடுத்த அறைக்குள் நுழைந்தோம். கீழே வெளியாக இருந்தது. (அமெரிக்க ஜனாதிபதி வுட்றோ) வில்சன் (எங்கள் அலுவலகத்தில் வரையப்பட்ட) ஒரு பெரிய படத்தை கீழே விரித்து வைத்து, அதன்மீது தவழ்ந்து நிலைகொண்டு, தாங்கள் செய்த வேலையை எங்களுக்குக் காட்ட ஆயத்தப்படுத்தினார். நாங்களும் தவழ்ந்து நிலைகொண்டோம். முன் வரிசையில் தவழ்ந்து நிலைகொண்ட என்னைப் பின் வரிசையிலிருந்து யாரோ இடித்துத் தள்ளியதை உணர்ந்து, சீற்றம்கொண்டு, திரும்பிப் பார்த்தேன். (இத்தாலியப் பிரதமர்) ஓலாந்தோ அந்த வரைபடத்தை நோக்கி ஒரு கரடி போல் தவழ்ந்து வந்துகொண்டிருந்தார். அவருக்கு நான் இடம் விடவே, அவர் வேகமாக முன் வரிசைக்குள் ஊடுருவிவிட்டார். உலகின் மிகமுக்கிய பேர்வழிகள் அந்த வரைபடத்தின்மீது தவழ்ந்து நிலைகொண்டதைப் படம்பிடிப்பதற்கு ஒரு புகைப்படக்கருவி

என் கைவசம் இல்லாது போனதையிட்டு நான் மிகவும் மனம் வருந்துகிறேன்' (Charles Seymour, quoted by Daniel Patrick Moyniham, *Pandaemonium*, Oxford, 1993, p.102).

அமெரிக்க ஜனாதிபதி வில்சன் (1913–1921), பிரித்தானியப் பிரதமர் லாயிட் ஜார்ஜ் (1916–1922), இத்தாலியப் பிரதமர் ஓலாந்தோ (1917–1919) ஆகியோர் தவழ்ந்து நிலைகொண்ட காட்சியை வேறொரு விதமாகவும் வர்ணிக்கப்படுள்ளது: 'அன்பே, இந்த அறிவற்ற பேர்வழிகள், பொறுப்பற்ற பேர்வழிகள் மூவரும் சின்ன ஆசியாவை (ஒட்டோமன் துருக்கியை) கேக் வெட்டுவதுபோல் வெட்டியது கண்டு நான் திகைத்து நிற்கிறேன் (Harold Nicolson மனைவிக்கு எழுதிய கடிதம், அதே நூல், அதே பக்கம்).

எவ்வாறாயினும், சுயநிர்ணய உரிமையை முதன்முதல் அதிகாரபூர்வமாக முன்வைத்தவரும், அதனை ஐ.நா.பட்டயத்தில் இடுவித்தவரும் வில்சனே. அவருடைய பெயர்போன 14 அம்சத் திட்டத்தில் (1918) சுயநிர்ணய உரிமை பொதிந்துள்ளது. தேசியத்துக்கு அது துணைநிற்க வல்லது. 'தேசியத்தை வில்சன் தோற்றுவிக்கவில்லை . . . மாறாக, தன்னாட்சி உரிமையின் மூலம் தேசியத்தை அவர் எதிர்கொண்டார்' (Moyniham, அதே நூல், ப.81). எனினும் தன்னாட்சி என்பது இன வாரியாகவா, சமய வாரியாகவா, மொழி வாரியாகவா . . . நிலைநாட்டப்பட வேண்டும் என்பதை அவர் நிர்ணயிக்கவில்லை.

பிரித்தானிய, ரஷ்ய, ஜேர்மனிய, (ஒற்றோமன்) துருக்கிய ... பேரரசுகளினால் கட்டியாளப்பட்ட தேசங்களின் விடுதலையையே மார்க்ஸ், லெனின், ஸ்டாலின், வில்சன் . . . முதலியோர் பெரிதும் சுயநிர்ணய உரிமை என்று கருதினார்கள். பிரித்தானியாவிலிருந்து அயர்லாந்து விடுதலை பெறவேண்டும் என்று மார்க்சும், ரஷ்யாவிலிருந்து போலாந்தும் – பின்லாந்தும், சுவீடனிலிருந்து நோர்வேயும் விடுதலை பெறவேண்டும் என்று மார்க்சும், லெனினும், ஸ்டாலினும் வாதிட்டார்கள். வில்சனின் 14 அம்சத் திட்டத்தின்படி ஜேர்மனியிலிருந்து பெல்ஜியம் விடுதலை பெற்றது. (ஒற்றோமன்) துருக்கியிலிருந்து ஈராக்கும், லெபனானும், பாலஸ்தீனமும், ஜோர்தானும், சீரியாவும் தோற்றுவிக்கப்பட்டன. ரஷ்யாவிலிருந்து பின்லாந்தும், எஸ்தோனியாவும், இலற்வியாவும், லிதுவேனியாவும், போலாந்தும் விடுதலை பெற்றன (எஸ்தோனியா, இலற்வியா, லிதுவேனியா மூன்றும் 1944இல் மீண்டும் சோவியத் நாட்டின் ஆட்சிக்கு உட்பட்டு, 1991இல் மீட்சி பெற்றன).

யூகோசிலாவியாவுக்குள் ஒடுக்கப்பட்ட குறோசியா, பொஸ்னியா – கெசகோவினா, மொந்தெனிகிறோ ஆகிய தேசங்கள் முறையே 1991ஆம், 1992ஆம், 2006ஆம் ஆண்டுகளில்

தனி நாடுகள் ஆகின! அப்புறம் 1971இல் வங்காளதேசமும், 1993இல் எரித்திரியாவும், 2002இல் கிழக்கு திமோரும், 2008இல் கொசொவோவும்... தனி நாடுகள் ஆகின. ஏறத்தாழ 50 நாடுகளுடன் தோன்றிய ஐ.நா.வில் இன்று 192 நாடுகள் அங்கம் வகிக்கின்றன. பேரரசுகள் அருகி வருகின்றன, நாடுகள் பெருகி வருகின்றன. அதாவது, (1) மனித உரிமைகளும் (2) சுநிர்ணய உரிமையும் நிலைநாட்டப்பட்டு வருகின்றன. மனித உரிமைகளும், சுநிர்ணய உரிமையும் ஒன்றுடன் ஒன்று உடன்பட வல்லவை என்னும் உண்மையைப் பின்வரும் கூற்றுக்கள் இரண்டும் உணர்த்துகின்றன:

(1) 'இனம், நிறம், பால், மொழி, மதம், அரசியல் கருத்து, மற்றும் பிற கருத்து, தாயகம், அல்லது தாய்ச் சமூகம், உடைமை, பிறப்பு, மற்றும் பிற வேறுபாடுகளின்றி சரிநிகரான உரிமைகளை அனுபவிக்கும் உரிமை ஒவ்வொருவருக்கும் உண்டு' (உலக மனித உரிமைப் பிரகடனம், ஐ.நா. பொது அவை, 1948–12–10).

(2) 'ஒரு மொழி, ஓர் ஆள்புலம், மூலவளம், உளப்பாங்கு, பண்பாடு, திண்மை கொண்டு மலர்ந்த வரலாறு படைத்த ஒரு சமூகமே ஒரு தேசிய இனம் ஆகும். சுயநிர்ணய உரிமையுடன் வாழும் உரிமை ஒரு தேசிய இனத்துக்கு உண்டு. ஏனைய தேசிய இனங்களுடன் கூட்டாட்சி அடிப்படையில் கூடி வாழும் உரிமையும் அதற்கு உண்டு. அத்துடன் முற்றிலும் பிரிந்து செல்லும் உரிமையும் அதற்கு உண்டு. தேசிய இனங்கள் இறைமை படைத்தவை, ஒன்றுக்கொன்று சரிநிகரானவை. தேசிய இனங்களுக்குப் பரந்த அளவில் தன்னாட்சி அளிக்கப்பட வேண்டும். மத்திய அரசின் தலையீடு ஒழிக்கப்பட வேண்டும். ஒரு மொழி கட்டாய ஆட்சி மொழியாக விளங்கக் கூடாது. உள்ளூர் மக்களே தத்தம் சமூக, பொருளாதார நிலைமைகளைக் கருத்தில் கொண்டு தமது ஆள்புல எல்லைகளை வரையறுக்க வேண்டும்' (*J. V. Stalin, Marxism & National Question, Prosveshcheniye, Moscow, 3-5, March-May 1913*).

ஜெயமோகனின் 'நூறு நாற்காலிகள்' நூறு கதைகளுக்கு நிகர்

"இந்தச் சிறுகதைகள் அனைத்துமே அறம் என்ற மையப்புள்ளியைச் சுற்றிச் சுழல்பவை . . . அறம் பற்றிய ஆதாரமான வினாக்களில் இருந்து ஆரம்பிக்கும் இக்கதைகள் அனைத்துமே மானுட வெற்றியைக் கொண்டாடுகின்றன. அது இக்கதைகள் மூலம் நானறிந்த தரிசனம். அது என் பதாகை" (ஜெயமோகன், அறம் – முன்னுரை, வம்சி, சென்னை, 2011).

அவற்றுள் *"நூறு நாற்காலிகள்"* நூறு கதைகளுக்கு நிகர். அது சாதியத்தைச் சாடி, மானுடத்தை நாடும் தாக்கமான சிறுகதை. தமிழில் சாதியம் குறித்து அத்துணை கனதிவாய்ந்த வேறொரு சிறுகதையை ஜெயமோகன் எழுதியது கிடையாது. கல்நெஞ்சும் குருதிசிந்தும் வண்ணம் வடிக்கப்பட்டுள்ள இக்கதையின் ஓசை இலக்கிய அரங்கிற்கு அப்பால் சமூக, அரசியல், பண்பாட்டு அரங்குகளில் ஓங்கி எதிரொலிக்க வேண்டும் என்பதே எனது ஆசை.

என் அயலில் உள்ள ரொறன்ரோ மாநகர நூலகக் கிளையில் மேற்படி சிறுகதைத் தொகுதியை நான் இரவல்பெற்று வாசிக்கத் தொடங்கினேன். அதன் 143ஆம் பக்கத்தில் தொடங்கும் இக்கதையை 153ஆம் பக்கம் முடியும் வரை சாதியக் கண்ணோட்டத்துள் கட்டுண்டு என்னால் வாசிக்க முடிந்தது. 153ஆம்

பக்கத்தில் எழுப்பப்படும் வினாக்களும், இறுக்கப்படும் விடைகளும் என்னைக் கிளர்ந்தெழ வைத்தன:

"இப்போது ஓர் ஊகக் கேள்வி. நீங்கள் அதிகாரியாக இருக்கும் வட்டத்தில் நீங்கள் தீர்ப்பளிக்க வேண்டிய ஒரு நிகழ்ச்சி. ஒருபக்கம் நியாயம் இருக்கிறது. இன்னொரு பக்கம் உங்கள் சாதியினர் இருக்கிறார்கள். என்ன முடிவெடுப்பீர்கள்?"

"சார், நியாயம் என்றால் என்ன? . . . வெறும் சட்டவிதிகளும் சம்பிரதாயங்களுமா நியாயத்தைத் தீர்மானிப்பது? நியாயம் என்றால் அதன் அடிப்படையில் ஒரு விழுமியம் இருந்தாக வேண்டும் அல்லவா? சமத்துவம்தான் விழுமியங்களிலேயே மகத்தானது. புனிதமானது. ஒரு நாயாடியையும் இன்னொரு மானுட உயிரையும் இருபக்கங்களில் நிறுத்தினால், சமத்துவம் என்ற தர்மத்தின் அடிப்படையில் அப்போதே நாயாடி மாபெரும் அநீதி இழைக்கப்பட்டவன் ஆகிவிடுகிறான். அவன் என்ன செய்திருந்தாலும் அது நியாயப்படுத்தப்பட்டு விடுகிறது."

". . . மிஸ்டர் தர்மபாலன், கொலை? கொலை செய்திருந்தால்?"

"சார், கொலையே ஆனாலும் நாயாடிதான் பாதிக்கப் பட்டவன்" . . .

ஜெயகாந்தனும் இதையே எடுத்துரைத்தார்: *"பலமானவர் களையும் பலஹீனமானவர்களையும் ஒன்றாக வைத்துக்கொண்டு சுதந்திரம் என்றால், அது சரியாக இருக்க முடியாது"* (வே. சபாநாயகம், ஞானரதம் இதழ்த்தொகுப்பு, ப. 603).

மானுட சமத்துவ விழுமியம் நிலவாதவரை அல்லது நிலைநாட்டப்படாதவரை *"சட்டத்தின் முன் யாவரும் சமன்"* என்னும் விதி செல்லுபடியாகாது என்பதை உணர்த்தும் இவ்வினாவிடை என்னை வீறுகொள்ள வைத்தது. மேற்கொண்டு சாதியக் கண்ணோட்டத்துள் கட்டுண்டு என்னால் வாசிக்க முடியவில்லை. கதையின் பலம் அது! நான் இனத்துவத்தால் தாக்குண்டவன். இனத்துவக் கண்கொண்டே என்னால் மேற்கொண்டு வாசிக்க முடிந்தது. எனது பலவீனம் அது!

மானுட வெற்றிக்கு இட்டுச்செல்லும் சமத்துவ விழுமியத்தை எழுத்துலகில் கொண்டாடும் மேற்படி வினாவிடையை வாசித்து நான் குமுறியவேளையில், *"யாவரும் கேளிர்!"* என்று புலவர் கனியன் இட்ட முழக்கமும், அதற்கு உரை எழுதுவது போல் மண்ணுலகில் மனித உரிமைகளை நிலைநாட்டும் நோக்குடன் வெளியிடப்பட்ட அந்த மகத்தான பிரகடனமும் நினைவுக்கு வந்தன:

"இனம், நிறம், பால், மொழி, மதம், அரசியல் அபிப்பிராயம் அல்லது வேறு அபிப்பிராயம், தேசியத் தோற்றுவாய் அல்லது சமூகத் தோற்றுவாய், உடைமை, பிறப்பு அல்லது வேறு தகுநிலை போன்ற வேறுபாடின்றி அனைவரும் இந்தப் பிரகடனத்தில் இயம்பப்பட்ட உரிமைகள், சுதந்திரங்கள் அனைத்துக்கும் உரித்துடையவர்கள்" (உலகளாவிய மனித உரிமைகள் பிரகடனம், உறுப்புரை 2, ஐ.நா., 1948). ஐந்து வல்லரசுகளையும், ஆஸ்திரேலியா, கனடா, சிலி, லெபனான் ஆகிய நாடுகளையும் சேர்ந்த ஒன்பது பிரதிநிதிகள் இந்த அரிய பிரகடனத்தை வரைந்ததாகத் தெரிகிறது. சாதியம் அவர்களை உறுத்தியிருக்க நியாயமில்லை. சாதியம் ஓங்கிய தென்னாசிய நாடுகள் சாதியைச் சேர்க்கும்படி அவர்களை வேண்டியதாகவும் தெரியவில்லை.

"சமூகத் தோற்றுவாய், பிறப்பு அல்லது வேறு தகுநிலை" என்பவற்றுள் சாதி அடங்கக்கூடும். எனினும், *"இனம், நிறம், பால், மொழி, மதம்"* போல் சாதியும் அதில் குறிப்பிடப்பட்டிருக்க வேண்டும் என்பதே எனது வேணவா.

மானுட சமத்துவம் ஓங்காவாறு பாரபட்சங்களை நிலைநிறுத்தும் ஒட்டுமொத்தக் கட்டுக்கோப்பை இச்சிறுகதை திரும்பத் திரும்ப இனங்காட்டியுள்ளது:

"எங்கும் எப்போதும் நான் வெளியே நிறுத்தப்பட்டேன்" (157).

"என்னை நோக்கிய எல்லா சொற்களும் நீ வேறு என்பதாகவே இருந்தன" (158).

"அவர் எடுத்த முடிவல்ல அது. அவருக்குப் பின்னால் ஒரு அமைப்பே இருக்கிறது. அதனுடன் நான் மோத முடியாது..." (159).

"(அதிகாரம்) எப்போதும் கூட்டான ஒரு செயல்பாடுதான் . . . ஆகவே ஒட்டுமொத்த அதிகாரத்தின் செயல்திட்டத்துடன் சரியாக இணைந்து கொள்வதன்மூலமே தனி அதிகாரிக்கு அதிகாரம் கைவருகிறது . . ." (181).

"எனக்கு மேலும் எனக்கு கீழும் இருந்த ஒட்டுமொத்த அதிகார அமைப்பும் என்னை வெளியே தள்ளியது" (182).

இந்தியா, இலங்கை உட்பட உலகம் முழுவதும் உழலும் சிறுபான்மைக் குழுமங்கள் அனைத்தையும் இத்தகைய ஒட்டுமொத்தக் கட்டுக்கோப்பு பல்லாயிரம் ஆண்டுகளாய் பலிகொண்டு வந்துள்ளது. அதனால் தர்மபாலன் மட்டுமல்ல மணி வேலுப்பிள்ளையும் *"பாதிக்கப்பட்டவன்தான்!"* கொலையே ஆனாலும் நான்தான் *"பாதிக்கப்பட்டவன்!"* ஆதலால், *"நீங்கள் சொன்ன பதில் நிர்வாகக் கண்ணோட்டத்தில் மிகமிகத் தவறானது"* (155) என்ற குப்தாவின் கூற்றும் எனக்குச் செல்லுபடியாகாது.

“நூறு தலைமுறையாக ஓடியாகிவிட்டது.” (171)

“பின்னாளில் யோசித்துக்கொண்டேன், சுபாமேல் (அம்மா) கொண்ட வெறுப்பு எத்தனை ஆழம் மிக்கது என. எத்தனை நூற்றாண்டு வரலாறிருக்கும் அதற்கு!” (188).

அவ்வாறு ஆழ்ந்து, பரந்து, விரிந்த வரலாறு படைத்த சாதிகளுக்கு இடைப்பட்ட வெளிகளை பிரஜானந்த அடிகளும் தர்மபாலனும் *“நூறு நாற்காலிகள்”* கொண்டு நிரப்ப விழைகிறார்கள். அவர்களுடைய வேட்கை ஈடேறும் பட்சத்தில், அது முற்றிலும் மெச்சத்தக்கதாகவும், வியக்கத்தக்கதாகவும் அமையும் என்பதில் ஐயமில்லை.

நாராயணகுருவின் *“தெய்வமே காத்துகொள்க, கைவிடாதிங்கு ஞங்களே”* என்னும் பாடல் (காப்பனின் வாயில்) இங்கு திரும்பத் திரும்ப ஒலிக்கிறது. (தர்மபாலனின் மொழியில்) *“பிரஜானந்தரின் அந்தக் குருகுலம் வெற்றியா தோல்வியா என்று என்னால் சொல்லமுடியவில்லை”* (168). எனினும், *“பகைமையையும் துவேஷத்தையும் தவிர்த்தால், இசைவு சாத்தியம்”* என்று விளம்புகிறார் ஜெயகாந்தன் (ஓர் இலக்கியவாதியின் ஆன்மிக அனுபவங்கள், ப.155).

“நூறு நாற்காலிகள்” ஊடாக வெவ்வேறு சாதிகளைச் சேர்ந்த ஆட்களிடையே தோழமை ஓங்கும் வாய்ப்பை மறுப்பதற்கில்லை. எனினும் சாதிகளை ஊடறுத்து ஓங்குந் தோழமையால் சாதிகள் மங்குவது அரிது. *“குகனொடும் ஐவரானோம்”*, சுக்கிரீவனுடன் அறுவரானோம், விபீடணனுடன் எழுவரானோம் என்றெல்லாம் இராமன் தோழமை கொண்டாடியதுண்டு. ஈற்றில் குகனும், சுக்கிரீவனும், விபீடணனும் தத்தம் (வேடுவ, வானர, அரக்க) குலத்துக்கே மீளுகிறார்கள். தோழமை என்னும் சொல் குலங்களின் நிலைபேற்றை உணர்த்துகிறது. வரலாற்றை ஊடறுத்து நீடிக்கும் இந்நிலைபேறு சாதிய, இனத்துவ, நிறத்துவ, மொழித்துவ, மதத்துவ, பால்மைய . . . குழுமங்கள் அனைத்துக்கும் பொருந்துகிறது.

பாரதியார், பரமஹம்சர், விவேகானந்தர், காந்தி அடிகள், நாராயணகுரு முதலிய ஞானவான்கள் ஒட்டுமொத்தக் கட்டுக்கோப்பினுள் மானுட சமத்துவத்தை நாடினார்கள். ஆன்மீகத் தரப்பு, நடப்புலகத் தரப்பு என்னும் இரண்டுக்கும் இடைப்பட்ட எழுத்துலகில் முறையே இடநடுவிலும் வலநடுவிலும் நிலைகொள்ளும் ஜெயகாந்தன், ஜெயமோகன் போன்ற சொல்லேருழவர்கள் ஒட்டுமொத்தக் கட்டுக்கோப்பினுள் மானுட சமத்துவத்தை நாடுகிறார்கள். நடப்புலகிலோ அதே கட்டுக்கோப்புக்கு உட்பட்ட சாதிய, இனத்துவக் கொடுமைகளால்

தாக்குண்ட குழுமங்கள் அக்கட்டுக்கோப்புக்கு வெளியே மானுட சமத்துவத்தை நாடுவதுண்டு. ஒட்டுமொத்தக் கட்டுக்கோப்புக்கு வெளியே புத்தபிரான் நாடிய அதே மானுட சமத்துவத்தை 2,500 ஆண்டுகள் கழித்து அம்பேத்கார் நாட நேர்ந்தமை சாதியத்தின் ஆழம், அகற்சி, நீட்சி முழுவதையும் அளந்து காட்டுகிறது.

1,500 ஆண்டுகளுக்கு முன்னர் மகாநாம தேரர் எழுதிய *"மகாவம்சம்"* என்னும் வரலாற்றுக் காவியத்தின்படி, எல்லாளனை (கி.மு.205–161) தோற்கடித்த துட்டகைமுனு (கி.மு.161–137), இலட்சக் கணக்கான உயிர்கள் கொன்றொழிக்கப்பட்டதை எண்ணி வெதும்புகிறான். அவனைத் தடுத்தாட்கொள்ளும் பௌத்த மாமுனிவர்கள் (மனுதருமசாத்திர மொழியை அடியொற்றி) *"மன்னவனே, கொல்லப்பட்டவர்கள் எல்லோரும் அவிசுவாசிகள். அவர்கள் விலங்குகளுக்கு மேற்பட்ட மதிப்புக்கு அருகதை அற்றவர்கள்!"* என்று அறிவுறுத்தி அவனைத் தேற்றுகிறார்கள். (கலிங்கம் கடந்து அறநெறி பூண்ட) இந்திய மாமன்னன் அசோகனுக்கு இலங்கையில் ஒரு வழித்தோன்றல் பிறக்காவாறு தடுக்கிறார்கள். எத்துணை கருச்சிதைப்பு!

இலங்கையிலும் இந்தியாவிலும் பல நூற்றாண்டுகளாக இனத்துவமும், மதத்துவமும், சாதியமும் ... வரலாற்றை ஊடறுத்து, ஒன்றுக்கொன்று ஈடுகொடுத்து, மேலோங்கி வந்துள்ளன. இன்று அதே இலங்கையில், உலக வல்லரசுகளின் உடந்தையுடன் இலட்சக் கணக்கான மக்கள் கொல்லப்பட்டபொழுது, அங்கு கொலையுண்டவர்கள் பயங்கரவாதிகளே என்று அதே இனத்துவத்தின் வழித்தோன்றல்கள் உள்நாட்டவரையும் வெளிநாட்டவரையும் தேற்றி வருகிறார்கள். மறுபுறம், கடல்கடந்த வழித்தோன்றல்களோ, வன்னி ஒரு கலிங்கமே அல்லவே! அங்கு ஒரு போரே நிகழவில்லையே! அங்கு போர்க் குற்றங்கள் புரியப்படுவது எங்ஙனம்? மனிதகுலத்துக்கு எதிரான குற்றங்கள் புரியப்படுவது எங்ஙனம்? என்று வினவி எம்மவரையும், தம்மவரையும் வேறு ஏய்த்து வருகிறார்கள். இந்தியாவிலோ வெளியுலகிலோ (கலிங்கம் கழிந்து கழுவாய் தேடிய) அசோக மாமன்னனுக்கு ஒரு வழித்தோன்றல் பிறக்காவாறு தடுத்து வருகிறார்கள். எத்துணை கருச்சிதைப்பு, மானுடக் கருச்சிதைப்பு, உலகளாவிய கருச்சிதைப்பு!

அன்று தென் ஆபிரிக்க வெள்ளை ஆட்சியாளர் தாம் கைக்கொண்ட நிறத்துவத்தை சற்று நெகிழ்த்த முற்பட்டபொழுது, *"ஒரு தீமையைச் செப்பனிட முடியாது" (An evil cannot be improved)* என்று ஆயர் டெஸ்மண்ட் டுட்டு அவர்களை இடித்துரைத்ததுண்டு. ஈற்றில் அங்கு நிறத்துவத் தீமை ஒழியவே செய்தது. அங்கு

நிறத்துவத் தீமை ஒழிந்ததுபோல் இந்தியா, இலங்கை உள்ளடங்கிய உலகில் சாதிய, இனத்துவ, நிறத்துவ, மொழித்துவ, மதத்துவ, பால்மைய ... தீமைகள் ஒழிந்தே தீரவேண்டும். அவற்றைச் செப்பனிட முடியாது. (ஹோமரின் இலியத் காவியத்தலைவன் அகிலியசின் வாய்மொழியில்) "ஆடுகளுக்கும் ஓநாய்களுக்கும் இடையே உடன்பாடு ஏற்பட முடியாது."

கே.வி. ஷைலஜா தமது பதிப்புரையில் குறிப்பிடுவது போல், *"இந்தப் புத்தகம் தமிழ் மனதை வேறு ஒரு மேம்பட்ட இடத்திற்கு இட்டுச்செல்லும் என்பதும், மனிதத்தை அசைத்துப் பார்க்கும் என்பதும், குறைந்தபட்ச நேர்மையுடனாவது வாழத்தூண்டும் என்பதும் நிஜம்."*

ஜெயமோகனின் *"இந்த எளிய நூலில்"* உள்ள ஏனைய கதைகளில் கருத்தூன்ற விடாது *"நூறு நாற்காலிகள்"* என்னை ஈர்த்து வைத்துள்ளது. அதை நான் திரும்பத் திரும்பப் படித்து வருகிறேன். படிக்குந்தோறும் *"நூறு நாற்காலிகள்"* நூறு கதைகளுக்கு நிகர் என்று என் வாய் முணுமுணுத்த வண்ணம் உள்ளது.

ஜெயமோகன் தமது *"கதைகளின் முடிவில்..." (385–6)* எழுப்பும் *3* வினாக்களும், அவற்றுக்கு அவருடைய எளிய வாசகனகிய நான் இறுக்கும் விடைகளும்:

> "(எனது) நம்பிக்கைகளில் தேய்மானம் ஏற்பட்டிருக்கிறதா?"
>
> இல்லவே இல்லை!
>
> "அனுபவங்கள் அளித்த பொதுப்புத்தி என் அகத்தை மாற்றியிருக்கிறதா?"
>
> இல்லவே இல்லை!
>
> "(எனது) இலட்சியவாதத்தை அது களிம்புமூடச் செய்திருக்கிறதா?"
>
> இல்லவே இல்லை!

"'இருந்தபோதிலும்' என்று நான் சொல்ல ஆரம்பித்து சொல்ல மகத்தான விஷயங்கள் நிறையவே இருக்கின்றன" (387) என்று கட்டியம் கூறி விடைபெறுகிறார் ஜெயமோகன். சாதியத்தின் தோற்றுவாய் அவற்றுள் ஒன்றாக அமைய வேண்டும் என்னும் வேண்டுகோளுடன் விடைபெறுகிறான் இந்த வாசகன்.

2012.06.09 *தீராநதி* திசம்பர் இதழில் வெளியானது

நொறுங்குண்ட இருதயம்

"எங்கள் சரித்திரத்தை எங்களைப் போலொத்த ஓர் ஏழைப்பெண் எங்கள் மேல் அனுதாபங்கொண்டு எழுத ஏவப்படுவாளேயல்லாமல், இதில் ஓர் ஆண்பிள்ளை நேரம்போக்க ஏதொன்றுமில்லை" என்கிறாள் இந்நாவலின் தலைமகள் கண்மணி. இறக்குந் தறுவாயில் அவள் வாய்ப்பிறப்பு அது. எனினும், இந்நாவலாசிரியரோ *"புகழ் பூத்த நியாயதுரந்தராகவும் பூஜ்யராகவும் அறிஞராகவும் திகழ்ந்த கலாநிதி ஐசாக் தம்பையாவின் மனைவியாரான மங்களநாயகம் தம்பையா"* ஆவார்.

பருத்தித்துறை ஜே.ரி. அப்பாப்பிள்ளை *"நூற்பிரயோகம்"* என்று தலைப்பிட்டு இந்நாவலுக்கு எழுதிய முன்னுரையில், *"தின்னத்தின்னத் தெவிட்டாத தெள்ளமுதுபோல, இந்நூலும் வாசிப்போர்க்கு எஞ்ஞான்றும் பிரீதியே கொடுக்குமென்றும், வாசிக்கும் பொருட்டு இதனைக் கையிலேந்தினோர், முற்றும் வாசியாது கைநெகிழவிடுதல் கூடாதென்றுஞ் சற்றுமையமின்றித் துணிகின்றோம்"* என்று குறிப்பிட்டுள்ளார். இத்துணிபு முற்றிலும் உண்மை என்பது எமது சொந்த அனுபவம்.

நாவலின் கருவை அப்பாப்பிள்ளை ஒரே வசனத்தில் எடுத்துரைத்துள்ளார்: *"தம்முடைய அரிய உதரக்கனிகளாகிய பெண்பிள்ளைகளைத் தெய்வ பயமற்ற துட்டர்கையில் மனைவியராகக் கொடுக்கும்படி பெரும்பாலுமேவி விடுகின்ற பொருளாசையென்னுங் கொடியநோய்வாய்ப்பட்டு வருந்துந் தந்தைகளது நிலமையைக்கண்டு பரிதாபித்து*

அரிய சற்போதகமாகிய மருந்தை இனிய சரித்திர ரூபத்துட் பொதிந்து ஆசிரியர் கொடுத்திருக்கின்றார்."

ஏறத்தாழ ஒரு நூற்றாண்டுக்கு முன்னர் (1914இல்) வெளிவந்த இந்த நாவலின் பிரதி ஒன்றை, இலங்கை முழுவதும் அப்பழுக்கற்ற காட்டுமிராண்டித்தனம் மேலோங்கிய அண்மைக் காலகட்டத்தில், பேராயர் கலாநிதி எஸ். ஜெபநேசன் அரும்பாடுபட்டுக் கட்டிக்காத்து வந்துள்ளார். பேராசிரியர் எஸ். சிவலிங்கராஜா, யாழ்ப்பாணம் *"புனைவகம்"* ஊடாக அதனை *மீளப்பதிப்பித்துள்ளார். விலை ரூபா 475.*

எத்துணை அரிய காலகட்டத்தில் இந்த நாவல் தலைகாட்டியது என்பதற்கு, அதன் முதற் பந்தியே சான்று பகர்கிறது: *இலங்கையின் முடியாய் இலங்கும் யாழ்ப்பாண நாட்டிலே கல்விச்சாலைகளும் செல்வப்பிரபுக்களும் மலிந்து பொலிந்து விளங்குமோர் சிறு கிராமம் உண்டு. இக்கிராமத்தில் பசுமையான புற் கம்பளத்தால் மூடப்பட்ட மைதான வெளிகளையும் குளிர்ந்த நிழல்கொடுக்குஞ் சோலைகளையும் ஆங்காங்கே பலவகைக் கனிகொடுக்கும் ஏராளமான விருட்சங்களையும் இவ்விருட்சங்களின் கனிகளைக் களிப்போடுண்டு சந்தோஷத்துடன் பாடும் பலவர்ணப் பட்சிசாலங்களையும் அழகிய தாமரைத் தடாகங்களையும் அத்தடாகங்களில் குருவியினங்கள் வந்து மிகு மகிழ்ச்சியோடு கூடுவதையும் அரிய சுகந்தங்கொடுக்கும் மல்லிகை, முல்லை, செவ்வந்தி, செண்பகம், மகிழ், மருக்கொழுந்து, திருவாத்தி, றோசா முதலியன நிறைந்த பூங்காவனங்களையும் அப்பூங்காவனங்களில் இனிய கீதங்களை இசைக்கும் வண்டினங்களையும் அவை செடிக்குச்செடி புட்பத்திற்குப்புட்பம் பறந்து பலவர்ணமாய் இலங்கிக்கொண்டிருப்பதையும் எந்நேரமும் இன்பமான குளிர்காற்றுப் பூங்காவனங்களிலும் விருட்சங்களிலும் செடிகளிலும் வீழ்ந்து கிசுகிசுவென்று வீசிக்கொண்டிருப்பதையும் காணலாம். அரிய பெரிய தேவாலயங்களும் கோயில்களும் கல்விச்சாலைகளும் வீடுகளும் மற்றும் பாரிய கட்டடங்களும் இக்கிராமத்திற் கூடாகச் செல்பவர்களின் கண்ணைகவராதுவிடா. செழிப்புஞ் சிறப்பும் நிறைந்தோங்கும் இக்கிராமத்திலுள்ள விருட்சங்களுக்கும் பயன்களுக்கும் மழைத்தாழ்ச்சியான காலத்திற் கமக்காரர் நீர் பாய்ச்சுவார்கள். சுருக்கிக்கூறின் இக்கிராமம் ஏதேன் தோட்டத்தை நிகர்த்ததென்னலாம்."*

இந்த நாவலில் *"யாழ்ப்பாணம்"* திரும்பத் திரும்ப *"யாழ்ப்பாண நாடு"* என்று குறிப்பிடப்படுகிறது. இது யாழ்ப்பாண வரலாற்றின் தனித்துவத்தை உணர்த்தும் மொழிவழக்கு. அத்தகைய நாட்டில் மக்களை வேட்டையாடும் நோக்குடன் பல்வேறு தரப்புகள்

தம் படைக்கலங்களுடன் பல திசைகளுக்கும் சென்றுவந்துள்ள அண்மைக் காலகட்டத்தில், *"சிலர் வேட்டையாடும் நோக்கமாய்ப் பல திசைகளுக்குந் தம் துப்பாக்கிகளுடன் சென்ற"* அன்றைய காலகட்டத்தை விதந்துரைக்கும் இந்நாவலை நயந்துவக்க நேர்ந்தமை எத்துணை முரண்நகை!

"கண்மணியைக் கண்ணுற்றது" என்னும் முதலாம் அத்தியாயத்தில், அரசாங்க உத்தியோகம் சார்ந்த சமூக ஏற்றத்தாழ்வு வெளிப்படுகிறது. தகப்பன் சுப்பிரமணியர் அரசாங்க உத்தியோகத்திலிருந்து நீக்கப்பட்டது குறித்து மகள் கண்மணி கூறுகிறாள்: *"ஐயா! ... நாங்கள் உத்தியோகத்தை இழந்துவிடச் செய்ததும், மனுஷர் பார்வையில் தங்களைக் கடவுள் மானபங்கப்படுத்தியதும், பெருந்துக்கமும் வெட்கமுமாயிருக்கின்றது."* அதற்கு, *"கண்மணீ!... உலகத்தவர்களின் கண்முன் நான் மானவீனப்பட்ட பொழுதிலும் ..."* கடவுள் தன்னைக் கைவிடவில்லை என்று அவளுக்கு ஆறுதல் கூறுகிறார் தகப்பன். *"அருளப்பா"* என்னும் 2ஆம் அத்தியாயத்தில் அருளப்பாவின் தகப்பன் கைலாசபிள்ளை இடும் முழக்கத்தில் புலப்படும் உடைமை, உத்தியோகம், குலம் சார்ந்த ஏற்றத்தாழ்வுகள் இன்றும் செல்லுபடியாகும்:

"நீ சுப்பிரமணியரின் மகளை விவாகஞ்செய்ய நினைத்திருக்கிறாயென்பதாகக் கேள்விப்பட்டேன். உன்னைப்போல் மடையனை நான் காணவில்லை. சுப்பிரமணியரின் குலமென்ன? அவரிடம் என்ன சீதனம் பெறலாமென்று எண்ணியிருக்கிறாய்? அவர் அரசாட்சி உத்தியோகத்திலிருந்து விலக்கப்பட்டுச் 'சாணும் வளர்க்க அடியேன் படுந்துயர் சற்றல்லவே' என்று திரிந்து சிறிது காலத்திற்கு முன் சொற்ப முதலுடன் வியாபாரத்தில் கையிட்டார். உனக்கு சீதனம் தருவதற்கு அவருக்கு வழிவகையாது? முதலாவதாக நீ அவரின் குடிகுலத்தையும், எங்கள் குலத்தையுமெண்ணாது பெண்ணைக்கண்டு இன்னறப்பட்டு எல்லாவற்றையும் மறந்து என்னெண்ணப்படி நடவாது அவளை மணம் முடிக்கத் தீர்மானித்தது எனக்கு நூதனமாயிருக்கிறது. ஆகா! பெருங் கெட்டிக்காரனாகவிருக்கிறாய். உன் மைத்துனி சற்குணவதிக்கு உன்னை மணஞ்செய்துவைக்க நான் தீர்மானித்திருப்பதையும், உனக்கோர் மைத்துனி இருப்பதையும் முற்றாய் மறந்து 'மாடு நினைத்த இடத்தில் பட்டியடைக்கலாம்' (என்று) எண்ணினாய் போல் விளங்குகின்றது. பெற்று வளர்த்த உன் பெற்றாரின் விருப்பத்தைச் சற்றும் வினாவாது, சுப்பிரமணியரின் மகளை விவாகஞ்செய்யவா யோசித்து இவரிடம் தூதுசொல்லிவிட்டாய்? மடத்தனமான எண்ணங்களை விட்டுப்போட்டு என்முன் நில்லாது போய்விடு."

மகன் அருளப்பாவின் நிலைப்பாடு அதற்கு நேரெதிர்மாறானது மட்டுமல்ல, என்றென்றும் செல்லுபடியாக வல்லது. அவன் தாயிடம் சொல்லுகிறான்: "அம்மா!... சுப்பிரமணியரை அரசாட்சியார் உத்தியோகத்திலிருந்து அநியாயமாய் விலக்கியது எனக்கு நல்லாய்த் தெரியும். அவர் களவெடுத்ததால் அல்லது இழிவான செய்கையைச் செய்ததால் விலக்கப்படவில்லை. தம் துரைமாருக்குச் சாஷ்டாங்கஞ்செய்து அடிபணியாததால் விலக்கப்பட்டவரென்றும், நீதி, நெறி நேர்மை நிறைந்தவராதலால் துரைமாருடன் நியாயமாய் எதிர்த்து வாதாடி வந்தவரென்றும் விசாரணையில் அறிந்தேன். அப்படிப்பட்ட குணம் வியக்கப்படதக்கதன்றி இழிபானதல்ல. அவர் இப்போது வியாபார முயற்சியிற் கையிட்டு முன்னிருந்ததிலும் நேர்த்தியாகவிருக்கிறார். சீதனம் மோசமில்லாமற் தருவார். எனக்குச் சீதனத்தைப் பற்றிக் காரியமில்லை. அவரின் மகளை நான் கண்டு அவள் அழகானவளென்றும், அவள் முகத்தோற்றத்திலிருந்து நற்குணசாலியென்றும் நன்றாய் மட்டிட்டுக் கொண்டேன். அவளுக்குச் சாதாரண கல்வியறிவு உண்டென்றும் விசாரணையில் அறிந்தேன். இம்மூன்று இலட்சணங்களுமிருப்பதால் அப்பெண்ணை நான் விவாகம் முடிப்பதற்கு நீங்கள் தடைசொல்ல நியாயமில்லை. சீதனத்தை ஒரு பெருங் காரியமாய்க் கவனிக்கலாமா? ஐயா சுப்பிரமணியரின் குடிகுலத்தையிட்டு இரண்டாந் தரமாகப் பேசினார். சாதி பார்ப்பதைப் போல் மடைமை ஒன்றுமில்லை. 'குலத்தளவேயாகுங் குணம்' என்றபடி ஒவ்வொருவரின நடையினாலேயே அவரவர் குலம் விளங்கும். சுப்பிரமணியரின் விஷேஷமான குணத்தையிட்டு வியந்து பேசாதார் யார்? எவரும் அவரையொரு நற்குணசாலியென நன்குமதித்து நடத்துகிறார்கள். அவரோர் சிறு வியாபாரியாயிருந்த போதிலும் அவருக்கு நடக்கும் மதிப்புப் பெரிய உத்தியோகத்தர்களுக்கில்லை. இதை நீங்கள் விசாரித்தறிந்து கொள்ளலாம். இன்னும் எங்களுக்கெத்தனைபேர் வசை சொல்லுகிறார்கள்; எந்தக் குடும்பத்தைத்தான் குற்றஞ் சொல்லாதும் வசை சொல்லாதும் விட்டிருக்கிறாகள். எங்களுக்கு வசை சொன்னதை என் காதாரக் கேட்டிருக்கிறேன். சுப்பிரமணியருக்கும் அப்படியே யாதும் வசை சொன்னதை ஐயா கேட்டிருக்கிறபடியால்தான் அவரையிட்டு இழிவாய்ப் பேசினாராக்கும். ஆண்சாதி பெண்சாதியென இருசாதிகளன்றி வேறுசாதிகளிருப்பதை நான் விசுவாசிக்கவில்லை. அப்படித்தான் சாதியென நீங்கள் நின்றாலும், சுப்பிரமணியரையும் வேளாளரென்றுதான் யாவரும் ஒத்துக்கொள்ளுவார்கள். நாங்களும் வேளாளர்தான், அவரும் வேளாளர்தான். நாங்கள் அவரிலும் உயர்வென்று எப்படிச் சொல்லலாம்? நான்

முன்சொல்லியபடி உலகத்திலுள்ள ஒவ்வொருவருக்கும் பலரும் வசை சொல்வது எம் ஊர் வழக்கம். ஆனபடியால் சாதியை முக்கியமாய்க் கவனிப்பதை நாங்கள் விட்டுப்போட வேண்டும்.” வேறொரு தருணத்தில் “. . . ஆஸ்தி இல்லாக்குறை ஒன்றைத்தவிர மற்ற விஷயங்களில் அவள் ஒன்றாலுந் தாழ்ச்சியற்றவளென்பதற் கையமில்லை . . .” என்கிறான் அருளப்பா.

அருளப்பா – கண்மணி திருமணம் கண்டு வெகுண்டெழுந்து, தன் மகள்வீடு சென்று தங்கியிருந்த கைலாசபிள்ளையிடம் செல்லும் கண்மணி, *“அவரை வீட்டுக்கு வரும்படி தயவாய்க் கேட்டாள். அவளின் தயாள குணத்தையும் ஆதரவையும், பரிதாப கோலத்தையும் கண்டு, அவள்மேல் மனமிரங்கி மறுத்துக்கொள்ள இயலாதவராய்த் தாம் வருவதாய் வாக்கிட்டு, அவளை அனுப்பி வைத்தார். அன்றே அவர் கண்மணியை முதன்முறை கண்டார். அருளப்பா சொல்லை மீறித்தன்னெண்ணத்திற்கு ஆஸ்தி பணங்குறைந்த ஒரு பெண்ணை மணம் முடித்தபோதிலும், அவள் குணம் ஆஸ்தியிலும் மேலானதென்றெண்ணிப் புறப்பட்டுப்போய், அன்று முதலாக அவரும் அவர் மனைவியும் அருளப்பாவுடன் வசித்து வந்தார்கள்.”* மாமனாரின் நிலைப்பாடு சற்று மாறியமை கண்மணியைப் பொறுத்தவரை சாதகமான ஒன்று. அதேவேளை கணவனின் நிலைப்பாடு உடனடியாகவே அவளுக்குப் பாதகமாய் மாறுகிறது:

“. . . தான் எவ்வளவோ தன் புருஷனை நேசித்து, தன்னை அவனுக்கு முற்றாய் ஒப்புக்கொடுத்தும், தன்னைப் புறத்திபண்ணித் தங்களிரகசியங்களை மறைத்துக்கொள்வதை நினைத்து (அவள்) மிகத் துன்புற்றாள் . . . தன் நிலைமையிலும் தன் மனைவியின் நிலைமை மிகக்கீழானதென்று அருளப்பா எண்ணி அவளை ஒருபோதும் அவளின் தகப்பனார் வீட்டுக்குக் கூட்டிப்போவதில்லை . . . சில சமயங்களிற் கண்மணி தன் நிலைமைக்கேற்ற பெண்ணல்லவென்றும், தான் ஒரு ஐசுவரியவானின் மகளை மணஞ்செய்யத் தகுதியுள்ளவனென்றுஞ் சொல்வதுண்டு . . . ‘என் தகப்பனாரின் விருப்பத்திற்கு மாறாய் உன்னை நான் விவாகஞ்செய்து கொண்டதால், அவரிடமிருந்து பெற்றுக்கொள்ளும் பல நயங்களையுமிழந்தேன். என் ஒரேயொரு சகோதரியின் ஒற்றுமையையுமிழந்தேன். உன்னை விவாகஞ் செய்து கொண்டதால் எனக்கு ஒரு நயஞ்சுகமில்லை . . . உனக்கு மனுஷர் முகத்தில் முழிக்க வெட்கமில்லையா? பூரணத்தோடு நீயுஞ் சரிவந்தவள்போல் எதிர்த்துப் பேசத் துணிந்ததெப்படி?” கண்மணியின் தமையன் பொன்னுத்துரையையும் அருளப்பா ஏசுகிறான்:

"... உன் எளிய குலத்துக்கடுத்த குணம் வெளித்தோற்றப்படாது போகுமா? ... எங்கள் குலத்துக்கீனமான செய்கையை நான் மதிமயங்கிச் செய்து கொண்டதாலடையும் இலச்சை இம்மட்டென்றில்லை. உன் தங்கை தன் குலத்துக்கேற்கக் களவு முதலிய இழிவான செய்கைகளைச் செய்து என்னையும் மனுஷர் கண்ணில் விழிக்காமல் செய்கிறாள். என்னைப் பிடித்த சனியன் எப்போது தொலையுமோ அறியேன் ... இச்சமயமே நீங்களிருவரும் என் வீட்டைவிட்டுப் புறப்பட்டு விடாதிருந்தாற் தகுந்த ஆக்கினைக்குள்ளாவது நிச்சயம்."

கண்மணி தன் கணவனிடம் அடியுண்டு, உதையுண்டு, இதயம் நொறுங்குண்டு இறக்குந் தறுவாயில் அவன் மனமாற்றத்துக்கு உள்ளாகி, தான் இழைத்த கொடுமைகளுக்காக அவளிடம் மன்னிப்புக் கோருகிறான். அவள் இறந்தபின் அவளுடைய உடலைப் பார்த்து, *"... உனக்குத் துயரமே ஆடையாகவும் கண்ணீரே ஆகாரமாகவும் தந்தேன் ..."* என்று அலறுகிறான். அரியதொரு பதுமை போன்ற கண்மணியின் *"நொறுங்குண்ட இருதயம்"* எந்த ஒரு வாசகரின் உள்ளத்தையும் கசிந்துருகச்செய்யும்.

குலோத்துங்கரின் மகள் பொன்மணி கைலாசபிள்ளையின் அடுத்த மகன் அப்பாத்துரையை மணம் முடிக்க மறுப்புத் தெரிவித்த வீராங்கனை ஆவாள். அப்பாத்துரை கொடுத்தனுப்பிய *"ஓர் சுகந்த வாசனைக் குப்பியும், இன்னுஞ் சில சாமான்களும் ... தங்கக் காப்பும் ... with my fondest love"* என்று பொறித்த கடதாசித் துண்டும் குலோத்துங்கர் கண்ணில் படவே, *"வலியவந்த சீதேவியைக் காலாற்தள்ளும் மூதேவியை என்ன செய்யலாம் என விசனத்துடன் சொன்னார்."*

பொன்மணி அதற்கு மசியவில்லை: *"நான் என் மானத்தைக் காக்கவேண்டியது மிக அவசியம் ... ஐசுவரியத்தை நான் பெரிதாயெண்ணவில்லை. ஐசுவரியம் ஓடும் புகையையும், எழும்பும் நீர்க்குமிழியையும் நிகர்த்தது ... ஐசுவரியவானிலும் குணசாலியே ஆயிரம் மடங்கு விஷேஷித்தவன்... அப்பாத்துரையின் ஐசுவரியத்தையிட்டு நாங்கள் அகந்தை கொள்வோமானால், எங்களுக்கும் அழிவுகாலம் ..."* என்று முழங்குகிறாள்.

தகப்பனோ, *"பொன்மணி சொல்வதெல்லாம் நியாயமாயிருக்கின்றதே!"* என்று முணுமுணுக்கிறார். நிலைமையை அறிந்த சம்பந்திகளோ, *"ஆடு நினைத்த இடத்திலா பட்டியடைக்கிறது? ... பெண்ணுக்குமொரு மூச்சா? வெட்கமான வார்த்தையை வெளியில் விடாதேயும். பெண்புத்தி கேட்பவரிற் பேதையரில்லை ... இவ்வாறு ஒவ்வொருவரும் பகிடிபண்ணத்*

தொடங்கினார்கள் . . .” உரோசம் கொண்ட குலோத்துங்கர் சட்டுப்புட்டென்று திருமணத்தை ஒப்பேற்ற உத்தரவு பிறப்பிக்கிறார்.

கடவுள்மீது கொண்ட நம்பிக்கை ஆட்களையும், சமூகத்தையும் நெறிப்படுத்திய விதம் இந்நாவல் முழுவதும் இடைவிடாது விதந்தோதப்பட்டுள்ளது. அதாவது, இன்பமும் துன்பமும் இறைவன் வகுத்த விதிப்படி நிகழ்பவை. அவற்றைத் திறனாயும் அருகதை மாந்தருக்கில்லை! *“. . . பாதிரியாரின் எழுப்புதலான பிரசங்கம் . . . எழுப்புதலான போதனை . . .”* எத்தகைய தாக்கத்தை விளைவித்தாலும், கண்மணி எந்த மொழி கொண்டு கடவுளிடமும் தெய்வத்திடமும் முறையிட்டாளோ அந்த மொழி கொண்டே தேவனிடமும் கர்த்தரிடமும் முறையிடுகிறாள்! அதேவேளை *“யாழ்ப்பாண நாட்டில்”* வாழும் முகம்மதியரையும் நாவலாசிரியர் நினைவூட்டத் தவறவில்லை: (அருளப்பா) *“பொன்னுத்துரைக்கு* ***சலாம்*** *சொல்லிப் புறப்பட்டான்.”*

இந்த நாவலில் கண்மணி என்னும் பதுமைக்கு நேரும் கதி எந்த ஒரு மங்கைக்கும் நேரக்கூடாது என்பதை எந்த வாசகரும் ஒப்புக்கொள்வர். கண்மணி ஒரு பழைமைப்பெண் என்றால், அவளுடைய உயிர்த் தோழியாகிய பொன்மணி ஒரு புதுமைப்பெண். நங்கையர் எவரும் பொன்மணிபோல் விளங்கவும் இலங்கவும் விழைவர் என்பதில் ஐயமில்லை. கண்மணியின் தமையன் பொன்னுத்துரையும் பொன்மணியும் ஒருவரை ஒருவர் உளமார நேசிக்கிறார்கள். தொடக்கத்தில் இரு குடும்பங்களும் அதை ஏற்றுக்கொண்டன. காலப்போக்கில் சொத்துப்பத்தில் ஏற்பட்ட ஏற்றத் தாழ்வினால், குலோத்துங்கர் பொன்னுத்துரையை விடுத்து, (*“மேட்டிமையுங் கெறுவமும்”* மிகுந்த) அப்பாத்துரை தனக்கு மருமகனாகுவதை வரவேற்கிறார். அதுவே தனக்கு மானம் என்பது அவர் நிலைப்பாடு. அதற்குப் பொன்மணி இம்மியும் விட்டுக்கொடுக்கவில்லை. பொன்னுத்துரையை மணப்பதே தனக்கு மானம் என்பது அவள் நிலைப்பாடு. மனச்சாட்சிக்கு மாறாகச் செய்யும் தியாகத்துக்கு அவளுடைய அகராதியில் இடமில்லை. அப்பாத்துரைக்குத் தாலிகட்டக் குறித்த வேளைக்குச் சற்று முன்னதாக அவள் ஆண்வேடம் பூண்டு, வீட்டை விட்டு நழுவி, திருமண வண்டிகளோடு வண்டியாக (பொன்னுத்துரையாலும், நவரத்தினத்தாலும்) நிறுத்தப்பட்டிருந்த வண்டியின் *“முன் அணியத்தில் வீற்றிருந்து கடிவாளவார் பிடித்து மரியாதையாய்த் தங்கள் கரத்தையை எல்லா வண்டிகளுக்கும் பின் செலுத்திப் போனாள்.”*

பொன்னுத்துரை, பொன்மணி, கண்மணி, நவரத்தினம் அனைவரும் மண்டைதீவு சென்று தங்கியிருக்கும்பொழுது,

பொன்னுத்துரையின் முதலாளியார் வந்து பொன்மணியை விளித்துச் சொல்லுகிறார்: *"மகளே! உனது விலையேறப் பெற்ற நிதானத்தையும் நிதார்த்தத்தையும் நான் மிகவும் மெச்சிக்கொள்கிறேன். நான் உனது தகப்பனாயிருப்பேனேயாகில், உன் செய்கைகளையிட்டுப் பெருமையுடையவனாயிருப்பேன் . . ."*

"உன்னுடைய செய்கைகள் படிப்பினைக்குரியனவல்லவா?" என்று வினவும் நவரத்தினத்துக்கு இப்படி விடையளிக்கிறாள் பொன்மணி: *"உலகம் என்னைப் பற்றி நன்மையாய்ப் பேசிக் கொள்ளுமென்பது ஐயமான காரியம். சிலருக்கு எனது செய்கை மிகவுங் கூடாததாகத் தோற்றக்கூடும். ஆனால் நான் என்னுடைய மனதிற்கு நீதியென்று கண்டதைச் செய்தேன்."* நவரத்தினத்தின் பதிலில் ஒரு திறனாய்வாளரின் தொனி பிறக்கிறது: *"பொன்மணி! உன்னுடைய செய்கைகள் மெத்த அபூர்வமானவைகள். நீதி, நிதார்த்தம், நிதானம், மொழி தவறாத வாக்கு இவையென்பதை உனது துணிகரமான செய்கையால் எல்லாருக்கும் நல்லாய் விளக்கியிருக்கிறாய். ஆரும் மடையர் உன்னிற் குற்றஞ் சொல்வார்களேயல்லாமல், காரியத்தை விளங்கக்கூடிய புத்தியுள்ளவர்கள் ஒருக்காலுங் குற்றஞ் சொல்ல மாட்டார்கள். உன்னுடைய மேன்மையானவும் துணிகரமானவுஞ் செய்கை என்னை மெத்தவும் பெருமைக்குட்படுத்துகிறது."* அதற்குப் பொன்மணியின் அடக்கமான பதில்: *"கண்மணியின் பொறுமையே மிகவும் அபூர்வமானது. எனது செய்கைகள் எல்லாம் அவளுடைய பொறுமைக்கு எம்மாத்திரம்?"*

இந்த நாவலில் ஆசிரியர் – கூற்றுகள் மட்டுமல்ல, உரையாடல்களும் எழுத்துத் தமிழில் அமைந்துள்ளன. அதில் பால்படு சமத்துவம் மிளிர்கிறது: *". . . இதைக்கேட்ட* ***தாயார்*** *'பிச்சை வேண்டாம் நாயைப்பிடி' என்றவன் சீலமாய்ப் பயந்து, என்ன செய்யலாமென்று தெரியாது திகைப்புற்றுத்* ***தம்*** *கணவனிடம் சென்று அருளப்பாவின் தீர்மானங்களையிட்டு விபரித்துப்* ***பேசினார் . . ."*** மேலும்: *". . . அருளப்பாவை அவன்* ***மாமியார் விருந்துக்கழைத்தார் . . ."*** அத்துடன், தேவைப்படும் இடங்களில் மரியாதையான யாழ்ப்பாணப் பேச்சுவழக்கு பயன்படுத்தப்பட்டுள்ளது. கண்மணியை மணம்புரிய முன்னர் அவளுடைய தமையன் பொன்னுத்துரையிடம் அருளப்பா வினவுகிறான்: *"உமது சகோதரியுடைய சுகமெப்படி?* ***அவ*** *அறிவு மயங்கிக்* ***கிடந்தா.*** *இப்போ அறிவு தெளிந்து* ***எழுந்திருக்கிறாவா?"***

ஈழத்தில் என்றென்றும் நிலையூன்றிய மரியாதையான பேச்சுவழக்குகள் *"அம்மா வந்தா, அக்கா போனா"* என்றெல்லாம் அமைந்திருந்தும் கூட, ஈழத்துப் புனைகதையாளர்கள் அவற்றை அவ்வாறு எழுதுவது அரிது. அவர்கள் தமிழ்நாட்டுப்

புனைகதையாளர்களைப் பின்பற்றி, பெரிதும் *"அம்மா வந்தாள், அக்கா போனாள்"* என்றே எழுதி வந்துள்ளார்கள். எனினும் அ. முத்துலிங்கம் உட்பட, தற்பொழுது ஈழத் தமிழில் எழுதும் புனைகதையாளர்கள் சிலர் ஆசிரியர் – கூற்றுகளில் *"அம்மா வந்தார், அக்கா போனார்"* என்று மரியாதையும், பால்படு சமத்துவமும் புகுத்தி எழுதி வருவது கவனிக்கத்தக்கது.

"ஆங்கிலத்திலும், தமிழிலும் மிகுந்த ஆற்றலுடையவராகத் திகழ்ந்த மங்களநாயகம் தம்பையா" அவர்களின் உள்ளக்கிடக்கை அவ்வப்பொழுது ஆங்கிலத்தில் கிளர்ந்தெழுந்து தமிழுக்குள் புதையுண்டுள்ளது. அந்திமாலைப் பொழுதை அவர் *"... ஒரு அஸ்தமனநேர வெளிச்சம், ... சூரிய அஸ்தமனநேர வெளிச்சம் ..."* என்று குறிப்பிட்டுள்ளார். இதன் தோற்றுவாய்: *twilight.* உலகத்தில் உள்ளவை அனைத்தையும் அவர் *"... சூரியன் கீழ்க் கண்டதெல்லாம் ..."* என்று குறிப்பிட்டுள்ளார் *(everything under the sun).* உயிர்ப்பூட்டும் போதனையை *"எழுப்புதலான போதனை... எழுப்புதலான பிரசங்கம்"* என்று குறிப்பிட்டுள்ளார் *(inspiring sermon* அல்லது *discourse).* உன்னுடைய மேன்மையான, துணிகரமான செய்கை என்பதை (ஆங்கில சொல்தொடரியலால் ஆட்கொள்ளப்பட்டு) *"... உன்னுடைய மேன்மையானவும் துணிகரமானவுஞ் செய்கை ..."* என்று அவர் குறிப்பிட்டது, *your noble and bold action* போன்ற ஓர் ஆங்கிலத் தொடரையே.

பொன்னுத்துரையும் பொன்மணியும் ஒருவரை ஒருவர் காதலிக்கிறார்கள். எனினும் அதனை *"காதல்"* என்று நாவலாசிரியர் குறிப்பிடவில்லை. இந்நாவலில் *"காதல்"* என்னும் சொல் ஒரே ஒரு தடவையே எடுத்தாளப்பட்டுள்ளது. அதுகூட, பொருளாசை என்னும் கருத்துப்படவே: *"... அருளப்பாவின் கேள்விப்படி அவனுக்கென்று விடப்பட்ட பங்கையும் கொடாதபடி (தகப்பன்) பின்போட்டுக்கொண்டு வந்தார். ஆயின் அருளப்பா அதே* ***காதலாயிருந்து*** *நெடுகலும் தொந்தரவு செய்துகொண்டு வந்த தால் ..."*

ஏற்கெனவே *"வண்டி, திருக்கல், ஒற்றை மாட்டு வண்டி, இரட்டை மாட்டு வண்டி"* போன்ற சொற்கள் வழங்கும் அதேவேளை, *cart* என்னும் ஆங்கிலச் சொல் *"கரத்தை"* என்னும் உருவில் தமிழுக்குள் புகுந்து இந்த நாவலிலும் பிற படைப்புகளிலும் இடம்பெற்றுள்ளமை கவனிக்கத்தக்கது.

இந்த நாவலின் தலையாய பாத்திரங்கள் அனைத்தும் சைவத்தை விடுத்து கிறிஸ்தவத்துக்கு மாறுகின்றன. அருளப்பா *"கிறிஸ்துமார்க்கத்தைத் தழுவிப் பூரண விசுவாசத்துடன் உத்தம*

சீவியம் நடத்தி ஆறுதலடைந்தான்." எனினும் அவன் மதம் மாற முன்னரே மனம் மாறிவிட்டான். கண்மணி தாய்மனைக்கு மீண்ட பின்னர் அருளப்பாவின் மனச்சாட்சி அவனை இடைவிடாது உறுத்துகிறது. மனச்சாட்சியே இந்நாவலின் பாத்திரங்கள் உட்பட அனைவரையும் பெரிதும் நெறிப்படுத்துகிறது. மனச்சாட்சி உடையோர்க்கு எம்மதமும் சம்மதம். எனினும் இந்நாவலாசிரியர் வாசகர்க்கு ஈயும் பரிகாரம் வேறு: *"அரிய சற்போதகமாகிய மருந்தை இனிய சரித்திர ரூபத்துட் பொதிந்து ஆசிரியர் கொடுத்திருக்கின்றார்."*

அத்தகைய பரிகாரத்தை ஏற்கெனவே ஆண்டவர் ஈந்ததுண்டு. எனினும், *"மண்ணுலகில் மனிதர் செய்யும் தீமை பெருகுவதையும் அவர்களின் இதயச் சிந்தனைகளெல்லாம் நாள் முழுவதும் தீமையையே உருவாக்குவதையும் ஆண்டவர் கண்டார். மண்ணுலகில் மனிதரை உருவாக்கியதற்காக ஆண்டவர் மனம் வருந்தினார். அவரது உள்ளம் துயரமடைந்தது. அப்பொழுது ஆண்டவர், '... இவற்றை உருவாக்கியதற்காக நான் மனம் வருந்துகிறேன்' என்றார்"*

"... ஆண்டவர் நறுமணத்தை நுகர்ந்து, தமக்குள் சொல்லிக்கொண்டது: 'மனிதரின் இதயச் சிந்தனை இளமையிலிருந்தே தீமையை உருவாக்குகின்றது ..." (***திருவிவிலியம்,*** பழைய ஏற்பாடு, பொது மொழிபெயர்ப்பு, *TNBCLC,* திண்டிவனம், *1999,* ப: *8 – 11*).

நாவலசிரியர் மங்களநாயகம் தம்பையா ஈயும் பரிகாரம் எதுவாயினும், *"நொறுங்குண்ட இருதயம்"* ஓர் அரிய நாவல் என்பதில் ஐயமில்லை (**தடித்த** எழுத்துகள் எம்முடையவை).

2011.03.06

நாங்கள் அவர்கள்

அம்மா, அப்பா, நான்
அக்கா, தம்பி, சித்தி . . .
நாங்கள் எல்லாம் நாங்கள்.
அலைக்கு அப்பால் வாழும்
அந்த, இந்த ஆட்கள் . . .
அவர்கள் எல்லாம் அவர்கள்.

நாங்கள்–அவர்கள் *(We and They)* என்னும் தலைப்பில் கிப்ளிங் *(Rudyard Kipling, 1865–1936)* எழுதிய ஒரு கவிதையின் தொடக்கம் (மேலே எழுந்தமானமாக மொழிபெயர்க்கப்பட்டுள்ளது). ஓர் உலகளாவிய உண்மையை அவர் இங்கு உணர்த்தியிருக்கிறார். எனினும், அனைத்துத் தரப்பினரையும் விளித்து அவர் இதனை எடுத்துரைக்கவில்லை. தம்மவரை (பொதுவாக மேல்நாட்டவரை, குறிப்பாக பிரித்தானியரை) விளித்தே அவர் இப்படி எழுதியிருக்கிறார். தமிழ் இலக்கிய வழக்கில் இந்தப் பாகுபாடு *"தமர்–பிறர்"* எனப்படுவதுண்டு.

தனியொருவர் தன்னைப்பற்றி தம்பட்டம் அடிப்பது, உலகத்தால் பெரிதும் வெறுக்கத்தக்க ஒன்றாகவே கருதப்படுகிறது. எனினும், ஒரு குழுமம் அல்லது சமூகம் அல்லது இனம் அல்லது நாடு . . . தம்மைப் பற்றி தம்பட்டம் அடிப்பது அதே குழுமத்தால், சமூகத்தால், இனத்தால், நாட்டினால் . . . பெரிதும் மெச்சப்படுகிறது. ஏற்றுப் போற்றப்படுகிறது. நான் தற்பெருமை கொள்ளக்கூடாது, ஆனால் நாங்கள் தற்பெருமை கொள்ளலாம். நான் அவரை வெறுக்கக்கூடாது, ஆனால் நாங்கள் அவர்களை

வெறுக்கலாம். நான் தன்னந் தனியனாய் நின்று வீம்பு பேசக்கூடாது. ஆனால் நாங்கள் ஆளும் பேருமாய்க் கூடி நின்று வீம்பு பேசலாம் . . . இவ்வாறு, *"நாங்கள்"* புரியும் அநியாயத்தை, *"அவர்களைக்"* கொண்டு நியாயப்படுத்துகிறோம்!

"நாங்கள் – அவர்கள்" என்னும் பாகுபாட்டுக்கு ஒரு நீண்ட வரலாறு உண்டு: *1652* முதல் (தென்) ஆபிரிக்கரை *(Africans)* அடிமைகொண்ட ஐரோப்பியர் தங்களுக்கு *Afrikaners* என்று பெயர் சூட்டி, அத்தகைய பாகுபாட்டை நிலைநாட்டினார்கள். *1492* தொட்டு அமெரிக்க கண்டத்தை அபகரித்த ஐரோப்பியர் (ஒரு படி மேலே ஏறி) தங்களையே *"அமெரிக்கர்"* என்றும், அமெரிக்க மண்ணின் மைந்தர்களை (செங்குடிமக்களை) *"காட்டுமிராண்டிகள்"* என்றும் பாகுபடுத்தினார்கள்.

அத்தகைய *"காட்டுமிராண்டிகளால்"* கட்டியாளப்பட்ட அரசுகளுள் ஒன்று: இங்கா பேரரசு *(Empire of Inca).* அதன் இறுதி மாமன்னன் அதாவுலப்பா *(Atahullapa 1532–1533)* மிகவும் நாகரிகமான முறையில் கழுத்துநெரித்துக் கொல்லப்பட்டான்! கொல்லுவித்தவன்: இஸ்பானிய நாடுபிடிகாரன் பிசாறோ *(Francisco Pizarro 1478–1541).* பிசாறோவின் கையாட்களுள் ஒருவன் இறக்குந்தறுவாயில் தன் உள்ளச் சுமையைக் கொட்டி, இஸ்பானிய மன்னன் பிலிப்புக்கு *(Philip II 1554–1598)* எழுதிய மடல்: *". . . திருடர்களோ, கயவர்களோ, வீணர்களோ இல்லாத நிலையிலேயே இந்நாடுகளை நாங்கள் கண்டோம் என்பதை மாட்சிமைதங்கிய கத்தோலிக்க மாமன்னர் அறியக்கடவர் . . . அத்துணை மதிநலம் படைத்த இம்மண்ணின் மைந்தர்களை நாங்கள் உருமாற்றிவிட்டோம் . . . அன்று இங்கு தீவினை இல்லை. இன்று இங்கு நல்வினை இல்லை . . ." (Ronald Wright, What is America? Random House, Canada, 2008, p.34).*

யூத மதநூல்களும், கிறீஸ்தவ மதநூல்களும் பிற மதத்தவர்களை முறையே *"பிறத்தியார்"* (gentiles)என்றும், *"அஞ்ஞானியர்"* (pagans) என்றும் குறிப்பிட்டுள்ளன. அப்புறம் *"அவிசுவாசிகள்"* (infidels) என்னும் சொல்லை எடுத்தாள்வதில் யூத, கிறீஸ்தவ, இஸ்லாமிய தரப்புகளிடையே போட்டி ஏற்பட்டதாகத் தெரிகிறது. *Oxford* அகராதியில் காணப்படும் விளக்கத்தின்படி, கிறீஸ்தவத்தைப் பொறுத்தவரை இஸ்லாமியரே *"அவிசுவாசிகள்".* இஸ்லாத்தைப் பொறுத்தவரை கிறீஸ்தவரே *"அவிசுவாசிகள்".* யூதரைப் பொறுத்தவரை *"பிறத்தியார்"* அனைவருமே *"அவிசுவாசிகள்!"*

கிரேக்க வரலாற்றறிஞர் புளூட்டார்க் *(Plutarch,* கி.பி.46-120*)* *வாழ்வுகள் (Lives)* என்னும் தமது பெயர்போன நூலில், அந்தோனியை *(Marcus Antonius = Mark Antony)* ஆசியக்

கண்டத்தவர் (Asiatik) போன்றவன் என்று குறிப்பிட்டுள்ளார். *Asiatik* என்பதற்கு . . . *florid, indulgent, extravagant, debauched and distasteful* . . . என்று விளக்கமளிக்கப்பட்டுள்ளது *(David Daniell, Introduction to: Shakespeare's Julius Caesar, A&S, London, 2002, p.68).* அதாவது ஆசியக் கண்டத்தவர்கள் *"பகட்டும், போகமும், ஊதாரித்தனமும், சிற்றின்பவெறியும், அருவருப்பூட்டும் தன்மையும் கொண்டவர்கள்!"* **Asiatik** என்னும் கிரேக்க வழக்கின் ஆங்கில உருவம் *Asiatic.* இதனையும் ஒரு பழிச்சொல் என்கிறது *Oxford* அகராதி. *Orientals* என்பது சொற்பிறப்பியலின்படி *"கீழ்நாட்டவர்கள்"* அல்லது *"கீழைத் தேசத்தவர்கள்"* என்ற பொருள்பட்டாலும், அதையும் *Oxford* ஒரு பழிச்சொல்லாகவே கொள்கிறது. அதன் எதிர்ச்சொல்லாகிய *Occidentals* கண்ணில் படுவதுமில்லை, காதில் விழுவதுமில்லை! கிரேக்கரும், உரோமரும் பிறரை *barbaros (காட்டுமிராண்டிகள்)* என்று குறிப்பிட்டு வந்தார்கள். பொதுவாக கிரேக்க, இலத்தீன் மொழியினர் தவிர்ந்த ஏனைய மொழியினர் அனைவரையும், குறிப்பாக எகிப்தியரையும், பாரசீகரையும், பினீசியரையும் . . . அவர்கள் *"காட்டுமிராண்டிகள்"* என்று குறிப்பிட்டார்கள். இதுவே *barbarian, barbaric, barbarism, barbarity, barbarize, barbarous* ஆகிய ஆங்கிலச் சொற்களின் தோற்றுவாய். அதேவேளை கி.மு.7ஆம் நூற்றாண்டைச் சேர்ந்த ஹோமர் *(Homer),* கி.மு.6ஆம் நூற்றாண்டைச் சேர்ந்த தேல்ஸ் *(Thales)* கி.மு.5ஆம் நூற்றாண்டைச் சேர்ந்த பிதாகரஸ் *(Pythagoras),* கி.மு.4ஆம் நூற்றாண்டைச் சேர்ந்த பிளேட்டோ *(Plato)...* எவருமே *"காட்டுமிராண்டிகள்"* என்னும் சொல்லாட்சியை ஏற்றுக்கொள்ளவில்லை. ஹோமரைத் தவிர மற்றைய அனைவரும் எகிப்து சென்று கல்வி கற்றதுண்டு. (அவர்கள் எகிப்தியரை "காட்டுமிராண்டிகள்" என்று கொள்வது எங்ஙனம்?) எனினும் கி.பி.529ஆம் ஆண்டு உரோம மாமன்னன் யஸ்டினியன் *(Justinian* கி.பி.527−565) *"அஞ்ஞான மெய்யியலுக்கு" (pagan philosophy)* விதித்த தடையுத்தரவு, ஓராயிரம் ஆண்டுகளாக ஓங்கிய முறைசார் கிரேக்க மெய்யியலுக்கு முற்றுப்புள்ளி வைத்தது!

அதற்கு 5 நூற்றாண்டுகளுக்கு முன்னரே அத்தகைய தடையுத்தரவை மனு பிறப்பித்ததுண்டு: *"தருக்கவியல் போதனைகளை ஏற்று, (வேதம், மரபு என்னும்) இரு வேர்களையும் புறக்கணிக்கும் (அந்தணர், மறவர், வினைஞர் ஆகிய) இருபிறப்பாளர் எவரும் நாத்திகராகவும், வேத நிந்தகராகவும் கொள்ளப்பட்டு, அறவோரால் மதவிலக்குச் செய்யப்பட வேண்டும்!"* (மனுநீதி 2:11).

ஆரியர் ஏறக்குறைய 3,500 ஆண்டுகளுக்கு முன்னர் மேல்−மத்திய ஆசியாவிலிருந்து இந்தியாவுக்குள் ஊடுருவிய அந்நியர் என்று வரலாறு கூறுகிறது. மனுவின் நிலைப்பாடோ அதற்கு

நேரெதிர்மாறானது: *"ஆரியர் அல்லாதோர் காட்டுமிராண்டி மொழிகளைப் பேசினால் என்ன, ஆரிய மொழிகளைப் பேசினால் என்ன, அவர்கள் அனைவரும் அந்நியராகக் கொள்ளப்படல் மரபு"* (மனுநீதி 10:45). ஏனெனில், *"ஆரியர் அல்லாதோரும், வடமொழி பேச முடியாதவர்களும் மிலேச்சர்கள் ஆவர் (2:23).*

ஆரியர் என்பதற்கு *"தூயவர்"* என்று பொருள்கொள்ளும் மனு, ஆரியர்– அல்லாதோரை *"தஸ்யூ"* என்றும் குறிப்பிடுகிறார். "தஸ்யூ" என்பது ஆங்கிலத்தில் aliens என்று பெயர்க்கப்பட்டுள்ளது *(Wendy Doniger, The Laws of Manu, Penguin Books, London, 1991, p.113).* அந்த *"அந்நியருள்"* அடங்குவோர் யார் என்னும் வினாவுக்கு மனு தரும் விடை: *"தெற்கர் (10:22), மிலேச்சர் (10:23), சோழர் (10:44), காட்டுமிராண்டிகள், பிசாசுகள், அடிமைகள், கொலைஞர், கொள்ளையர், சண்டாளர், தீண்டத்தகாதவர் . . ."*

மனுநீதியால் ஆட்கொள்ளப்பட்ட மேல்நாட்டு மெய்யியலாளர்களுள் தலையாயவர்: நீட்சே *(Nietzsche 1844–1900).* மனு இவ்வுலக வாழ்வியலை –குறிப்பாக அன்றாட வாழ்வியலை – வகுத்துக் கொடுத்த விதம், நீட்சேயைப் பெரிதும் கவரவே செய்தது. மனுநீதிக்கு, விவிலியம் ஈடாகாது என்றும் நீட்சே அடித்துக் கூறியுள்ளார். நீட்சேயின் எழுத்துக்கள் ஹிட்லரை ஈர்த்ததாகவும், அவற்றின் பிரதிகளை அவர் (ஹிட்லர்) முசோலினிக்கு வழங்கியதாகவும் சொல்லப்படுகிறது.

ஒருபுறம் நீட்சே, மனுநீதியை சரிவர மட்டுக் கட்டியிருக்கலாம். மறுபுறம் ஹிட்லரும், முசோலினியும் நீட்சேயை தவறாக மட்டுக் கட்டியிருக்கலாம். எவ்வாறாயினும், மக்களாட்சிவாதிகளும், பொதுவுடைமைவாதிகளும், யூதரும் நாசிச, பாசிசவாதிகளால் கோடிக்கணக்கில் தீர்த்துக் கட்டப்பட்டதில் வியப்புக்கிடமில்லை.

கந்தபுராணம் ஒரு பேரண்டப் போரை எடுத்தியம்புகிறது. அது, முருகன் தலைமையில் தேவர்களுக்கும், சூரன் தலைமையில் *அசுரர்களுக்கும்* இடையே நிகழ்ந்த போர்! *இராமாயணத்தைப்* பொறுத்தவரை இராமன் விஷ்ணுவின் *அவதாரம்,* ஈழவேந்தன் இராவணனோ அரக்கன். அது அவதார புருஷர்களுக்கும் *அரக்கர்களுக்கும்* இடையே இடம்பெற்ற போர்!

அடிப்படையில் ஓர் உள்நாட்டுப் போரை எடுத்துரைக்கும் *மகாபாரதத்தின்* கருவூலமாக விளங்கும் பகவத் கீதையிலும் அதே பாகுபாடு முன்வைக்கப் பட்டுள்ளது: குருசேத்திரத்தில் தன் குருவரரையும், குடும்பத்தவரையும், நண்பர்களையும் . . . எதிர்கொள்ளும் அருச்சுனன் திடீரென நிலைகுலைந்து புலம்புகிறான்: *"... போரினால் நன்மை விளையப் போவதுமில்லை, என்னால் போரில் வென்று வாழவும் முடியாது. என்*

குடும்பத்தவர்களும், நண்பர்களும் எனக்கு கெடுதி நினைத்தாலும், என்னால் அவர்களைக் கொல்ல முடியாது. போரில் எஞ்சுவது அழிவும், அனாதைக் குழந்தைகளுமே . . .”

கிருஷ்ணன் குறுக்கிட்டு, “*உள்ளம்விழுமிய ஆரியனே!*” என்று அருச்சுனனை விளித்து இடித்துரைக்கிறான்: “*. . . தற்பெருமை, இறுமாப்பு, முரட்டுத்தனம், அறியாமை கொண்ட அசுரர்களே கௌரவர்கள். எது செய்யவேண்டும், எது செய்யக்கூடாது என்பது அசுரர்களுக்குத் தெரியாது. தூய்மையோ, வாய்மையோ, நன்னடத்தையோ அற்றவர்கள் அசுரர்கள் . . .”*

பாண்டவர்களும், கௌரவர்களும் ஒன்றுவிட்ட சகோதரர்கள். எனினும் கிருஷ்ணனோ பாண்டவர்களை *ஆரியர், அறவோர், அவதார புருஷர் . . .* என்றும், கௌரவர்களை *அசுரர்கள்* என்றும் பாகுபடுத்துகிறான்! எதற்காக இந்தப் பாகுபாடு? அருச்சுனனைப் போராட ஏவுவதற்காக! “*. . . மறவனே நீ தயங்காதே! நீ நீதிக்காகவே போராடுகிறாய். போரிடுவது மறவர் பணி. நீ போராடாவிட்டால், மானம் கெடுவாய். உன் பேடிமை நிலைக்கும். இறப்பைவிட மோசமானது இகழ்ச்சி. மறம்புரிய உனக்கு கிடைத்த வாய்ப்பை எண்ணி இன்புறு. விளைவுகளைப் பொருட்படுத்தாது போரிடு. களத்தில் மாண்டு சுவர்க்கம் செல் அல்லது போரில் வென்று உன் அரசை மீட்டுக்கொள். அறப் போரில் வெற்றி மட்டுமே கிட்டும் . . .”*

ஒருதடவை மாமன்னன் *அலெக்சாந்தர் (ஆட்சிக்காலம்:* கி.மு.*336–323)* முன்னிலையில் ஒரு கடற்கொள்ளையன் நிறுத்தப்பட்டான். அவனிடம், “*கடற்சூறையாட உனக்கென்ன துணிச்சல்?*” என்று கேட்டான் மாமன்னன். அதற்கு கடற்கொள்ளையன் கொடுத்த பதிலடி: “*உலகத்தைச் சூறையாட உமக்கென்ன துணிச்சல்? என்னுடைய கப்பல் சிறியது. அதனால் என்னை ஒரு கடற்கொள்ளையன் என்று சொல்லுகிறார்கள். உம்முடையதோ மாபெரும் கடற்படை. அதனால் உம்மை ஒரு மாமன்னன் என்று சொல்லுகிறார்கள். ஆனால் நீர் முழு உலகத்தையுமே சூறையாடுகிறீர். உம்முடன் ஒப்பிடுமிடத்து, நான் எங்கே?*”

மேற்படி சம்பவத்தைச் சுட்டிக்காட்டும் நோம் கொம்ஸ்கி, “*அதெல்லாம் அப்படித்தான் நடக்கும். மாமன்னன் உலகத்தைச் சூறையாடலாம். எனினும் கடற்கொள்ளையனே மாபெரும் குற்றவாளியாகக் கொள்ளப்படுவான்!*” என்று சீறுகிறார். அவருடைய நூலின் தலைப்பில் அவர் சீற்றம் புலப்படுகிறது: ***நாங்கள் சொல்வது செல்லும்*** *(Noam Chomsky, What We Say Goes, Metropolitan Books, New York, 2007).*

சின்ன மீன் பெரிய மீனுக்கு இரையாகுவதை கௌடில்யர் *(கி.மு.350–283) மச்ச நியாயம்* என்று குறிப்பிட்டுள்ளார் (அர்த்தசாத்திரம்: 1–4–13). அதற்கு நேரொத்த ஆங்கிலப் பழமொழி: *Might is right.* எனினும், கிரேக்க மொழியே இதன் தோற்றுவாய் என்று தெரிகிறது. *Thrasymachus* (கி.மு.459–400) என்னும் ஆசான் சாக்கிரட்டீசுடன் வாதிடும் வேளையில் *Might is right* என்னும் கூற்றை முன்வைத்ததாக பிளேட்டோ கூறிப்பிட்டுள்ளார் *(Plato, Republic 1–338).*

இனி நாம் விடை காணவேண்டிய வினா: ***"அவர்களை"*** *அசுரர்கள், அரக்கர்கள், மிலேச்சர்கள், சண்டாளர்கள், தீண்டத்தகாதவர்கள், காட்டுமிராண்டிகள், அவிசுவாசிகள், எதிர்ப்புரட்சியாளர்கள், பயங்கரவாதிகள், தீவிரவாதிகள் . . .* என்றெல்லாம் ***"நாங்கள்"*** சாடுவது எதற்காக?

ஒன்றில் *அவர்களை* அழித்தொழிப்பதற்காக அல்லது *அவர்களை* அடக்கி ஒடுக்குவதற்காக: *அவர்களுடைய* நிலபுலங்களை அபகரிப்பதற்காக, அவர்களுடைய வீடு–வளவுகளைச் சுவீகரிப்பதற்காக, *அவர்களுடைய* பொருள்வளத்தை சூறையாடுவதற்காக, *அவர்களுடைய* சமூக கட்டுக்கோப்பினை தகர்ப்பதற்காக. *அவர்களுடைய* மக்களாட்சி – உரிமைகளை மறுப்பதற்காக, அவர்களுடைய மனித உரிமைகளை மீறுவதற்காக. *அவர்களை* விசாரணையின்றி அடைத்து வைப்பதற்காக, *அவர்களைக்* கொன்று குவிப்பதற்காக, *அவர்களுக்கு* நீதியோ நியாயமோ வழங்கும் கடப்பாட்டிலிருந்து தப்புவதற்காக, *அவர்களுக்கு* வெளியுலக ஆதரவு கிடைப்பதை தடுப்பதற்காக, ஊடகங்களை வெருட்டுவதற்காக, வெளியுலகத்தை மிரட்டுவதற்காக, மனித உரிமை அமைப்புகளை விரட்டுவதற்காக . . . மொத்தத்தில் அவர்களை சின்னா பின்னப்படுத்துவதற்காக . . . அதாவது: ***"நாங்கள் அவர்களுக்கு"*** இழைக்கும் அநீதிகளை நியாயப்படுத்துவதற்காகவே *"நாங்கள் அவர்களை" அசுரர்கள்* . . . என்றெல்லாம் சாடிவருகிறோம்.

"நாங்கள்-அவர்கள்" என்னும் பாகுபாடு *"வென்றோர் நீதி" (victor's justice)* என்னும் அநீதிக்கு இட்டுச்செல்லல் திண்ணம். அதற்குத் தலைசிறந்த எடுத்துக்காட்டு: கொலம்பசின் *(Christopher Columbus 1451-1506)* வழித்தோன்றல்களால் கொன்றொழிக்கப்பட்ட *"காட்டுமிராண்டிகள்."* அவர்களின் தலைமகன் சியாட்டில் *(Seattle 1786–1866),* தோல்வியின் விளிம்பில் நின்று ஆற்றிய வரலாற்றுப் புகழ்வாய்ந்த உரையில் ***"நாங்கள்"*** கொண்ட வாழ்வியலையும், ***"அவர்கள்"*** கொண்ட வாழ்வியலையும் ஒப்பிட்டுக் காட்டியுள்ளான்:

“எங்கள் நிலத்தை தாங்கள் வாங்க விரும்புவதாக வாசிங்டனிலிருந்து பெருந்தலைமகன் சேதி அனுப்பியிருக் கிறார் . . . வானத்தையும், நிலத்தின் நேயத்தையும் எப்படி உங்களால் வாங்கவோ, விற்கவோ முடியும்? எங்களுக்கு இது ஒரு விசித்திரமான எண்ணமாகவே தென்படுகிறது. காற்றின் தூய்மையும், நீரின் பளபளப்பும் எங்கள் சொத்துகள் ஆகா என்றால், அவற்றை எப்படி உங்களால் வாங்க முடியும்? எனது மக்களைப் பொறுத்தவரை இந்த மண்ணின் ஒவ்வொரு கூறும் புனிதமானது. சவுக்கு மரத்தில் ஒளிரும் ஊசி – இலை ஒவ்வொன்றும், மணலோரம் ஒவ்வொன்றும், இருண்ட தோப்புகளைச் சூழும் புகார் ஒவ்வொன்றும், வெட்டைவெளி ஒவ்வொன்றும், இரைந்து திரியும் புழுபூச்சி ஒவ்வொன்றும் எனது மக்களின் உள்ளத்திலும் அனுபவத்திலும் ஒரு புனிதச் சின்னமாய் பதிந்துள்ளது. மரங்களில் உள்ளூரப் பாயும் சாறுகூட செங்குடி மக்களின் நினைவை ஏந்திச்செல்கிறது.

“எம்மவர்கள் இறந்தாலும், இந்த அழகிய நிலத்தை மறக்கப் போவதில்லை. ஏனெனில், இது செங்குடிமக்களின் தாய்நிலம், நாங்கள் இந்த நிலத்தின் அங்கம், இந்த நிலம் எங்கள் அங்கம். நறுமண மலர்கள் எங்கள் சகோதரிகள். மானும், குதிரையும், மாபெரும் கழுகும் எங்கள் சகோதரர்கள். பாறைச் சிகரங்கள், பசும்புல்வெளிகள், மட்டக்குதிரையின் உடற்சூடு, மனிதர் – எல்லாத் தரப்புகளும் ஒரே குடும்பத்தின் அங்கங்கள். எனவே, எங்கள் நிலத்தை வாங்க விரும்புவதாக வாசிங்டனிலிருந்து பெருந்தலைமகன் சேதி அனுப்பும்பொழுது, அவர் எங்களிடம் நிறையவே கேட்கிறார்.

“இது எங்கள் புனித நிலம். ஆறுகளிலும், ஓடைகளிலும் ஒளிவீசிப் பாயும் இந்த நீர் வெறும் நீரல்ல, இது எங்கள் மூதாதையரின் குருதி. நாங்கள் இந்த நிலத்தை உங்களுக்கு விற்றால், இது புனிதமான நிலம் என்பதை நீங்கள் நினைவில் வைத்திருக்க வேண்டும். இது புனிதமான நிலம் என்பதையும், ஏரிகளின் தெளிந்த நீரில் புலப்படும் சாயை ஒவ்வொன்றும் எங்கள் மக்கள் தங்கள் வாழ்வில் எதிர்கொண்ட நிகழ்வுகளையும், நினைவுகளையும் இயம்புவன என்பதையும் உங்கள் பிள்ளைகளுக்கு நீங்கள் புகட்ட வேண்டும்.

“இந்த நீரின் சலசலப்பில் எனது பாட்டனாரின் குரலை நான் செவிமடுக்கின்றேன். இந்த ஆறுகள் எங்கள் சகோதரர்கள். எங்கள் விடாயை அவை தீர்ப்பவை, எங்கள் படகுகளை ஏந்திச் செல்பவை, எங்கள் பிள்ளைகளை ஊட்டி வளர்ப்பவை. நாங்கள் எங்கள் நிலத்தை உங்களுக்கு விற்றால், இந்த ஆறுகள் எங்கள்

சகோதரர்கள்—உங்கள் சகோதரர்கள்—என்பதை நீங்கள் நினைவில் வைத்திருக்க வேண்டும். அதனை உங்கள் பிள்ளைகளுக்கு நீங்கள் புகட்ட வேண்டும். ஒரு சகோதரனுக்கு நீங்கள் காட்டும் அதே கனிவை, இந்த ஆறுகளுக்கும் நீங்கள் காட்ட வேண்டும்.

"காலையில் எழும் கதிரவனைக் கண்டு, மூடுபனி மலைகளைவிட்டு ஓடுவது போல, முன்னேறிவரும் வெள்ளையரைக் கண்டு, செங்குடிமக்கள் என்றுமே பின்வாங்கி வந்திருக்கிறார்கள். எனினும், எங்கள் தந்தையரின் சாம்பல் புனிதமானது. அவர்களுடைய இடுகாடுகள் எங்கள் புனித வலயங்கள். இவை எங்கள் புனிதமான குன்றுகள், மரங்கள், நிலபுலங்கள்.

"எங்கள் போக்கு வெள்ளையருக்குப் புரியாது என்பது எங்களுக்குத் தெரியும். எங்களுக்கு முன்பின் தெரியாத வெள்ளையர், இரவில் இந்த நிலத்துக்கு வந்து, தங்களுக்கு வேண்டியதை எடுத்துச்செல்வர். ஆதலால் அவர்களுக்கு ஒரு நிலபுலமும், அடுத்த நிலபுலமும் ஒன்றே. நிலம் அவர்களுக்கு சகோதரன் அல்ல. நிலம் அவர்களுக்கு எதிரி. அதனைக் கைப்பற்றிய பிறகு அவர்கள் அப்பால் நகர்கின்றனர். தமது தந்தையரின் இடுகாடுகளைப் பொருட்படுத்தாது, கைவிட்டுச் செல்கின்றனர். தமது தந்தையரின் இடுகாடுகாடுகளையும், தமது பிள்ளைகளின் பிறப்புரிமையையும் அவர்கள் மறந்துவிடுகின்றனர். தமது தாய்நிலத்தையும், சகோதர வானத்தையும் ஆடுகளைப்போல் அல்லது ஒளிரும் மணிகளைப்போல் வாங்கியோ, கொள்ளையடித்தோ, விற்கும் பண்டங்களாகவே அவர்கள் கருதுகின்றனர். அவர்களின் பசி, நிலத்தை விழுங்கி, வெறும் பாலைவனத்தையே ஈயும். எனக்குத் தெரியாது. எங்கள் போக்கு, உங்கள் போக்கிலிருந்து வேறுபட்டது.

"உங்கள் நகரங்களைக் காண்பதே எங்கள் கண்களைப் புண்படுத்துகிறது. செங்குடிமக்கள் வெறும் காட்டுமிராண்டிகள் என்பதால், அவர்களுக்கு எதுவும் புரியாது என்பதால், அப்படி நேர்கிறது போலும். வெள்ளையரின் நகரங்களில் அமைதிக்கு இடமில்லை. வசந்தகாலத்தில் இலைகள் விரிவதையோ, புழுபூச்சிகளின் சிறகுகள் சரசரப்பதையோ செவிமடுப்பதற்கு அங்கு இடமில்லை. நான் ஒரு காட்டுமிராண்டி என்பதால், எனக்கு எதுவும் புரியாது என்பதால் அப்படி நேர்கிறது போலும். உங்கள் நகரத்து இரைச்சல் எங்கள் காதுகளை இகழ்வது போலவே கேட்கிறது. அல்லிப்புள்ளின் ஒற்றைக் கூவலையோ, அல்லிப்பொழுதில் ஒரு தடாகத்தைச் சூழும் தவளைகள் புரியும் வாதங்களையோ ஒருவரால் செவிமடுக்க முடியவில்லை என்றால், அவர் வாழ்வில் என்னதான் உண்டு? நான் ஒரு செங்குடிமகன். எனக்குப் புரியவில்லை.

“ஒரு தடாகத்தின் மேற்பரப்பை வருடி வீசும் காற்றின் மெல்லொலியையும், நண்பகலில் விழும் மழையில் குளித்து வீசும் காற்றின் மணத்தையும், அல்லது சவுக்குமர வாசம்கமழ்ந்து வீசும் காற்றின் மணத்தையுமே செங்குடிமக்கள் நயக்கின்றனர். செங்குடிமக்களைப் பொறுத்தவரை காற்று விலைமதிப்பற்றது. ஏனெனில் மரமும், விலங்கும், மனிதரும் – எல்லாத் தரப்புகளும் ஒரே காற்றையே பகிர்கின்றன. வெள்ளையரோ தாங்கள் சுவாசிக்கும் காற்றைக் கவனிப்பதாகத் தெரியவில்லை. எவ்வாறு இறந்து நாட்பட்டு மரத்த ஒருவனுக்கு எதுவுமே மணக்காதோ, அவ்வாறே வெள்ளையருக்கு எதுவுமே மணக்காது. எனினும் நாங்கள் எங்கள் நிலத்தை உங்களுக்கு விற்றால், எங்கள் காற்று விலைமதிப்பற்றது என்பதையும், தான் துணைநிற்கும் உயிரினங்கள் அனைத்துடனும் தன் உணர்வை அது பகிர்கின்றது என்பதையும் நீங்கள் நினைவில் வைத்திருக்க வேண்டும். எங்கள் பாட்டனாரின் முதல்மூச்சை அவருக்கு ஈந்த அதே காற்றே அவருடைய இறுதிப் பெருமூச்சையும் ஏந்தியது. எங்கள் பிள்ளைகளுக்கு வாழும் உணர்வை வழங்க வேண்டியது காற்றே. நாங்கள் எங்கள் நிலத்தை உங்களுக்கு விற்றால், நீங்கள் அதனைப் புனித நிலமாக ஒதுக்கிவைக்க வேண்டும். வெள்ளையரே சென்று பசும்புல்வெளி மலர்களின் இனிமை கமழும் காற்றைத் துய்க்கும் இடமாக அதனை நீங்கள் ஒதுக்கிவைக்க வேண்டும்.

“எனவே, எங்கள் நிலத்தை வாங்கும் உங்கள் எண்ணத்தை நாங்கள் கருத்தில் கொள்வோம். உங்கள் எண்ணத்தை நாங்கள் ஏற்றுக்கொண்டால், நான் ஒரு நிபந்தனை விதிப்பேன்: வெள்ளையர் இந்த நிலத்து விலங்குகளை தமது சகோதரர்களாக நடத்த வேண்டும். நான் ஒரு காட்டுமிராண்டி. எனக்கு வேறு வழி எதுவும் புரியவில்லை.

“விரையும் தொடருந்திலிருந்து வெள்ளையரால் சுட்டுக்கொல்லப்பட்ட ஓராயிரம் எருமைகள் எங்கள் புல்வெளிப்புலத்தில் கிடந்து அழுகுவதை நான் பார்த்திருக்கிறேன். நான் ஒரு காட்டுமிராண்டி. நாங்கள் உயிர்வாழ்வதற்காக மட்டுமே கொன்று, உண்ணும் எருமையைவிட, புகை கக்கும் அந்த இரும்புக் குதிரை எப்படி முக்கியமானதாய் இருக்கமுடியும் என்பது எனக்குப் புரியவில்லை. விலங்குகள் இல்லையேல், வெள்ளையர் என்னாவது? எல்லா விலங்குகளும் அழிந்தொழிந்தால், மாபெரும் தனிமையுணர்வினால் மானிடர் மாண்டுபோவர் அன்றோ! விலங்குகளுக்கு எது நேர்கிறதோ, அதுவே விரைவில் மனிதருக்கும் நேரும். எல்லாம் ஒன்றுடன் ஒன்று பின்னிப் பிணைந்தவை.

“உங்கள் பிள்ளைகள் மிதிக்கும் நிலம் எங்கள் பாட்டன்மாரின் சாம்பலே என்பதை உங்கள் பிள்ளைகளுக்கு நீங்கள் புகட்ட

வேண்டும். இந்த நிலத்தை அவர்கள் மதிக்கும் வண்ணம், இது எங்கள் மக்களின் வாழ்வினால் நிறைந்த நிலம் என்பதை அவர்களுக்கு சொல்லிக் கொடுங்கள். நிலம் எங்கள் தாய் என்று எங்கள் பிள்ளைகளுக்கு நாங்கள் புகட்டியதை, உங்கள் பிள்ளைகளுக்கும் நீங்கள் புகட்டுங்கள். நிலத்துக்கு நேர்வதே நிலத்தின் புதல்வருக்கும் நேரும். நிலத்தில் உமிழும் மனிதர் தம்மீது உமிழும் மனிதரே.

"நிலம் மனிதருக்குச் சொந்தமல்ல, மனிதரே நிலத்துக்குச் சொந்தம். ஒரே குருதியால் இணைக்கப்பட்ட குடும்பத்தைப் போல, எல்லாம் ஒன்றுடன் ஒன்று பின்னிப் பிணைந்தவை. நிலத்துக்கு நேர்வதே நிலத்தின் புதல்வருக்கும் நேரும். வாழ்க்கை – வலையை மனிதர் பின்னவில்லை. அந்த வலையில் மனிதர் ஓர் இழை மட்டுமே. அந்த வலைக்கு அவர்கள் என்ன செய்கிறார்களோ, அதையே அவர்கள் தமக்குச் செய்கிறார்கள். எனினும், எனது மக்களுக்கு நீங்கள் ஒதுக்கிய புலத்துக்கு நாங்கள் செல்லலாம் என்று நீங்கள் முன்வைத்த எண்ணத்தை நாங்கள் கருத்தில் கொள்வோம். நாங்கள் புறம்பாகவும், அமைதியாகவும் வாழ்வோம். எங்கள் எஞ்சிய நாட்களை நாங்கள் எங்கு கழிப்போம் என்பது அத்துணை முக்கியமில்லை.

"தங்கள் தந்தையர் தோற்கடிக்கப்பட்டு, அடிபணிய வைக்கப்பட்டுள்ளதை எங்கள் பிள்ளைகள் கண்டுள்ளார்கள். எங்கள் போராளிகள் வெட்கித் தலைகுனிந்து நிற்கின்றார்கள். தோல்வியை அடுத்து சோம்பித் திரிந்து, இனிக்க உணவுண்டு, வெறிக்க மதுவுண்டு, உடலைக் கெடுத்து, பொழுதைக் கழித்து வருகின்றார்கள்.

"எங்கள் எஞ்சிய நாட்களை நாங்கள் எங்கு கழிப்போம் என்பது அத்துணை முக்கியமில்லை. அது பல நாட்களுக்குமல்ல. இன்னும் ஒருசில நாழிகளே. இன்னும் ஒருசில மாரிகளே. முன்னொரு காலத்தில் உங்களைப் போலவே வலிமையுடனும் நம்பிக்கையுடனும் வாழ்ந்த ஒரு மக்கள் – திரளின் இடுகாடுகளை நினைந்துருகுவதற்கு, அன்று இந்த நிலத்தில் வாழ்ந்த அல்லது இன்று இந்தக் காடுகளில் சிறு குழுமங்களாகத் திரியும் மகத்தான குலத்தவரின் பிள்ளைகளுள் எவருமே எஞ்சப்போவதில்லை. எனினும், எனது குலத்தவர் மறைவதை நான் ஏன் நினைந்துருக வேண்டும்? குலங்கள் மனிதரால் ஆனவை. அவ்வளவுதான். கடலின் அலைகளைப் போல மனிதர்கள் வருவார்கள், போவார்கள்.

"நண்பருடன் நண்பர் கதைப்பது போல், வெள்ளையரின் கடவுள் வெள்ளையருடன் உலவி, உரையாடுவதுண்டு. அத்தகைய

வெள்ளையர் கூட பொது விதிக்கு விலக்கானோர் அல்லர். எவ்வாறாயினும், நாங்கள் எல்லோரும் சகோதரர்கள் ஆகலாம். பொறுத்திருந்து பார்ப்போம். எங்கள் கடவுளும் அதே கடவுளே. அதனை வெள்ளையர் ஒருநாள் கண்டுபிடிக்கக் கூடும். எங்கள் நிலத்தை நீங்கள் சொந்தமாக்க விரும்புவது போல், கடவுள் உங்களுக்கே சொந்தம் என்று நீங்கள் நினைக்கக் கூடும். ஆனால் கடவுளை உங்கள் சொத்தாக்க முடியாது. அவர் மனிதரின் கடவுள். அவர் செங்குடியினருக்கும் வெள்ளையருக்கும் சரிநிகராகவே கருணை காட்டுபவர். அவரைப் பொறுத்தவரையும் இது விலைமதிப்பற்ற நிலமே. அத்தகைய நிலத்துக்கு தீங்கு விளைவிப்பது, அதனைப் படைத்தவரை அவமதிப்பதற்கு நிகர். இனி, வெள்ளையர் கூட மறையவே வேண்டும் – ஒருவேளை மற்றைய குலத்தவர் அனைவரையும்விட வேகமாக மறையவே வேண்டும். எனினும், நீங்கள் மாளும் வேளையில் ஒளிவீசுவீர்கள்– உங்களை இந்த நிலத்துக்கு கொண்டுவந்து, ஏதோவொரு விசேட நோக்கத்துக்காக, இந்த நிலத்தையும், மக்களையும் உங்கள் ஆட்சிக்கு அடிப்படுத்திய கடவுளின் வலிமையால், நீங்கள் மாளும் வேளையில் ஒளிவீசுவீர்கள். அந்த விதி எங்களுக்கு ஒரு புதிராகவே தென்படுகிறது.

“எருமைகள் எல்லாம் எப்பொழுது கொன்றொழிக்கப்படும், காட்டுக் குதிரைகள் எல்லாம் எப்பொழுது வீட்டுக் குதிரைகளாக்கப்படும், மானுட மணம் கமழும் காட்டின் மூலைமுடக்குகளும், முற்றிய குன்றுகளின் கண்கவர் தோற்றமும் தந்திக் கம்பிகளால் எப்பொழுது கறைப்படுத்தப்படும் என்பது எங்களுக்குப் புரியவில்லை. புதர் எங்கே? ஒழிந்து போயிற்று. கழுகு எங்கே? ஒழிந்து போயிற்று. வேட்டைக்கும், வேகம்கொண்ட மட்டக்குதிரைக்கும் விடைகொடுப்பது என்பது என்ன? அதுவே வாழ்வின் முடிவு, அதுவே பிழைப்பின் தொடக்கம்.

“எனவே, எங்கள் நிலத்தை வாங்கும் உங்கள் எண்ணத்தை நாங்கள் கருத்தில் கொள்வோம். அதற்கு நாங்கள் உடன்படுவோம் என்றால், நீங்கள் உறுதியளித்த ஒதுக்குப்புலத்தை ஈட்டிக்கொள்வதற்காகவே உடன்படுவோம். ஒருவேளை, அந்த ஒதுக்குப்புலத்தில் எங்கள் குறுகிய வாழ்நாளை நாங்கள் விரும்பியவாறு கழிக்கலாம். பிறந்த குழந்தை அதன் தாயின் இதயத்துடிப்பை நேசிப்பது போல, இந்த நிலத்தை நாங்கள் நேசிக்கின்றோம்.

“ஆதலால், இந்த நிலத்திலிருந்து இறுதிச் செங்குடிமகன் மறைந்த பின்னரும், எங்களைப் பற்றிய நினைவு என்பது எங்கள் புல்வெளிப்புலத்தைக் கடந்துசெல்லும் ஒரு முகிலின் நிழலாய்

மாறிய பின்னரும், இந்தக் காடுகளும் நீர்நிலையோரங்களும் எனது மக்களின் ஆவிகளைப் பேணிக் காக்கும். எனவே எங்கள் நிலத்தை நாங்கள் உங்களுக்கு விற்போம். நாங்கள் நேசித்தவாறு அதனை நேசியுங்கள். நாங்கள் பராமரித்தவாறு அதனைப் பராமரியுங்கள். இந்த நிலத்தை நீங்கள் எடுத்துக் கொள்ளும்பொழுது, அது எப்படி இருக்கிறதோ, அப்படியே அதனைப் பற்றிய நினைவை உங்கள் உள்ளத்துள் பேணி வைத்திருங்கள். எங்கள் அனைவரையும் கடவுள் நேசிப்பதுபோல, உங்கள் பிள்ளைகளுக்காக, இந்த நிலத்தை இதயபூர்வமாக நேசித்துப் பேணுங்கள்.

"எங்கள் கடவுளும் அதே கடவுளே. அவரைப் பொறுத்தவரையும் இது விலமதிப்பற்ற நிலமே. வெள்ளையரும் பொது விதிக்கு விலக்காக முடியாது. எவ்வாறாயினும், நாங்கள் அனைவரும் சகோதரர்களாக விளங்கலாம். பொறுத்திருந்து பார்ப்போம்" (Seattle 1854).

2009.08.20

பகுதி 2

ஆளுமைகள்

சிலிய ஜனாதிபதி அலந்தே

(1970 – 1973)

"...நான் மக்களின் ஆணையையும் தொழிலாளிகளின் ஆணையையும் பெற்றவன். அந்த ஆணையை நிறைவேற்றுவதற்காக நான் இறுதிவரை போராடுவேன். அதுவே எனது தீர்மானம். நான் சரணடைய மாட்டேன். ஜனாதிபதி மாளிகையை விட்டு வெளியேற மாட்டேன். நாட்டை விட்டுத் தப்பியோட மாட்டேன். நீங்கள் காட்டும் விசுவாசத்துக்கும் ஆதரவுக்கும் நன்றி கூறுகிறேன். ஆனால் உங்களுள் எவரும் அநாவசியமாகப் பலியாகக் கூடாது. உங்களுள் அநேகர் இளவயதினர். உங்களுக்கு மனைவி மக்கள் இருக்கிறார்கள். அவர்களையும் சிலியநாட்டு மக்களையும் காப்பதே உங்கள் கடன். இது இறுதிச் சமர் அல்ல. எதிர்காலத்தில் எத்தனையோ கட்டங்களில் உங்கள் சேவை நாட்டுக்குத் தேவைப்படும். இங்கிருக்கும் பெண்கள் உடனடியாக மாளிகையை விட்டு வெளியேற வேண்டும். இது வெறும் வேண்டுகோள் அல்ல, இது எனது கட்டளை. திட்டவட்டமான அலுவல்களில் ஈடுபடாதவர்கள், ஆயுதம் ஏந்தாதவர்கள், ஏந்தத் தெரியாதவர்கள் அனைவரும் உடனடியாக மாளிகையை விட்டு வெளியேற வேண்டும். உங்களுள் சிலர் இங்கு நடந்ததை உலகுக்கு அறிவிக்க வேண்டும்..."

1973 செப்டெம்பர் 11 காலை 9.30 மணியளவில் லா மொனிடா எனப்படும் சிலிய ஜனாதிபதி

மாளிகையில் வைத்து ஜனாதிபதி சல்வடோர் அலந்தே (*Salvador Allende*, 1908–1973) தனது பணியாளர்களையும், மருத்துவர்களையும், மெய்காவலர்களையும், பாதுகாப்புப் பிரிவினரையும் விளித்துக் கூறிய வார்த்தைகளே அவை. அப்பொழுது திருமதி அலந்தே மாளிகையில் இருக்கவில்லை (வீட்டில் இருந்தார்). நிறைமாதக் கர்ப்பிணியாக இருந்த மகள் பீட்றிஸ், அவருடைய சகோதரி, பெறாமகள் (எழுத்தாளர்) இசபெல் உட்பட அங்கிருந்த மாதர்கள் ஒருமனதாக மாளிகையை விட்டு வெளியேற மறுக்கிறார்கள்;.

'அப்பா, நாங்கள் போகமாட்டோம், அப்பா.' என்கிறாள் மகள் பீட்றிஸ்.

'உங்கள் அம்மாவை நீங்கள் பத்திரமாகப் பார்க்க வேண்டும் அல்லவா?' என்கிறார் தகப்பன்.

'அப்பா, நாங்கள் வெளியே போனால், அவர்கள் எங்களைப் பணயக் கைதிகளாகப் பிடித்து வைத்திருந்து உங்களுக்கு நெருக்குதல் கொடுப்பார்கள், அப்பா.'

'அப்படி என்றால் அந்தத் துரோகிகள்; உங்களைச் சுட்டுத்தள்ளட்டும். சுட்டுத்தள்ளி, கோழைகள் என்ற பட்டத்தையும் தட்டிக்கொள்ளட்டும்' என்று முழங்குகிறார் அலந்தே...

பெண்கள் ஒவ்வொருவராக வெளியேறுகிறார்கள். அலந்தே வாயில்வரை சென்று வழியனுப்பி வைக்கிறார்.

நண்பகல் வான்படை மாளிகைமீது குண்டு வீசுகிறது. மாலையில் எதிரிகள் மாளிகைக்குள் புகுந்து தாக்குகிறார்கள். தன்னைப் புடைசூழ்ந்தவர்கள் பலியாவதை விரும்பாத அலந்தே அவர்களைச் சரணடையும்படி பணிக்கிறார். மாலை 4.30 மணியளவில் அலந்தேயின் உயிரற்ற உடல் கண்டுபிடிக்கப்படுகிறது. எதிரியின் கையில் உயிருடன் பிடிபடக்கூடாது என்பதற்காக அலந்தே தன்னைத் தானே சுட்டுத் தற்கொலை செய்துகொள்கிறார். துப்பாக்கிக் குழலை வாய்க்குள் வைத்துச் சுட்டிருக்கிறார். உச்சந்தலை பிளந்திருக்கிறது. துப்பாக்கி இரு கால்களுக்கும் இடையில் கிடக்கிறது. அது ஓர் இயந்திரக் கைத்துப்பாக்கி. அதில் 'எனது உற்ற நண்பர் சல்வடோர் அலந்தே அவர்களுக்கு எனது அன்பளிப்பு – பிடல் காஸ்ட்றோ' என்று பொன் எழுத்துக்களில் பொறிக்கப்பட்டுள்ளது!

'... உங்களுள் சிலர் இங்கு நடந்ததை உலகத்துக்கு அறிவிக்க வேண்டும் ...' என்று அலந்தே பணித்தார் அல்லவா. அப்பொழுது உடனிருந்து குறிப்பெடுத்த அவருடைய மருத்துவர் ஒஸ்கார் சொட்டோ உலகத்துக்குத் தெரிவித்த விபரங்களே இவை

(Dr.Oscar Soto, The Last Day of Salvador Allende: A Chronicle of the Assault on La Moneda Palace, Santiago de Chile, Madrid,El Pais/ Aguilar, 1998).

என்றோ ஒரு நாள் அலந்தே ஆட்சி ஏற்பார் என்பதை மோப்பம் பிடித்து வைத்திருந்த சி.ஐ.ஏ. அதனைத் தடுப்பதற்காக 1963ம் ஆண்டிலிருந்தே அரும்பாடுபட்டு வந்துள்ளது. அந்த நல்ல நோக்கத்துக்காக 1964இல் 30 இலட்சம் அமெரிக்க டாலரையும், 1970 முதல் 1973 வரை 80 இலட்சம் டாலரையும், 1972இல் மாத்திரம் 30 இலட்சம் டாலரையும் அது செலவிட்டுள்ளது. அலந்தேயை எதிர்ப்பதையே பிழைப்பாகக் கொண்ட படையணிகள், கட்சிகள், கம்பனிகள், ஊடகங்கள், கும்பல்கள் ... அனைத்துக்கும் அந்தப் பணம் பகிர்ந்தளிக்கப்பட்டது. 1964இல் கிறிஸ்தவ ஜனநாயகக் கட்சிக்கு 26 இலட்சம் டாலர் வழங்கப்பட்டது. *El Mercurio* என்ற பத்திரிகைக்கு 1971இல் 7 இலட்சம் டாலரும், 1972இல் 9 இலட்சத்து 65,000 டாலரும் வழங்கப்பட்டது. 1971 முதல் 1973 வரை கிறிஸ்தவ ஜனநாயகக் கட்சி உட்பட அனைத்துக் கட்சிகளுக்கும் மொத்தமாக 40 இலட்சம் டாலர் கொடுக்கப்பட்டது. 1972 செப்டெம்பரில் ஒரு முதலாளிமார் சங்கத்துக்கு 24,000 டாலரும் அக்டோபரில் வேறொரு சங்கத்துக்கு 1 இலட்சம் டாலரும் வழங்கப்பட்டது. 1970இல் அமெரிக்க பல்தேசியக் கம்பனியாகிய *ITT* முன்னாள் ஜனாதிபதி அலெசாந்திரியின் *(Alessandri)* தேர்தல் பிரசாரத்துக்கு 3½ இலட்சம் டாலர் கொடுத்துதவியது. ஏனைய கம்பனி ஒவ்வொன்றும் அந்தக் கட்சிக்கு அதேயளவு பணம் கொடுத்துதவியது.

'ஒரு நாட்டு மக்களின் பொறுப்பற்ற போக்கினால் அந்த நாடு பொதுவுடைமை நாடாக மாறுவதை நாங்கள் ஏன் பார்த்துக்கொண்டு நிற்கவேண்டும்?' என்று ஹென்றி கிசிஞ்சர் *(Henry Kissinger)* வேறு வினா எழுப்பினார். கிசிஞ்சர் அமெரிக்க தேசிய பாதுகாப்பு மதியுரைஞர், அரசியல் கலாநிதி, மேற்குலகின் தலையாய சாணக்கியர், இந்தோ சீனாவிலும் இலத்தீன் அமெரிக்காவிலும் அமெரிக்க ஆட்சியாளர் புரிந்த போர்க் குற்றங்களுக்குத் தூபமிட்டவர், எனினும் சமாதானத்துக்கான நோபல் பரிசில் சரிபாதி பெற்றவர்! அத்தகைய கீர்த்திவாய்ந்த கிசிஞ்சர் சிலிய மக்களின் பொறுப்பற்ற போக்கினால் வெறுப்புற்றார் என்றால், அது நல்லதுக்கல்ல என்று அடித்துச் சொல்லலாம்!

எத்தனையோ முட்டுக்கட்டைகள் போடப்பட்டும்கூட 1970 செப்டெம்பர் 4ஆம் திகதி இடம்பெற்ற தேர்தலில் சிலிய சமூகவுடைமைக் கட்சியின் *(The Socialist Party of Chile)*

நிறுவனரும் தலைவருமாகிய அலந்தேயின் கை ஓங்குவதை எவராலும் தடுக்க முடியவில்லை. ஆனால் அவருக்கு அறுதிப் பெரும்பான்மை கிடைக்கவில்லை. சமூகவுடைமைவாதிகள், பொதுவுடைமைவாதிகள், புரட்சிகர இடதுசாரி இயக்கம் உள்ளடங்கிய அவருடைய கூட்டணிக்கு ஏறத்தாழ 37% வாக்குகளே கிடைத்தன. அவருக்கு 10,76,616 வாக்குகளும், தேசியக் கட்சியின் ஆதரவுடன் சுயேச்சையாகப் போட்டியிட்ட அலெசாந்திரி *(Alessandri)* என்பவருக்கு 10,36,278 வாக்குகளும், கிறிஸ்தவ ஜனநாயகக் கட்சியைச் சேர்ந்த தோமிக் *(Tomic)* என்பவருக்கு 8,24,849 வாக்குகளும் கிடைத்தன.

அப்பொழுது சிலியில் அமெரிக்க தூதராக இருந்த எட்வேட் கொறி *(Edward Korry)* வாசிங்டனுக்கு அனுப்பிய சேதி: 'சிலிய மக்கள் மிகவும் நாகரிமானவர்கள் ஆகிவிட்டார்கள். அலந்தே என்ற அநாகரிகமான ஆளை ஏற்றுப் போற்றும் அளவுக்கு அவர்கள் நாகரிகமானவர்கள் ஆகிவிட்டார்கள் . . .' என்று அவர் தெரிவித்திருக்கிறார் (1970–09–08). அவர் அனுப்பிய அடுத்த சேதியில் கவிதை சொட்டுகிறது: 'சிலி மீது புதைகுழி நெடி கவிகிறது. இங்கு மக்களாட்சி அழுகி மணக்கிறது . . .' (1970–09–11). தூதர் மூக்கைப் பொத்திக்கொண்டு தீட்டி அனுப்பிய கவிதையைக் கிசிஞ்சர் எட்டி நின்றுதான் வாசித்திருப்பார் போலும்!

அப்புறம் வெள்ளை மாளிகையில் நான்கு நீதிமான்கள் சந்திக்கிறார்கள்: ஜனாதிபதி நிக்சன், கிசிஞ்சர், சட்ட மா அதிபர் ஜோன் மிற்செல் *(John Mitchell)*, சி.ஐ.ஏ.பணிப்பாளர் றிச்சாட் ஹெல்ம்ஸ் *(Richard Helms)*. அந்தச் சந்திப்பில் சி.ஐ.ஏ.பணிப்பாளர் தன் கைப்பட எழுதிய குறிப்பில் இருக்கும் வார்த்தைகள் இவை: 'பத்திலொரு வாய்ப்பாக இருந்தாலும் பரவாயில்லை . . . சிலியைக் காப்பாற்ற வேண்டும் . . . செலவுக்கேற்ற வரவு கிடைக்கும் . . . கையோடு 1 கோடி டாலர் தரப்படும் . . . தேவைப்பட்டால் மேலும் தரப்படும் . . . சிலியின் பொருளாதாரத்தைச் சீரழிக்க வேண்டும் . . . 48 மணித்தியாலங்களுக்குள் செயலில் குதிக்க வேண்டும் . . .' (1970–09–15).

அடுத்த நாள் சி.ஐ.ஏ. பணிப்பாளர் தென் அமெரிக்காவுக்குரிய தனது ஒற்றர் சிட்டர்களை வரவழைத்து வெள்ளை மாளிகையில் எடுக்கப்பட்ட முடிபுகளைத் தெரிவிக்கிறார்: 'அலந்தே ஆட்சி ஏற்பதை ஜனாதிபதி ஏற்கப்போவதில்லை. அலந்தேயைத் தடுக்கும்படி அல்லது அகற்றும்படி அவர் எங்களிடம் சொல்லியிருக்கிறார். அதற்காக 1 கோடி டாலரை அவர் ஒதுக்கியிருக்கிறார். தேவைப்பட்டால் மேலும் பணம்

கிடைக்கும் என்று அவர் அறிவித்திருக்கிறார். நாங்கள் இந்தக் காரியத்தை எப்படி ஒப்பேற்றப் போகிறோம் என்பதைத் தனக்கு முன்கூட்டியே அறிவிக்கும்படி கிசிஞ்சர் என்னிடம் கேட்டிருக்கிறார். நான் அவரை நாளை மறுதினம் சந்தித்து எங்கள் திட்டத்தை முன்வைக்கப் போகிறேன் ...' *(1970–09–16).*

சி.ஐ.ஏ. தலைமை அலுவலகத்திலிருந்து சிலிய தலைநகர் சந்தியாகோவில் இருக்கும் அதன் கிளை அலுவலகத்துக்கு அனுப்பப்பட்ட சேதி: 'அலந்தே ஆட்சி ஏற்றால், அது சதி மூலம் கவிழ்க்கப்பட வேண்டும். இதில் நாங்கள் உறுதியாகவும் தொடர்ச்சியாகவும் ஈடுபட வேண்டும். ஆனவரை முயன்று இயன்றவரை நெருக்குதல் கொடுக்க வேண்டும். இரகசியமாகவும் பத்திரமாகவும் செயற்பட வேண்டும். அமெரிக்காதான் பின்னணியில் நின்று செயற்படுகிறது என்பது வெளியே தெரியக்கூடாது. உங்கள் பிரசார வேலைகள், நாச வேலைகள், கயிறு திரிப்புகள், ஆள் – தொடர்புகள் அனைத்தையும் மீள்நோக்கி காரியத்தை ஒப்பேற்ற வேண்டும் ... *(1970–10–16).*

சி.ஐ.ஏ. தலைமை அலுவலகத்திலிருந்து அந்தக் கிளை அலுவலகத்துக்கு அனுப்பப்பட்ட இன்னொரு சேதி: 'துவக்குகளும் குண்டுகளும் வழமையான வழியில் வந்துசேரும். சரக்கு அக்டோபர் 19ஆம் திகதி காலை வாசிங்டனைவிட்டு வெளியேறும். 20ஆம் திகதி மாலை அல்லது 21ஆம் திகதி காலை சந்தியாகோவை வந்தடையும் ...' *(1970–10–11).*

சிலியப் பொருளாதாரத்தைத் தமது பிடிக்குள் வைத்திருந்த அமெரிக்க பல்தேசியக் கம்பனிகளாகிய *ITT, Anaconda, Kennecott* போன்றவை அனைத்தும் அலந்தேக்கு எதிராக அணிதிரண்டன. அவர் ஆட்சி ஏற்பதை விரும்பாத தரப்புகளுக்கு அவை பணத்தை வாரி இறைத்தன. அமெரிக்க ஆட்சியாளர் தமக்குக் கைகொடுப்பர் என்ற துணிச்சல் அவற்றுக்கு ஏற்பட்டதில் வியப்பில்லை. அமெரிக்கா சிலிமீது படையெடுக்க வேண்டும் என்று ஜிமிவிணி (என்ற அமெரிக்க) வார இதழ் அப்பட்டமாகக் கோரிக்கை விடுத்தது! அலந்தே ஆட்சி ஏற்பதைச் சட்டப்படி தடுக்க முடியாது என்று அவருடைய உள்ளூர் அரசியல் எதிரிகளுக்கு நன்கு தெரியும். அவர்களுக்கு ஒரேயொரு மாற்றுவழிதான் தென்பட்டது. அதுதான் படையாட்சி!

அப்பொழுது சேனாதிபதியாக விளங்கிய றெனே சினைடர் *(Rene Shneider)* சிலிய மக்களாட்சி மரபை ஏற்றுப் போற்றியவர். படையாட்சியை வேண்டியோரின் செவிப்பறை தகரும் வண்ணம் அவர் ஓர் அறிக்கையை விடுத்தார்: 'ஆயுதப் படையினரால் மாற்றங்களைத் தடுக்க முடியாது. சிலிய மக்களுள் ஒரு முக்கியமான

பிரிவினர் தாம் ஈட்டிய வெற்றியைப் பிறர் கவர்ந்துசெல்ல அனுமதிக்கப் போவதில்லை. தாம் ஈட்டிய வெற்றி தமது வாழ்க்கையை மாற்றியமைக்கும் என்று அவர்கள் நம்புகிறார்கள். அரசியலமைப்பையும் சட்டத்தையும் கட்டிக்காப்பதாக அலந்தே எமக்கு உறுதியளித்துள்ளார். அதை அவர் என்னிடம் நேரில் தெரிவித்துள்ளார். நான் அதனை ஏற்றுக்கொண்டுள்ளேன். இன்றைய சூழ்நிலையில் அலந்தே அமைக்கும் ஓர் அரசினாலேயே ஒரு வன்முறைக் கிளர்ச்சி மூள்வதைத் தடுக்க முடியும்...'

சிலிய ஆட்சிப் பேரவை கூடி அலந்தேயை முறைப்படி ஜனாதிபதியாக உறுதிப்படுத்துவதற்குச் சற்று முன்னதாக சேனாதிபதி சினைடர் துப்பாக்கித் தாக்குதலுக்கு உள்ளானார். அவருடைய வாகனம் பல வாகனங்களால் முட்டிமோதப்பட்டது. அவரைக் கடத்துவதற்கு எடுக்கப்பட்ட முயற்சி தோல்வியடையவே அந்த வாகனங்களிலிருந்து இருவர் இறங்கினார்கள். ஒருவன் ஒரு சம்மட்டியினால் சேனாதிபதியின் கார்க் கண்ணாடிகளைத் தகர்த்தான். மற்றவன் சேனாதிபதியை மூன்று தடவைகள் சுட்டான். சேனாதிபதியின் உயிர் வைத்தியசாலையில் பிரிந்தது (1970–10–26). தாக்குதலுக்குப் பயன்படுத்தப்பட்ட துவக்குகளுள் மூன்று சி.ஐ.ஏ.யினால் கொடுத்துதவப்பட்டவை!

சிலிய ஆட்சிப் பேரவை கூடியபொழுது கிறிஸ்தவ ஜனநாயகக் கட்சி அலந்தேயை ஆதரித்து வாக்களித்தது – அலெசாந்திரி 35 வாக்குகளைப் பெற, அலந்தே 153 வாக்குகளைப் பெற்று ஜனாதிபதி ஆனார் (1970–10–24). உலக வரலாற்றில் மக்களாட்சி முறைப்படி ஒரு நாட்டின் ஆட்சித் தலைவராக வந்த முதலாவது மார்க்சியவாதி அலந்தே அவர்களே (கேரள முதல்வர் நம்பூதிரிபாத் மாநில ஆட்சித் தலைவர்). அன்று கேரளாவிலும் மேற்கு வங்காளத்திலும், இன்று கிழக்கு ஐரோப்பாவிலும் பொதுவுடைமைக் கட்சிகள் பொதுத் தேர்தல் மூலம் ஆட்சி ஏற்பதையும் இழப்பதையும் காண்கிறோம். 1970இல் அலந்தே ஆட்சி ஏற்றதும் அவ்வாறே. ஜனாதிபதி காஸ்ட்றோ நேரில் சென்று அலந்தேயைச் சந்தித்து, 'பொதுவுடைமைவாதிகள் மக்களாட்சி முறைப்படி ஆட்சிக்கு வரமுடியும்' என்பதை ஒப்புக்கொண்டார். (பெரிய பிரித்தானியா, ஐக்கிய அமெரிக்கா, ஒல்லாந்து தேசங்களில் சமூகவுடைமைப் புரட்சி அமைதியான முறையில் இடம்பெறக்கூடும் என்று மார்க்ஸ் குறிப்பிட்டமையும், எங்கெல்ஸ் அந்தப் பட்டியலில் ஜேர்மனியைச் சேர்த்தமையும் கவனிக்கத்தக்கது).

அலந்தே பாமரமக்களின் பரந்துபட்ட ஆதரவுடன் தனது சீர்திருத்தங்களை மேற்கொண்டார். வறிய மக்களுக்கு நிலம்

பகிர்ந்தளிக்கப்பட்டது. பெரிய ஆதனங்கள் துண்டாடப்பட்டு பாமர மக்களுக்கு வழங்கப்பட்டன. செப்பு, நிலக்கரி, உருக்குத் தொழில்துறைகள், வங்கிகள் தேசியமயமாக்கப்பட்டன. கூலிகள் உயர்த்தப்பட்டன. விலைகள் நிலைநிறுத்தப்பட்டன. சலுகை விலையில் பால் விநியோகிக்கப்பட்டது. சிறுவர்களுக்கு இலவசக் கல்வி, மருத்துவ வசதிகள் அளிக்கப்பட்டன. கியூபா, சீனா, வட கொறியா, அல்பேனியா, வியட்நாம் முதலிய நாடுகளுடன் உறவு பூணப்பட்டது... இவைதான் அலந்தே புரிந்த குற்றங்கள்! அமெரிக்க ஆட்சியாளரைப் பொறுத்தவரை அவை மாபெரும் குற்றங்கள்!

ஒரு நாட்டின் ஜனாதிபதியைச் சாகடிப்பதன் மூலம் அந்த நாட்டின் வரலாற்றை நிரந்தரமாகத் திசைதிருப்பிவிட முடியாது என்று அலந்தே குறிப்பிட்டிருக்கிறார். ஜனாதிபதி ஆவதற்கு 6 ஆண்டுகளுக்கு முன்னரே அவர் அப்படிக் குறிப்பிட்டிருக்கிறார். ஜனாதிபதி பதவியால் தனக்கு உயிராபத்து நேரும் என்பதை அவர் உணர்ந்திருக்கிறார், உணர்த்தியிருக்கிறார். காஸ்ட்றோகூட அதனை உணர்ந்திருக்கிறார். இயந்திரத் துப்பாக்கியை அன்பளிப்புச்செய்து அதனை உணர்த்தியிருக்கிறார். சோவியத் யூனியனும் அதனை உணர்ந்திருக்கிறது. அமெரிக்க ஆட்சியாளருடன் பிரச்சினைகளைப் பேசித் தீர்க்கும்படி அது அலந்தேயிடம் கேட்டுக்கொண்டது. அலந்தேயின் தேசியமயமாக்கல் கொள்கையினால் அமெரிக்க பல்தேசியக் கம்பனிகள் மேற்கொண்டு கொள்ளையிலாபம் ஈட்ட முடியவில்லை. அதனால் அவையும் அமெரிக்க அரசும் சிலிமீது சீற்றம் கொண்டன. ஏதோ பேச்சுவார்த்தை நடந்தது உண்மை. சிலியும் அமெரிக்காவும் தமது பிரச்சினையைப் பேசித்தீர்க்க முடியவில்லை. ஆடும் ஓநாயும் தமது பிரச்சனையைப் பேசித்தீர்க்க முடியுமா?

அப்புறம் சிலிக்கு வெளிநாட்டு உதவி கிடைப்பதை அமெரிக்க அரசு தடுத்தது. உலக வங்கி, சர்வதேச நாணய நிதியம் போன்றவை சிலிக்கு கடன் வழங்குவதை அது தடுத்து நிறுத்தியது. 'ஓர் ஆணி தன்னிலும் சிலிக்குள் செல்லக்கூடாது என்றும் சிலியை ஏழ்மையில் உழலச் செய்ய வேண்டும்' என்றும் அமெரிக்க தூதர் நெஞ்சுருகிக் கேட்டுக்கொண்டார். இயந்திர உபகரணங்களும் உதிரிப் பாகங்களும் கிடைக்காதபடியால் சிலியின் சுரங்கங்களும் தொழிற்சாலைகளும் கட்டுமானங்களும் முடங்கிப் போய்விட்டன. பொருட்களுக்குத் தட்டுப்பாடு ஏற்பட்டது. விலைவாசி உயர்ந்தது. நாட்டில் நெருக்கடி ஏற்பட்டது. மேற்குடியினரின் உடைமைகளாய் விளங்கிய ஊடகங்கள் நெருக்கடியைப் பெரிதுபடுத்தி மேலும் மோசமாக்கின. நிலைமையைக் கட்டுப்படுத்தும் வழிவகைகளை ஆராய்வதற்காக அலந்தே தமது கூட்டணியைக் கூட்டினார்.

அவருடைய சமூகவுடைமைக் கட்சியும் சிலிய பொதுவுடைமைக் கட்சியும் புரட்சிகர இடதுசாரி இயக்கமும் பங்குபற்றிய அந்தக் கூட்டத்தில் முதலிரு கட்சிகளும் கிறிஸ்தவ ஜனநாயகக் கட்சியின் ஆதரவை வென்றெடுக்கு முகமாக மிதவாதப் போக்கை ஆதரித்தன. மூன்றாவது கட்சி வன்முறைப் புரட்சிக்குத் தாவும் நோக்குடன் தீவிரவாதப் போக்கை வேண்டி நின்றது. ஈற்றில் அவ்விரு போக்குகளையும் ஒருசேரக் கடைப்பிடிக்கலாம் என்று அலந்தே முன்வைத்த யோசனை ஏற்றுக்கொள்ளப்பட்டது. (1972 யூன்).

அரசு கிறிஸ்தவ ஜனநாயகக் கட்சியின் ஆதரவை வென்றெடுக்கப் பாடுபட்ட அதேவேளை அதன் அடிமட்ட ஆதரவாளர்கள் காணிகளையும் தொழிற்சாலைகளையும் கைப்பற்றினார்கள். நாடு இரு துருவங்களாகப் பிளவுண்டது. சுமையூர்திச் சாரதிகளும், சில்லறை வியாபாரிகளும், துறைஞர்களும் வேலைநிறுத்தத்தில் குதித்தார்கள். அது அரசுக்கு எதிரான முதலாளிகளின் வேலைநிறுத்தம் என்று வர்ணிக்கப்பட்டது. அரசு அதன் தொழிற் சங்கங்கள், அயல் குழுமங்கள் *(Neighbourhood Groups)* மூலம் உணவு விநியோகத்தை மேற்கொண்டது. எனினும் உணவுத் தட்டுப்பாடு ஏற்படுவதைத் தவிர்க்க முடியவில்லை. அதனால் அரசு நடுக் குடியினரின் ஆதரவை இழக்க நேர்ந்தது.

எனினும் 1973இல் ஆட்சிப் பேரவைக்கான தேர்தலில் அலந்தேயின் கூட்டணிக்கு 44% வாக்குகள் கிடைத்தன. அரசுக்கு கீழ்க்குடியினரின் ஆதரவு பெருகியதையே இது உணர்த்துகிறது. தேர்தல் மூலம் அரசைக் கவிழ்க்க முடியாது என்பது அதன் எதிரிகளுக்கு உறுதியாகத் தெரிந்தது. ஆகவே அவர்கள் தொடர்ந்து வேலைநிறுத்தத்தை மேற்கொண்டார்கள். உணவுத் தட்டுப்பாட்டினாலும் விலையேற்றத்தினாலும் பாதிக்கப்பட்ட காரணத்தினாலோ என்னவோ ஆங்காங்கே தொழிலாளிகள்கூட அரசுக்கு எதிராக வேலைநிறுத்தம் செய்தார்கள். அவர்களுள் செப்புச் சுரங்கத் தொழிலாளிகள் முக்கியமானவர்கள். வலதுசாரிகள் அதனை ஒரு வாய்ப்பாகப் பயன்படுத்தி அரசைக் கவிழ்க்கச் சதி செய்தார்கள். ஆனால் அரசுக்கு விசுவாசமான சேனாதிபதி பிறாற்ஸ் *(Prats)* அந்தச் சதியை முறியடித்தார் (1973–06–19).

எனினும் வலதுசாரிகள் தமது சதிமுயற்சியைக் கைவிடவில்லை. அவர்களுடைய ஆதரவுடன் யூலை 29ஆம் திகதி சுமையூர்திச் சாரதிகள் இரண்டாவது தடவையாக வேலைநிறுத்தத்தில் குதித்தார்கள். அவர்கள் சுமையூர்திகளையும், பேருந்துகளையும், புகையிரதங்களையும், எரிபொருள் நிலையங்களையும், எண்ணெய்க் குழாய்களையும் நாசம் செய்தார்கள். இதற்கிடையே

ஜனாதிபதி, படைத் தலைமையில் செய்த மாற்றங்களால் அதிருப்தியடைந்த சேனாதிபதி பிறாற்ஸ் பதவிதுறந்தார். அலந்தே துணைச் சேனாதிபதி பினோசேயை *(Pinochet)* சேனாதிபதியாக நியமித்தார். மூன்று மாதங்களுக்கு முன்னர் படையினரில் ஒரு பிரிவினர் அரசைக் கவிழ்க்கச் செய்த சதியை முறியடிப்பதற்கு உதவிய தருணத்தில் அரசின் பலவீனத்தையும் படையின் பலத்தையும் நன்கு புரிந்துகொண்டவர் பினோசே. அலந்தேயும் பினோசேயும் ஒரே ஊரைச் சேர்ந்தவர்கள் *(Valpariso)*. ஆதலால் பினோசே அரசுக்கு விசுவாசமாகச் செயற்படுவார் என்று அலந்தே திடமாக நம்பினார். ஆனால் வால்பறைசோவில்தான் சதி மூண்டது. பினோசேதான் சதிபதி!

சதிக்கு உடந்தையாய் இருந்த தரப்புகளின் பட்டியல் மிகவும் நீளமானது: அமெரிக்கா, கிறிஸ்தவ ஜனநாயகக் கட்சி, பாசிசவாதிகள், நிலக் கிழார், தொழிலதிபர்கள், ஊடக உடைமையாளர்கள், லொறிச் சாரதிகள், தொழில்துறையாளர்கள், சில்லறை வியாபாரிகள் . . . இத்தனை தரப்புகளும் அலந்தேயின் ஆட்சியில் முற்றுமுழுதான சுதந்திரத்தை அனுபவித்தவர்கள். உணவுத் தட்டுப்பாட்டினாலும் விலையேற்றத்தினாலும் பெரிதும் தாக்குண்ட நடுக்குடியினரும் அரசுக்கு எதிராக அணிதிரளவே செய்தார்கள். உண்மையில் இவர்களின் மொத்த எண்ணிக்கையைவிட அரசை ஆதரித்த கீழ்க்குடியினரின் எண்ணிக்கை மிகவும் அதிகம். அலந்தேயின் மக்களாட்சிக்கு ஆட்பலம் கிடைத்த அளவுக்குப் படைபலமோ பொருள்வளமோ கிடைக்கவில்லை. படைபலமும் பொருள்வளமும் ஒன்றுசேர்ந்தே ஆட்பலத்தை (மக்களாட்சியை) முறியடித்தன. பினோசேயின் தலைமையில் முப்படை அதிபதிகளும் காவல்துறைப் பணிப்பாளரும் ஒப்பமிட்டு விடுத்த அறிக்கையில் அலந்தே பதவிதுறக்க வேண்டும் என்று குறிப்பிடப்பட்டிருந்தது. அலந்தே தனது குடும்பத்துடன் நாட்டைவிட்டுப் புறப்படுவதற்குத் தனி விமானம் ஒன்றைத் தயாராக வைத்திருப்பதாக அந்தச் சதிகாரர்கள் திரும்பத் திரும்ப அவருக்குச் சேதி அனுப்பிக் கொண்டிருந்தார்கள்.

சதிகாரர்கள் நால்வரும் வெவ்வேறு இடங்களில் இருந்துகொண்டு ஒரே சமயத்தில் தங்களிடையே வானொலி மூலம் தொடர்புகொண்டார்கள். அவர்களுடைய உரையாடல் ஒற்றுக்கேட்கப்பட்டது. சதிபதி பினோசேயுக்கும் துணைக் கடற்படை அதிபதி கர்வஜாலுக்கும் இடையே இடம்பெற்ற உரையாடல் ஸ்பானிய மொழியிலிருந்து ஆங்கிலத்துக்குப் பெயர்க்கப்பட்டுள்ளது. அந்த உரையாடலின் தமிழாக்கம் பின்வருமாறு:

பினோசே: அதி உத்தமர் கவச வாகனத்தில் புறப்பட்டிருக்க வேண்டும் என்று நினைக்கிறேன் ('அதி உத்தமர்' – பினோசேவின் வஞ்சப் புகழ்ச்சி!)

கர்வஜால்: இல்லை. அவன் கவச வாகனத்தில் தப்பி ஓடவில்லை. நான் அவனுடன் தொலைபேசியில் கதைத்தேன். கவச வாகனங்கள் ஏற்கெனவே புறப்பட்டுவிட்டன.

பினோசே: சரி, சரி. அப்படி என்றால் நாங்கள் அவனை வெளியே போக விடக்கூடாது. வெளியே போனால் கைதுசெய்ய வேண்டும்.

கர்வஜால்: நான் (ஜனாதிபதியின்) கடற்படைத் துணைவனுடனும் தொடர்புகொண்டேன். அலந்தே லா மொனிடாவில் (ஜனாதிபதி மாளிகையில்) இருப்பதை அவன் உறுதிப்படுத்தி இருக்கிறான்.

பினோசே: அப்படி என்றால் நாங்கள் இவனை ஒரு கைபார்க்கத் தயாராக இருக்க வேண்டும். அதற்கு ஒருத்தன் தயாராக இருக்க வேண்டும். அந்த நாயைக் கொல்வதுதான் புத்தி (நாய் எசமானைக் கொல்ல வேண்டும் என்று சொல்லுகிறது!).

கர்வஜால்: சரி. கடற்படைத் துணைவனும் படைத்துறைக் காவலர்களும் (லா மொனிடாவை விட்டு) வெளியேறுவதற்காகத்தான் நாங்கள் காத்துக் கொண்டிருக்கிறோம்.

பினோசே: நாங்கள் 11 மணிக்கு லா மொனிடாவைத் தாக்க வேண்டும். இந்தக் கிறுக்கன் கிறுங்கமாட்டான் *(This cock won't surrender).*

கர்வஜால்: தாக்குதல் ஏற்கெனவே தொடங்கிவிட்டது. நம்மவர்கள் சுற்றிவர நிலைகொண்டு தீவிரமாகத் தாக்குகிறார்கள். சீக்கிரம் பிடித்துவிடுவார்கள்.

பினோசே: சரி. விமானம் உடனடியாகப் புறப்படும்.

கர்வஜால்: அவன் விமானத்தில் ஏறிப் புறப்பட மறுத்துவிட்டான்.

பினோசே: மறுத்துவிட்டானா?

கர்வஜால்: பிரச்சினையைப் பேசித் தீர்க்கலாம் என்கிறான்.

பினோசே: நிபந்தனையின்றிச் சரணடைய வேண்டும். பேச்சுவார்த்தை என்ற பேச்சுக்கே இடமில்லை.

கர்வஜால்: சரி. அதுதான் நல்லது. நிபந்தனையின்றிச் சரணடைய வேண்டும். அவனைக் கைதுசெய்ய வேண்டும்.

அவனுடைய உயிரைத் தவிர வேறு எதையும் திருப்பிக் கொடுக்கக் கூடாது. அப்படித்தானே?

பினோசே: உயிர் ... உடம்பு ... அவனை உடனடியாக வேறொரு நாட்டிடம் ஒப்படைக்க வேண்டும்.

கர்வஜால்: சரி. புரிகிறது. அவனை நாடு கடத்துவது ... அப்படித்தானே?

பினோசே: நாடு கடத்துவது என்றுதான் சொல்லுவது. ஆனால் அவனைக் கொண்டு பறக்கும் விமானம் விழுந்து நொருங்கப் போகிறது.

கர்வஜால்: சரி. அப்போ அவன் ..., அவன் ..., அவன் ... (சிரிப்பு).

பினோசே: ?

கர்வஜால்: கஸ்தாவோ (லெய்), ஒகஸ்தோ (பினோசே), நான் கதைப்பது உங்களுக்கு சரிவரக் கேட்கிறதா? பற்றிசியோ (கர்வஜால்) ஆகிய நான் இத்தால் அறியத்தருவது என்னவென்றால், லா மொனிடாவுக்குள் புகுந்த எங்கள் காலாட்படைக் கல்லூரிச் சிப்பாய்கள் தனிப்பட்ட முறையில் என்னிடம் வந்து சேதி தெரிவித்திருக்கிறார்கள் ... அலந்தே தற்கொலை செய்துவிட்டான், அவன் செத்துப்போனான் ... எங்கள் செய்தித் தொடர்பில் குறுக்கீடுகள் ஏற்படலாம். நான் நேரில் போய்ப் பார்த்துவிட்டு ஆங்கிலத்தில் சேதி தெரிவிக்கிறேன். உங்களுக்கு விளங்குகிறதா?

பினோசே: விளங்கிக்கொண்டேன்.

லெய்: சரிவர விளங்கிக்கொண்டேன்.

கர்வஜால்: குடும்பத்தவர்களின் விமானப் பயணம் ... அதற்கு அவசரமில்லை ... குடும்பத்தை அவசரப்பட்டு வெளியேற்றத் தேவையில்லை என்று நினைக்கிறேன் ...

பினோசே: இப்போதைக்கு அவனை (அலந்தேயின் உடலை) எங்கேயாவது ஒரு கொட்டிலில் கொண்டுபோய் வீசிவிட்டு, அப்புறமாக அவனையும் குடும்பத்தையும் விமானத்தில் ஏற்றி அனுப்ப வேண்டியதுதான் ... அவர்கள் அவனை வேறொரு நாட்டில் ... கியூபாவில் கொண்டுபோய் அடக்கம் செய்யட்டும் ... நாங்கள் அவனை அடக்கம் செய்வதில் பிரச்சினை வரும். இந்தக் கிறுக்கன் சாகும்வரை எங்களுக்குப் பிரச்சனை தந்திருக்கிறான் ...

மேற்படி சதியாடலின் இறுதியில் பினோசே எரிச்சலடைவதும் சினப்பதும் தெரிகிறது. அலந்தே சரணடைய மறுத்ததுதான் அதற்கான காரணம். மக்களின் ஆணையைப் பெற்ற ஜனாதிபதி

சரணடைந்தால் (பதவிதுறந்தால்) வரலாறு சதியை ஏற்கக்கூடும், பினேசேயை மன்னிக்கக்கூடும். அலந்தே சரணடைய மறுத்தபடியால் (உயிர்துறந்தபடியால்) வரலாறு சதியை ஏற்காது போகக்கூடும், பினோசேமீது குற்றம் சுமத்தக்கூடும். அந்த வகையில் பினோசே எரிந்து விழுந்ததில் அர்த்தம் இருக்கிறது. அண்மையில் பிரித்தானியாவிலும் சிலியிலும் பினோசே கைதுசெய்யப்பட்டு விசாரிக்கப்பட்டமை, வரலாறு அவரையோ சதியையோ மன்னிக்கவில்லை என்பதையே புலப்படுத்துகிறது. பினோசே சொன்னது போல அலந்தே சாகும்வரை பிரச்சினை கொடுத்திருக்கிறார். அதாவது பினோசே சாகும்வரை அலந்தே பிரச்சினை கொடுத்திருக்கிறார். நான் சாகப் போகிறேன் என்று சொல்லித்தான் பினோசே விடுதலை பெற்றிருக்கிறார்!

அலந்தே இறப்பதற்கு ஒருசில மாதங்கள் முன்னதாக சுவீடன் போக்குவரத்து அமைச்சருடன் உரையாடியபொழுது குறிப்பிட்டிருக்கிறார்: 'சிலிய மக்களாட்சியின் எதிரிகள், அவர்கள் அமெரிக்கரோ அல்லது வேறு தரப்பினரோ யாராயினும், என்னைக் கவிழ்த்தால் இந்த நாட்டின் விருத்தி தற்காலிகமாகவே தடைப்படும். சிலிய இளைஞர்கள் நாடு சீரழிக்கப்படுவதை ஒருபொழுதும் அனுமதிக்கப் போவதில்லை. நீங்கள் ஒரு ஜனாதிபதியைத் தீர்த்துக்கட்டலாம். ஆனால் அவர் ஒரு தனி ஆள். நீங்கள் சுதந்திர சிலியைத் தீர்த்துக்கட்ட வேண்டுமாயின், இளைஞர்கள் அனைவரையும் தீர்த்துக்கட்ட நேரும்' (1972). பினேசேயின் ஆட்சியில் 3,000 பேர் கொல்லப்பட்டார்கள்.

சிலிய தேசியக் கவிஞர் பப்லோ நெருடாவுக்கு (Pablo Neruda) இலக்கியத்துக்கான நோபல் பரிசு கிடைத்தபொழுது அலந்தே அவரைப் பாராட்டி எழுதிய கடிதத்தில் திரும்பத் திரும்ப மனித நேயத்தைப் பற்றிக் குறிப்பிட்டுள்ளார் (1970). மனித நேயம் மிகுந்த அமரர் அலந்தே மக்கள் அளித்த ஆணையை கடைசிவரை உதறித்தள்ளவில்லை. அதனை அவர் தனது உயிருடன் பிணைத்துக்கொண்டு போயிருக்கிறார். உலக அரசியல் வரலாற்றில் அலந்தே வகிக்கும் பங்கு எத்துணை முக்கியம் என்ற வினாவுக்கு விடையளிக்கத் தலைப்படுவோர் எவரும் அவர் மக்களின் ஆணையைப் பெற்றவர் என்ற உண்மையை உணர்த்தக் கடமைப்பட்டவர்கள்.

பி.கு: இந்தக் கட்டுரையை எழுதி முடித்த பின்னர் எம்முடன் பணியாற்றும் ஓர் இஸ்பானிய மொழிபெயர்ப்பாளருடன் இதன் உள்ளடக்கம் குறித்து உரையாடியபொழுது, தமது மொழியில் "அயந்தே" என்பதே சரியான உச்சரிப்பு என்று அவர் தெரிவித்தார்.

டெங் சியாவோ பிங்

(1904 - 1997)

'**பூனை** எலியைப் பிடிக்கிறதா அல்லவா என்பதே முக்கியம், பூனை கறுப்பா வெள்ளையா என்பது முக்கியமல்ல' என்னும் தத்துவத்தை உதிர்த்தவர்: சீனப் பெருந் தலைவர் டெங் சியாவோபிங். இது 'ஆர் குத்தியாயினும் அரிசி ஆகட்டும்' என்ற பழமொழி மூலம் ஏற்கெனவே தமிழுலகம் அறிந்த தத்துவமே!

புட்டி: டெங் சியாவோபிங் 1904 ஆகஸ்ட் 22ஆம் திகதி சீன தேசத்தில், சிச்சுவான் மாகாணத்தில், பைவன்சுன் கிராமத்தில் பிறந்தார். 'டெங் சியாவோபிங்' என்பது சீன மொழியில் சின்னப் புட்டி என்று பொருள்படும். 1976இல் தலைவர் மாஓ மறைந்த பிற்பாடு டெங் தலைமை ஏற்பதை விரும்பியவர்கள் சின்னஞ் சிறு புட்டிகளை மரங்களில் கட்டித் தொங்கவிட்டுத் தமது விருப்பத்தை வெளிப்படுத்தியதுண்டு. அதே வேளை 1989இல் தியனன்மன் சதுக்கத்தில் (சொர்க்க வாயிலில்) மாணவர்கள் கொல்லப்பட்டபொழுது கொதிப்படைந்தவர்கள் சின்னஞ் சிறு புட்டிகளைச் சிதறடித்துத் தமது கொதிப்பைப் புலப்படுத்தியதுமுண்டு!

குள்ளம்: மாஓ சராசரிச் சீனரைவிட உயரங் கூடியவர். டெங் உயரங் குறைந்தவர் (4'– 10'). 1957இல் மாஸ்கோவில் வைத்துப் பிரதமர் குருசேவ் இந்தக் குள்ளரை எள்ளி நகையாடியபொழுது மாஓ குறுக்கிட்டு, இந்தக் குள்ளப் பயலைக் குறைத்து

மதிப்பிடக் கூடாது ... சியாங்கை சேக்கின் 10 இலட்சம் படையினரை முறியடித்த பயல் ... முன்னுக்கு வரக்கூடிய பயல் ... என்று எச்சரித்தார். டெங்கின் மண்டையைக் குறைத்து மதிப்பிட்டவர்களுள் மாஓவின் கடைசி மனைவி சியாங் சிங் அம்மையார் முக்கியமானவர். தொப்பிக்கே பொருந்தாத சொத்தித் தலையர் என்று டெங்கைப் பழித்தவர் அம்மையார்!

கல்வி: மாஓவைப் போலவே டெங்கும் வசதி படைத்த பௌத்தக் குடும்பத்தில் உதித்தவர். ஆதலால் கல்வி பயிலும் வசதி படைத்தவர். 1920இல் படித்துக்கொண்டு வேலைசெய்யும் திட்டத்துடன் அவர் பிரான்சுக்குப் புறப்பட்டார். பாரிசு மாநகரத்து கிறெய்சோ *(Creuso)* எஃகு – உருக்குத் தொழிற்சாலையிலும், றெனோல் *(Renault)* வாகனத் தொழிற்சாலையிலும் அவர் வேலை செய்தார். அவரை விட அவருடைய கரி கோலியின் உயரம் அதிகம் என்று அவருடன் வேலை செய்தவர்கள் கேலி செய்ததுண்டு. 1925இல் பாரிசில் வைத்தே சூ என்லாயும் டெங்கும் முதன்முதல் சந்தித்துக் கொண்டார்கள். சூவும் பாரிசில் படித்துக்கொண்டும் வேலை செய்துகொண்டும் இருந்தார். சூவின் மாடிக் கூடத்தில் டெங் சிறிது காலம் தங்கியிருந்தார். பொதுவுடைமையாளராகிய சூவின் உறவினால் டெங்கும் பொதுவுடைமையாளரானார். 1926இல் டெங் பாரிசை விட்டு மாஸ்கோ சென்று, அங்கு சிறிது காலம் பயின்று, 1927இல் சீனா திரும்பினார்.

பழக்கம்: மாஓவைப் போலவே டெங்கும் ஒரு நீச்சல் மன்னர், ஒரு புகைத்தல் பிரியர். மாஓ இடைவிட்டுப் புகைப்பவர், டெங் இடைவிடாது புகைப்பவர் – முதல் வெண்சுருட்டில் அடுத்த வெண்சுருட்டை மூட்டிப் புகைப்பவர். அத்துடன் *(Bridge)* சீட்டாட்டம் என்றால் சீமானுக்கு ஒரே கொண்டாட்டம். ஒரு தடவை டெங் தலைநகர் பீஜிங்கிலிருந்து 1,200 மைல் தூரத்தில் இருந்த வேளை, அங்கு தகுந்த சீட்டாடிகள் இல்லாதபடியால், தலைநகரிலிருந்து தனி விமானத்தில் தனது வாடிக்கையான கூட்டாளிகளை வரவழைத்துச் சீட்டாடியதுண்டு!

பதவி: 1934ஆம், 35ஆம் ஆண்டுகளில் மேற்கொள்ளப்பட்ட நீண்ட பயணம் உட்பட மாஓவின் தலைமையில் நடந்தேறிய போராட்டங்கள் அனைத்திலும் மாஓவே மெச்சும் வண்ணம் டெங் அரும் பெருஞ் சாதனைகளை நிகழ்த்தினார். 1950இல் மாஓ இந்தக் குள்ள மாமறவனைத் தென்மேற்குச் சீனாவில் தமது பதிலாட்சியாளராய் அமர்த்தினார். 1952இல் மாஓ மறுபடியும் டெங்கைத் தலைநகருக்கு வரவழைத்து, துணைப் பிரதமராக்கி, பொருளாதார – நிருவாகப் பணிகளில் ஈடுபடுத்தினார். அதன்

பெறுபேறாக ஏற்கெனவே பொருளாதாரப் பணிகளைக் கவனித்து வந்த ஜனாதிபதி லியு சாசியுடனும், நிருவாக அலுவல்களைக் கவனித்து வந்த பிரதமர் சூ என்லாயுடனும் இணைந்து செயற்படும் வாய்ப்பு டெங்கிற்குக் கிட்டியது. 1954இல் மாஓ தம் உள்ளங் கவர்ந்த குள்ளரைச் சீனப் பொதுவுடைமைக் கட்சியின் செயலாளர் பதவிக்கு உயர்த்தினார்.

கொள்கை: 1965இல் ஜனாதிபதி லியு பல்வேறு பொருளாதார ஊக்குவிப்புத் திட்டங்களை முன்வைத்தார். அவை முதலாளித்துவத்துக்கு இட்டுச்செல்லும் என்று நினைத்து வெகுண்டெழுந்த மாஓ, லியுவை ஒரு முதலாளித்துவவாதி என்று சாடினார். முதலாளித்துவப் போக்கு புலப்படுவது அப்படி ஒன்றும் பயங்கரமான சங்கதி அல்ல என்று லியு பதிலடி கொடுத்தார். போதாக்குறைக்கு லியுவை ஆதரித்த டெங், பூனை எலியைப் பிடிக்கிறதா அல்லவா என்பதே முக்கியம், பூனை கறுப்பா வெள்ளையா என்பது முக்கியமல்ல (கொள்கையால் பயன் விளைகிறதா அல்லவா என்பதே முக்கியம், அது தனியுடைமைக் கொள்கையா பொதுவுடைமைக் கொள்கையா என்பது முக்கியமல்ல) என்று தர்க்கித்தார். அதாவது மாஓ வளர்த்த பூனை அவருக்குக் குறுக்கே ஓடித் துர்க்குறி காட்டிவிட்டது!

புறவாழ்வு: தகர்த்தெறியுங்கள் தலைமையகத்தை என்று ஆணை இட்டுவிட்டார் மாஓ. 1966இல் மாஓ அப்படி ஆணை இட்டது முதல் 1976இல் அவர் மாளும் வரை நிகழ்ந்த கலாசாரப் புரட்சிக் காலப்பகுதியில் மாஓவின் உடந்தையுடன், சியாங் சிங் அம்மையார் உள்ளடங்கிய நால்வர் குழுவினரால் கட்டவிழ்த்து விடப்பட்ட செங் காவலர்களின் சித்திரவதைகளுக்கு உள்ளாகியவர்களுள் லியுவும், டெங்கும் முக்கியமானவர்கள். மாஓவுடன் நேரடியாக மோதியபடியால் லியு சிறைசெல்ல நேர்ந்தது. ஜனாதிபதி லியு சிறைக் கைதியாகவே மடிந்தார். உருத்திராட்சப் பூனையாகிய டெங் பதவி குறைக்கப்பட்டு, ஜியாங்சி மாகாணத்தில் ஓர் உழவு யந்திரத் தொழிற்சாலையில் உடல் வேலைக்கு அமர்த்தப்பட்டார். பதவி குறைப்பு அவர் மனதில் வெப்பியாரத்தை ஏற்படுத்தியிருக்கும் என்பதில் ஐயமில்லை. எனினும் "கலாசாரப் புரட்சிக் காலப்பகுதியில் நால்வர் குழு என்னைக் கொல்லப் பார்த்தது, தலைவர் மாஓவே என்னைக் காத்தது" என்று டெங் குறிப்பிட்டுள்ளமை கவனிக்கத்தக்கது.

மறுவாழ்வு: 1972இல் பிரதமர் சூவைப் புற்றுநோய் சூழ்ந்து கொண்டது. அவருடைய அலுவலகக் கோப்புகளை நீட்டுக்கு அடுக்கினால் அவை மாபெருஞ் சீன மதிலையே விஞ்சிவிடும்! ஆதலால் சூவின் பளுவைக் குறைப்பதற்கு

டெங்கை மீண்டும் பீஜிங்கிற்கு வரவழைத்து, துணைப் பிரதமர் பதவியில் அமர்த்துவதற்கு ஆணை பிறப்பித்தார் மாஓ. டெங்கை மீண்டும் பதவியில் அமர்த்தும் தறுவாயில் மாஓ கூறிய சொற்கள் திட்டவட்டமானவை: டெங் ஒரு திறமைசாலி . . . அவர் பஞ்சினுள் பொதிந்த ஊசி போன்றவர் . . . கருத்துக்கள் மிகுந்தவர் . . . அவர் முட்டாள்தனமாக மோதுவதில்லை . . . பொறுப்புணர்ச்சி மிகுந்தவர் . . . அவருடைய கணிப்புகள் முற்றுமுழுதானவை . . . நடவடிக்கைகள் திட்பமானவை . . .

குற்றச்சாட்டு: மூப்பும் பிணியும் பையப்பைய மாஓவையும் பீடிக்கவே செய்தன. மாஓவுக்கும் வெளியுலகுக்கும் இடையே அவருடைய பெறாமகன் மாஓ யுவாங்சின், தாதி சாங் யுவெங், மெய்காவலர் காங் செங், மொழிபெயர்ப்பாளர்கள் வாங் கைறொங், நான்சி ராங் ஆகியோர் இடம்பிடித்துக் கொண்டார்கள். "கலாசாரப் புரட்சிக் காலப்பகுதியில் கிளர்ச்சியாளர்கள் மூட்டிய தீயை எல்லாம் பிரதமர் சூ அணைத்துவிட்டார் . . . நீங்கள் ஆக்கியவற்றை எல்லாம் அழிப்பதற்குச் சூவும் டெங்கும் திட்டம் தீட்டியுள்ளார்கள் . . . டெங் அடிக்கடி வைத்தியசாலை சென்று சூவிடம் உத்தரவு பெற்று வருகிறார் . . . டெங் உங்களிடம் வந்து உத்தரவு பெறுவதில்லை . . . பிரச்சனைக்கு மூல காரணம் டெங் . . . அவர் உங்களைப் பற்றியோ கலாசாரப் புரட்சியைப் பற்றியோ வாய் திறப்பதில்லை . . . அவர் லியுவையும் சூவையும் போற்றுகிறார் . . . உற்பத்தி, உற்பத்தி என்று கத்தித் திரிகிறார் . . . என்று அவர்கள் ஆள் மாறி மாறி மாஓவிடம் ஓதினார்கள்.

பழி: 1976 ஜனவரி 8ஆம் திகதி பிரதமர் சூ மறைந்தார். டெங் இரங்கலுரை நிகழ்த்தினார். சூவின் இறுதிச் சடங்கில் மாஓ கலந்து கொள்ளவுமில்லை, இரங்கல் செய்தி வெளியிடவுமில்லை. எனினும் ஏறத்தாழ 50 ஆண்டுகள் தமது பிரதமராகவும் சாணக்கியராகவும் திகழ்ந்த அமரர் சூவை மாஓ அடிக்கடி நினைந்துருகியதுண்டு. கிங் மிங் (சித்திரைப்) பருவத்தில், தியனன்மன் சதுக்கத்தில் அமரர் சூவை நினைவுகூர்வதற்குத் திரண்ட இலட்சக் கணக்கான பொது மக்களுக்கும் காவலர்களுக்கும் இடையே ஏற்பட்ட மோதலில் ஆயிரக் கணக்கானோர் மாண்டார்கள்;. மாண்ட பழி டெங் மீது சுமத்தப்பட்டது. அப்பொழுது மாஓவைத் தடுத்தாட்கொள்வதற்குப் பிரதமர் சூ உயிரோடு இருக்கவில்லை. மாஓவைத் தடுத்தாட்கொள்ளும் ஆற்றல் வேறெவருக்கும் இருந்ததில்லை. மாஓ மீண்டும் பூனைக்குச் சூடு போட்டுவிட்டு, குவா குவோபெங்கைப் பதவியில் அமர்த்தினார்.

வழித்தோன்றல்: பிரதமர் சூ தம்மை வருத்தம் பார்க்க வந்த சேனாதிபதி யீ ஜியான்யிங்கிடம் டெங்கே எனது வழித்தோன்றல்

என்று வலியுறுத்தியிருந்தார். 1976 செத்தம்பர் 9ஆம் திகதி மாஓ மறைந்த பிற்பாடு சூவின் ஆசையை யீ நிறைவேற்றி வைத்தார். 1977இல் டெங் சீனாவின் பெருந் தலைவரானார். ஆனைக்கு ஒரு காலம், பூனைக்கு ஒரு காலம்!

கருத்தியல்: டெங்கின் கருத்துக்கள் சில வருமாறு:

மாஓவின் சாதனைகள் அசாதாரணமானவை, தவறுகள் சாதாரணமானவை.

மாஓ சொன்னது சரி, செய்தது பிழை.
மாஓ ஒரு மனிதர், மாஓ ஒரு கடவுள் அல்லர்.
மார்க்சியம் ஒரு தத்துவம், மார்க்சியம் ஒரு மதம் அல்ல.
பொதுவுடைமை என்பது பொதுவறுமை ஆகாது.
அரசியல் ஒழிக, பொருளியல் எழுக.
சொல் மங்குக, செயல் ஓங்குக.
ஆற்றலுக்கேற்ற வேலை, வேலைக்கேற்ற கூலி.
உண்மையின் உரைகல் நடைமுறை.
நிகழ்விலிருந்து உண்மையை அறிக.
செல்வம் சிறப்புத் தரும்.

புதுமொழி: டெங்கின் கூற்றுக்களுள் மார்க்சின் கூற்றுக்களும் மாஓவின் கூற்றுக்களும் பொதிந்துள்ளன. எனினும் டெங் தீட்டிய மரத்தில் கூர் பார்க்கத் தவறவில்லை. ஏற்கெனவே குறிப்பிட்டது போல் டெங்கின் பெயர்போன கூற்று: பூனை எலியைப் பிடிக்கிறதா அல்லவா என்பதே முக்கியம், பூனை கறுப்பா வெள்ளையா என்பது முக்கியமல்ல. இதே கருத்தை வலியுறுத்துவதற்கு டெங் கையாண்ட இன்னொரு கூற்று: உண்மையின் உரைகல் நடைமுறை. உண்மையில் இது டெங் மாஓவிடமும், மாஓ மார்க்சிடமும், மார்க்ஸ் பழமொழியிடமும் இரவல் பெற்ற புதுமொழி. *John Simpson* தொகுத்த *The Concise Oxford Dictionary of Proverbs* நூலின்படி *The proof of the pudding is in the eating* (தின்பதால் தெரியும் பணியாரத்தின் திறம்) என்ற பழமொழி 1300ஆம் ஆண்டிலிருந்து வழங்கி வருகிறது. மார்க்ஸ் இலண்டனில் வைத்து இந்தப் பழமொழியை அறிந்திருப்பார் என்பதில் ஐயமில்லை. பழமொழியில் புதுமொழி கண்டவர் மார்க்ஸ்!

சந்தை: சீனா உட்பட முதலாளித்துவம் ஓங்கிய இன்றைய உலகில் அடிக்கடி அடிபடும் தொடர்கள்: சந்தைப் பொருளாதாரம், கட்டுப்பாடற்ற போட்டி, சுதந்திர வர்த்தகம் . . . இவை யாவும் ஒத்த தொடர்கள். தமிழ் கூறு நல்லுலகைப் பொறுத்தவரை இத்தகைய தொடர்களில் எதுவித புதுமையும் இல்லை. கீரைக் கடைக்கும் எதிர்க் கடை வேண்டும் என்பது தமிழ்ப் பழமொழி அல்லவா!

விமர்சனம்: குருசேவ் ஸ்டாலினைச் சாடியதிலிருந்து பாடம் கற்ற "மாஓ நூறு பூக்கள் மலரட்டடும்!, நூறு நெறிகள் பிறக்கட்டும்!" என்று ஆணையிட்டுக் கருத்துச் சுதந்திரம் வழங்கினார். அதனைத் தொடர்ந்து எழுந்த விமர்சனங்களினால் தமது தலைமை ஆட்டங் காண்பது போல் தென்படவே, மாஓ பூக்களையும் கொய்து, நெறிகளையும் நெரித்துவிட்டார். அது போலவே டெங்கும் சுவரின்றிச் சித்திரம் வரைய இயலாது எனக் கண்டு, குடியாட்சி மதிலுக்கு (கருத்துச் சுதந்திரத்துக்கு) அடிகோலினார். அப்புறம் சிறிது காலம் மதில் மேல் பூனை போல் அமர்ந்திருந்தார். ஈற்றில் மதில் மேல் விளம்பரம் ஒட்டாதீர் என்று கட்டளை இட்டுவிட்டார்.

அதிபதி: மாஓ ஒன்றே சூரியன் என்றே சொன்னவர். மாஓ அன்றே சொன்னதை டெங் நன்றே கேட்டவர். எனவே மாஓ, ஜனாதிபதி லியுவையும் பாதுகாப்பு அமைச்சர் பெங் தீகுவாவையும் வெறும் வால் வெள்ளிகளாய் உதிரச் செய்தது போலவே, டெங்கும் கட்சிச் செயலாளர் கூ யாவோபாங்கையும் பிரதமர் சாவோ சியாங்கையும் வால் வெள்ளிகளாய் உதிரச் செய்துவிட்டார்.

பலி: 1989இல் தியனன்மன் சதுக்கத்தில் மாணவர்கள் குடியாட்சி உரிமைகள் நாடிக் கிளர்ந்தெழுந்தார்கள். அப்பொழுது சீனாவுக்குச் சென்றிருந்த சோவியத் ஜனாதிபதி கோபச்சேவ் அந்த மாணவர்களுடன் தொடர்பு கொண்டதற்காக டெங் அவரைக் கோபித்திருப்பார் என்பதில் ஐயமில்லை. கோபச்சேவ் சோவியத் பேரரசைக் குலைத்த பிற்பாடு கிழக்கு ஐரோப்பாவில் பொதுவுடைமை அரசுகள் நிலைகுலைந்தது கண்டு டெங் விழித்துக்கொண்டார். அப்புறம் செஞ் சீன வரலாற்றில் முதல் தடவையாக மாணவர்கள் மீது செஞ் சேனை ஏவி விடப்பட்டது. சர்வதேச மன்னிப்புச் சபை விடுத்த அறிக்கையின்படி ஏறக்குறைய 1,000 மாணவர்கள் பலியானார்கள். பூனை கண்ணை மூடிக்கொண்டு இரத்தம் குடித்தது!

துரோகம்: துரோகிகளின் சேவை புரட்சிக்குத் தேவை என்றார் லெனின். துரோகிகள் இல்லை என்றால் ஒரு சில விசுவாசிகளைத் துரோகிகளாக்க வேண்டியதுதான்! லெனின் இறக்கும் வரை பாதுகாப்பு அமைச்சராகவும் செம் படைச் சிற்பியாகவும் திகழ்ந்த துரொஸ்கியை ஒரு துரோகி என்றார் ஸ்டாலின். சிறந்த பொதுவுடைமையாளராய் விளங்குவது எப்படி? என்ற நூலை எழுதிய லியுவை ஒரு பொதுவுடைமைக் குரவர் என்று போற்றியவர் டெங். லியுவைத் தமது வழித்தோன்றலாகவும் ஜனாதிபதியாகவும் அமர்த்தியவர் மாஓ. அப்புறம் லியுவை

ஒரு துரோகி என்று தூற்றி, சிறையில் அடைத்து, உணவோ மருந்தோ இன்றி மடிய விட்டவர் மாஓ. கூ யாபோவாங்கைக் கட்சிச் செயலாளராகவும், சாவோ சியாங்கைப் பிரதமராகவும் நியமித்தவர் டெங். அப்புறம் இருவரையும் துரோகிகள் என்று பறைசாற்றிப்; பதவிநீக்கியவர் டெங். இருவரும் பூனைக்கு மணி கட்டப் போய்ப் பூனையிடம் அகப்பட்ட எலிகள்!

மிளகாய்: கலாசாரப் புரட்சிக் காலகட்டத்தில் சீனாவில் பரவிய விடுகதை இது:

ஒரு தடவை தலைவர் பிரதமர் சூவிடமும் சேனாதிபதி சூ தேயிடமும், ஒரு பூனையைக் கொண்டு எப்படி மனம்விரும்பி மிளகாயைத் தின்ன வைக்க முடியும்? என்று கேட்டார் மாஓ. மிளகாய்க்கு இனிப்புத் தடவி ஊட்டினால் பூனை தின்றுவிடும் என்றார் சூ. பூனையின் வாயை ஒரு குறட்டினால் பிளந்து பிடித்துக்கொண்டு, அதன் தொண்டைக்குள் மிளகாயைத் திணித்துவிட்டால் பூனை விழுங்கிவிடும என்றார் சூ தே. பூனை மனம்விரும்பி மிளகாயைத் தின்னவேண்டும் அல்லவா? ஆகவே இருவரின் பதில்களும் மாஓவுக்கு நிறைவளிக்கவில்லை. உங்கள் பதில் என்ன? என்று அவர்கள் மாஓவிடம் திருப்பிக் கேட்டார்கள். ஒரு மிளகாயை முறித்துப் பூனையின் பின்புறத்தில் உரஞ்சி விடவேண்டும். எரிவு தாங்காது பூனை உடம்பை வளைத்து அதன் பின்புறத்தை நக்கு நக்கென்று நக்கும் – உறைப்பை நக்கிப் பழகிவிடும். அப்புறம் அது மிளகாயை மனம்விரும்பித் தின்னத் தொடங்கிவிடும் என்றார் மாஓ!

எலி: கருத்தியலே பொருளியலைத் தீர்மானிக்க வேண்டும் என்ற மாஓவின் சிந்தனையையே இந்த விடுகதை உணர்த்துகின்றது. லியு, டெங் உட்படச் சீனர்கள் அனைவரும் தமது சிந்தனையை மனமுவந்து ஏற்றுக் கொள்ளும்படி செய்வதற்காகவே மாஓ கலாசாரப் புரட்சியை மேற்கொண்டார். எனினும் 1976இல் மாஓ மாண்ட பிற்பாடு பூனை மீண்டும் எலியைப் பிடிக்கத் தொடங்கிவிட்டது – பொருளியலே கருத்தியலைத் தீர்மானிக்கலாயிற்று. ஏற்கெனவே உறைப்புக்குப் பழக்கப்பட்ட பூனை இப்பொழுது இடைக்கிடை மிளகாயில் ஒரு கடி கடிக்கத் தவறுவதில்லை – அதில் பூனை புதிய சுவை கண்டுவிட்டது (தியனன்மன் படுகொலை)!

புலி: இப்பொழுது பூனை புலியாகிவிட்டது – சீனா இன்றைய உலகின் மாபெரும் பொருளாதாரப் புலியாகிவிட்டது. மாஓ நாடிய மாபெரும் பாய்ச்சலை சீனப் புலி பாய்ந்துவிட்டது. மாஓவின் கனவை டெங் நனவாக்கிச் சென்றுள்ளார். பூனையைக் கொண்டு மிளகாயைப் புசிக்க வைப்பதற்குப் பதிலாக, எலியைப்

புசிக்க விட்டதன் மூலமே டெங் அதனைச் சாதித்தார். எனினும் தமது கனவு நனவாகிய விதத்தை மாஓ ஏற்றுக்கொள்ள மாட்டார் என்பதில் ஐயமில்லை. சீனாவில் மீண்டும் முதலாளித்துவம் தலைதூக்கக்கூடும் என்று மாஓ தமது வாரிசாகிய குவா குவோபெங்கிடம் தெரிவித்த ஆரூடத்தையே டெங் மெய்ப்பித்துச் சென்றார்!

சிலை: லியு சாசி போன்றவர்கள் என்னை ஒரு புத்த விக்கிரகமாக்கிப் பூசை அறையில் பூட்டி வைக்க முற்பட்டார்கள் என்று மாஓ கர்ச்சித்ததுண்டு. எனினும் சர்வாதிகாரத்தின் தலையாய அம்சங்களுள் ஒன்று: ஆள் வழிபாடு. குருசேவ், டெங் இருவரும் ஆள் வழிபாட்டை அறவே வெறுத்தார்கள். குருசேவ் ஸ்டாலினைக் காரசாரமாகச் சாடினார். டெங் மாஓவை நாசூக்காக விமர்சித்தார். டெங் மாஓவின் படங்களைச் சிறுப்பித்தார் அல்லது அகற்றுவித்தார். தியனன்மன் சதுக்கத்தில் இன்று காணப்படும் மாஓவின் படம் அன்று பன்மடங்கு பெரியதாய் இருந்தது. மறு புறம், தமது படங்கள் பாவிக்கப்படுவதை டெங் அனுமதிக்கவில்லை. மாஓவின் சின்னங்களுக்குத் தம்மால் நேர்ந்த கதி, தமது சின்னங்களுக்குத் தமது வழித்தோன்றல்களால் நேர்ந்துவிடலாம் என்று டெங் அஞ்சியிருக்கக்கூடும். 'மக்கள் என்னை மாபெரும் ஆசான், மாபெரும் தலைவர், மாபெரும் சேனாதிபதி, மாபெரும் மீகாமன் . . . என்றெல்லாம் வர்ணிக்கிறார்கள். இவற்றுள் வெறும் ஆசான் என்ற அடைமொழி மாத்திரமே நிலைக்கும்' என்று 1970இல் மாஓ (எட்கார் சினோவிடம்) தெரிவித்தார். எனினும் இன்றைய சீனாவில் தோழர் மாஓ சேதுங் என்ற பிரயோகம் மாத்திரமே நிலைத்துள்ளது.

குடும்பம்: சீனா என்ற மாபெரும் குடும்பத்தைக் கட்டியாள்வதில் ஈடுபட்ட மாஓவுக்குத் தமது சொந்தக் குடும்பத்தைக் கட்டியாள்வதற்கு வாய்ப்புக் கிட்டவில்லை. மாஓவின் புதல்வர்களுள் ஒருவராகிய மாஓ அன்யிங் கொறியாவில் அமெரிக்கரின் குண்டுத் தாக்குதலுக்குப் பலியான பொழுது அன்யிங்கின் உடலை என்ன செய்வது? என்று கேட்டு வட கொறியர்கள் சீனாவுக்குச் சேதி அனுப்பினார்கள். அதற்கு மற்றச் சீன வீரர்களின் உடல்களுக்கு என்ன செய்கிறீர்களோ, அதையே அன்யிங்கின் உடலுக்கும் செய்யுங்கள் என்று மாஓ பதில் அனுப்பினார் – அன்யிங் வட கொறிய மண்ணில் அடக்கம் செய்யப்பட்டார்! டெங் குடும்பத்தவர்களின் கதை வேறு. 'என் தந்தை: டெங் சியாவோபிங்' என்ற நூலை எழுதிய டெங் றொங் தோழர் டெங்கின் புதல்வி. பொது அரசியல் திணைக்களத்தில் பணி புரியும் றொங் தனது பிதாவின் குரலாக ஒலிப்பவர். பொது அரசியல் திணைக்களமே செஞ்சேனையின் ஆணைப்பீடம்.

அதற்கும் பல்தொழினுட்பவியல் தாபனத்துக்கும் *(Polytechnologies Inc.)* இடையே தொடர்புண்டு. இத்தாபனத்தின் அதிபர் கீ பிங். இவரே றொங்கின் கணவர், டெங்கின் மருமகன். றொங்கும் பிங்கும் கலாசாரப் புரட்சிக் காலகட்டத்தில் நாட்டுப் புறத்துக்கு அனுப்பப்பட்ட வேளையில் ஒருவரை ஒருவர் சந்தித்து, காதலித்து, மணம் புரிந்தவர்கள். டெங் ஆட்சி ஏற்றதும் மகளும் மருமகனும் அமெரிக்கா சென்று, சீனத் தூதரகத்தில் பணியாற்றுகையில், வாசிங்டனில் வாழும் ஆயுத வியாபாரிகளுடன் தொடர்புகளை ஏற்படுத்திக் கொண்டார்கள். அப்புறம் சீனா திரும்பி ஆயுத வியாபாரத்தில் இறங்கி விட்டார்கள். டெங்கின் இன்னொரு மகள் ஓர் ஓவியர். இன்னொருவர் ஒரு பிரதி அமைச்சர். மூத்த மகன் பூ பெங் கலாசாரப் புரட்சிக் காலத்தில் செங் காவலர்களின் கொடுமை தாங்காது மாடியிலிருந்து குதித்துத் தற்கொலை செய்யத் தலைப்பட்ட பொழுது கால் முறிந்தவர். சில்லுக் கதிரையில் நடமாடும் பூ பெங் சீன அங்கவீனர் சமாசத்தின் அதிபராக விளங்குகினார். அமெரிக்காவில் பயின்ற டெங்கின் கடைக் குட்டி சங்காயிலும் கொங்கொங்கிலும் ஆதனம் கொண்ட ஓர் அரச நிறுவனத்தின் அதிபர் . . . கலாசாரப் புரட்சிக் காலகட்டத்தில் முதலாளித்துவப் பாதையில் செல்லும் இரண்டாம் இடத்தவர் என்று டெங் சாடப்பட்டமை நினைவு கூரத்தக்கது (முதலாம் இடத்தவர்: ஜனாதிபதி லியு சாசி).

கணிப்பு: 1973இல் டெங்கை மக்கள் விடுதலைச் சேனையின் அதிபதியாக நியமித்த வேளை, அவரிடம் (ஒரு சீனப் பேரரசருக்கு நிகழ்ந்ததை மனத்தில் வைத்து) ‘உனக்கு நல்ல முடிவு கிட்டாது. நீ இறந்த பிறகு உனது உடம்புக்குப் போட்டு வெளுப்பார்கள்’ என்று மாஓ தெரிவித்தார். எனக்கு ஏன் வெளுக்க வேண்டும்? என்று ஏக்கத்துடன் கேட்டார் டெங். ‘ஏனென்றால் நீ சில தவறுகள் இழைத்திருக்கிறாய். நீ செய்தது 70 விழுக்காடு சரி, 30 விழுக்காடு பிழை’ என்றார் மாஓ. நிம்மதியுடன் டெங் (மாஓவின் கணிப்பின்படி) ‘சிறந்த மார்க்சிச – லெனினிச வாதியாகிய ஸ்டாலின் செய்ததும் 70 விழுக்காடு சரி, 30 விழுக்காடு பிழை அல்லவா?’ என்று கேட்டார். மாஓவும் டெங்கும் வாய்விட்டுச் சிரித்தார்கள். தாம் புரிந்தது 70 விழுக்காடு சரி, 30 விழுக்காடு பிழை என்பது மாஓவின் சொந்தக் கணிப்பு. ஸ்டாலின் புரிந்ததும் 70 விழுக்காடு சரி, 30 விழுக்காடு பிழை என்பதும் மாஓவின் கணிப்பு. மாஓவின் இவ்விரு கணிப்புகளும் சரியே என்பது டெங்கின் தீர்ப்பு. தனது சாதனை 50க்கு 50 என்பது டெங்கின் தாழ்மையான கருத்து.

1996.09.09

அம்மாவின் காதலன் மாயக்கோவஸ்கி

(1893 - 1930)

A summary of Mayakovsky's Last Loves
by
Francine Du Plessix Gray

எனது தாயார் தாத்தியானாவின் *(Tatiana Yakovleva)* காதலர்களுள் மாயக்கோவஸ்கி *(Vladimir Vladimirovich Mayakovsky 1893–1930)* தலையாயவர். அவ்வாறே மாயக்கோவஸ்கியின் காதலர்களுள் எனது தாயார் தலையாயவர். நான் மாயக்கோவஸ்கியின் மகள் அல்ல. அம்மாவும் அவரும் பிரிந்து 16 மாதங்களுக்குப் பின்னரே நான் பிறந்தேன்.

ஜோர்ஜியாவில் பிறந்த மாயக்கோவஸ்கி தனது 14ஆம் வயதிலேயே போல்சிவிக் கட்சியில் சேர்ந்துவிட்டார். 1912இல் தனது தோழர்களுடன் சேர்ந்து "பொதுமக்களின் ரசனைக் கன்னத்தில் ஓர் அறை" என்ற தலைப்பில் அவர் கலைஞர்களுக்கு விடுத்த ஓர் அறிக்கையில் புஷ்கின், டாஸ்டாவஸ்கி, டால்ஸ்டாய் முதலியோரின் படைப்புகளைத் தூக்கி வீசும்படி அறைகூவினார்.

"நான் யானைத்தோல் படைத்தவன்" என்று மாயக்கோவஸ்கி பெருமைப்பட்டதுண்டு. ஆறு அடி உயரமான மாயக்கோவஸ்கி ஒரு நாற்காலியில் அமர்ந்திருப்பதைப் பார்த்தால், ஒரு மோட்டார் சைக்கிளில் அமர்ந்திருப்பது போலவே தென்படும் என்று போறிஸ் பஸ்டனாக் *(Boris Pasternak)* குறிப்பிட்டுள்ளார். எரியும் விடுதியிலிருந்து உடுக்கை எதுவுமின்றி வெளியே பாயும் தாசியைப் போலவே அவருடைய இதயத்திலிருந்து சொற்கள் வெளியே

பாய்ந்தன என்று விமர்சகர்கள் விளம்பியதுண்டு. 1915இல் அவர் எழுதிய *"The Cloud in Trousers"* என்ற ஆக்கத்தை வாசித்து மனம் உருகிய மாக்சிம் கார்க்கி *(Maxim Gorky)* அவரை ஆரத்தழுவி அழுது புலம்பியதாகச் சொல்லப்படுகிறது.

"வரி வசூலிப்பவனுடன் கவிதையைப் பற்றிய ஓர் உரையாடல்" என்ற அவருடைய கவிதையில் சில வரிகள்:

இந்த வரி
தீ பற்றும் திரி.
இறுதி வரை எரிந்து
வெடி தீரும் வரி.
நகரத்தை வானுயரத்
தகர்க்கும் வரி . . .
பாட்டாளியர்;
படைக்கும் வரி
எழுத்தாண்மை
தெறிக்கும் வரி.
உழைக்கும் வர்க்கம்
இறுக்கும் வரி
இது
என் கவிதை வரி.

மாயக்கோவஸ்கியும் ஏற்கெனவே மணமான லிலியா என்ற பெண்மணியும் ஒருவருடன் ஒருவர் உறவாடி வந்தார்கள். ஒரு தடவை கவிஞர் அவளை ஏசி எழுதிய வரிகள்:

நான் ஒரு கந்தை என்றால்
உனது படிக்கட்டின் தூசு துடைக்க
என்னைப் பாவியடி பாவி . . .

இன்னொரு வரியில் அவளுடைய சாயம் பூசிய உதடுகளை "பாறையில் குடைந்த துறவிமடம்" என்று விபரிக்கிறார்.

1917இல் சோவியத் புரட்சி ஏற்பட்டபொழுது எழுதுகிறார்: புரட்சியை ஏற்பதா, ஏற்காது விடுவதா? அப்படி ஒரு கேள்வி என்னுள் எழவே இல்லை. அது எனது புரட்சி அல்லவா! 1924இல் லெனின் மறைந்தபொழுது 3,000 வரிகளில் அவர் எழுதிய கவிதையில் ஒரு கூறு:

என் மூச்சு மாண்டு
உன் மூச்சாய் மீண்டால்
மெய் மறந்து மாள்வேன்
உயிர் துறந்து வீழ்வேன்.

ஒரு முதலாளித்துவ தனிமனிதவாதி என்று கண்டிக்கப்பட்ட பொழுது, இனிமேல் ஓர் உண்மையான, மகத்தான காதலே எனக்கு வாழ்வளிக்கும் என்று அவர் தெரிவித்தார். அத்தகைய

சூழ்நிலையில்தான் (1928இல்) அவர் பாரிஸ் மாநகர் சென்றார். அங்கேதான் எனது தாயார் தாத்தியானா வாழ்ந்து வந்தார். 1906ஆம் ஆண்டு செ.பீற்றேஸ்பேர்க் நகரத்தில் பிறந்த எனது தாயார் பிரான்சில் புலம்பெயர்ந்து வாழ்ந்துவந்த ரஷ்யர்களுள் ஒருவர். அம்மாவுக்கு மாயக்கோவஸ்கியை விட 13 வயது குறைவு. அவரைச் சந்திப்பதற்கு முன்னரே அவருடைய கவிதைகள் அம்மாவுக்கு மனப்பாடம். அவர் அம்மாவைக் கண்டதும் காதல் கொண்டதாகவும், முழந்தாள் பணிந்து காதலை வெளிப்படுத்தியதாகவும் அம்மா பிற்பாடு என்னிடம் தெரிவித்தார். அம்மாவின் ரஷ்யக் கவிதையறிவு கவிஞரை வியக்க வைத்தது. அவர் அம்மாவில் கொண்ட காதலை அது மேலும் வீறுகொள்ளச் செய்தது. அம்மா மணித்தியாலக் கணக்காகக் கவிதைகளை மீட்டுவார். மாயக்கோவஸ்கி எழுதிய 700 வரிகள் கொண்ட ("The Cloud in Trousers") கவிதையை அம்மா மீட்டும்பொழுது, அவர் அம்மாவையே அள்ளிப் பருகியிருப்பார். அந்தக் காலத்தில் அவர் அம்மாவுக்கு எழுதிய சில வரிகள்:

> காதல் என்றால்:
> காணியின் அந்தலைக்கு விரைந்து
> பளிச்சிடும் கோடரியைக் கைகளில் ஏந்தி
> மரங்களைக் கொத்திப் பிளந்து
> கும்மிருட்டு சூழும் வரை வருந்தி உழைத்து . . .
> காதல் எமது காதில் பாட
> குற்றுயிராய்க் கிடந்த இதயம்
> புத்துயிருடன் வீறுகொள்ள . . .

அம்மம்மாவுக்கு அம்மா எழுதிய ஒரு கடிதம்: அவர் ஓர் அதிசய மனிதர். நான் நினைத்ததற்கு முற்றிலும் மாறுபட்டவர். அவர் பேர்லினிலிருந்து தொலைபேசியில் அழைத்தார். தனது பிரிவுத் துயரத்தை வெளிப்படுத்தினார். அவரிடமிருந்து ஒவ்வொரு நாளும் ஒரு தந்தி வருகிறது. ஒவ்வொரு கிழமையும் ஒரு பூச்செண்டு வருகிறது. எங்கள் வீடு முழுவதும் பூக்கள் சொரிகின்றன. நான் அவரைப் பிரிந்து வாடுகிறேன். நான் சந்தித்த ஆட்களுள் அவரே ஆற்றல் மிகுந்தவர். அவர் என்னருகில் இருக்கையில் நான் ரஷ்யாவில் இருப்பது போல் உணர்கிறேன். அவர் புறப்பட்ட பிற்பாடு நான் ரஷ்யாவை மேன்மேலும் நினைந்து உருகுகிறேன் ...

அம்மம்மாவுக்கு அம்மா எழுதிய இன்னொரு கடிதம்: அவர் எனக்குப் புத்துயிரூட்டியுள்ளார். என் உள்ளத்தை விரிவுபடுத்தியுள்ளார். முதன்முதல் என் உள்ளத்தில் ஒரு தாக்கத்தை ஏற்படுத்தியவர் அவரே. பாரிசில் வாழும் பாமர மக்களை அவர் தனது சந்தம் மிகுந்த கவிதைகளாலும், அவற்றை வாசிக்கும் திறனாலும் கொள்ளை கொண்டுள்ளார். எனக்கோ அவர் இல்லாத வாழ்வு வெறும் அற்ப வாழ்வாகவே தெரிகிறது.

அவர் உருவத்தாலும் ஒழுக்கத்தாலும் உயர்ந்த மேதை. அவர் இல்லாத வெறுமையுள் நான் மூழ்கியிருக்கிறேன்...

கவிஞர் மாஸ்கோவிலிருந்து அம்மாவுக்கு அனுப்பிய முதல் கடிதம்:

என் அன்பின் தாத்தியானா,

நீ எழுதிய ஒரு கடிதம் சற்று முன்னர் கிடைத்தது. எனக்குத் தெவிட்டும் வரை அதனைத் திரும்பத் திரும்ப வாசித்தேன் . . . மூட்டைப் பூச்சி *(The Bedbug)* என்ற புதிய நாடகத்தை நான் எழுதியிருக்கிறேன். உண்ணாமல் குடிக்காமல் அன்றாடம் 20 மணித்தியாலங்கள் எழுதித் தள்ளினேன். அதனால் எனது தலை பெருத்து, தொப்பி சிறுத்துவிட்டது. கண் சிவந்து, மூஞ்சி கவிழ்ந்து மாடு மாதிரி உழுது தள்ளினேன். எனது கண்களே என்னைக் கைவிட்டன. அவற்றுக்கு குளிரொத்தடம் கொடுத்து பணியைத் தொடர்ந்தேன் . . . போகட்டும். என் கண் என்னடி கண்ணே? நான் உன்னை மீண்டும் காணும்வரை அது எனக்குத் தேவையில்லை. பார்ப்பதற்கு உன்னைத் தவிர வேறு யாரும் இல்லை . . .

1928இல் கவிஞர் அம்மாவைக் குறித்து எழுதிய (தோழர் கொஸ்றோவுக்கு ஒரு கடிதம்) என்ற கவிதை இளங்காவலர் *(Young Guard)* என்ற ரஷ்ய இதழில் வெளிவந்து, பலத்த கண்டனத்துக்கு உள்ளானது. புலம்பெயர்ந்த அழகியைக் கொண்டாடும் நிலைக்கு கவிஞர் தாழ்ந்து விட்டதாக விமர்சகர்கள் அவரைச் சாடினார்கள்.

அம்மம்மாவுக்கு அனுப்பிய பிறிதொரு கடிதத்தில் அம்மாவின் வரிகள்: பல்வேறு தரப்பினர் என்னை நாடி வருகிறார்கள். அவர்களுள் எவருமே மாயக்கோவஸ்கிக்கு ஈடாக மாட்டார்கள். அவர்கள் எல்லோரையும் ஒதுக்கிவிட்டு அவரையே நான் தேர்ந்தெடுப்பேன் என்பது அநேகமாக நிச்சயம்தான். அவருடைய பேராற்றல் வியக்கத்தக்கது . . .

கவிஞர் பாரிஸ் திரும்பியபொழுது அவரில் ஒரு மாற்றத்தை அம்மா கண்டுகொண்டார். அதனை 50 ஆண்டுகளுக்குப் பிற்பாடு அம்மா நினைவு கூர்ந்தார்: அவர் ரஷ்யாவைக் குறித்து ஏமாற்றம் அடைந்திருந்தார். ஆனால் அவர் ரஷ்யாவை நேரடியாகக் கண்டிக்கவில்லை . . . கவிஞரே தனது ரஷ்ய நண்பர் ஒருவரிடம், நான் இப்பொழுது வெறும் பணியாளன், கவிஞன் அல்லன் . . . என்று சொல்லி விம்மியிருக்கிறார்.

1929 யூலை 12ஆம் திகதி எழுதிய கடிதத்தில் கவிஞர் அம்மாவைத் தனது குடும்பத்தவர் என்றும், தாம் இருவரும் ஒருவருக்கொருவர் இன்றியமையாதவர்கள் என்றும்

குறிப்பிட்டுள்ளார். பிறிதொரு கடிதத்தில் அம்மாவை ரஷ்யாவுக்குத் திரும்பி, ஓர் எந்திரவியலராய் மாறி, சமூகவுடைமையை *(Socialism)* கட்டியெழுப்புவதில் ஒத்துழைக்கும்படி வேண்டுகிறார். (எனது கைக்கு எட்டிய கடிதங்களைப் பொறுத்தவரை) கவிஞர் கடைசியாக அம்மாவுக்கு எழுதிய கடிதம் என்னைக் கண்ணீர் சிந்த வைக்கிறது: நான் ஏற்கெனவே துயரத்தில் மூழ்கி மௌனத்தில் ஆழ்ந்திருக்கிறேன். உனது கடிதம் வராதபடியால் எனது துயரமும் மௌனமும் மேலும் கூடுகின்றன. நான் ஒரு சொற்கஞ்சன் அல்லன். எனது துயரத்தையும் மௌனத்தையும் என்னால் எடுத்துரைக்க முடியாது. ஒருவேளை ஒரு பிரஞ்சுக் கவிஞர் அல்லது உத்தியோகத்தர் உன்னை ஈர்த்துவிட்டாரோ என்றும் ஏங்குகிறேன். ஆனால் நீ என்னைவிட்டு விலகிவிட்டாய் என்று எவர் சொன்னாலும் நான் நம்பமாட்டேன். நான் உனக்கு அனுப்பிய தந்தி, நீ அந்த விலாசத்தில் இல்லை என்ற காரணத்துடன், திரும்பி வந்திருக்கிறது. நீ என்னைப் புறக்கணிக்கிறாய் என்பதை என்னால் நம்பவே முடியவில்லை. எழுது, எழுது, எழுது, கண்ணே, எழுது! இன்றைக்கே எழுது! . . .

1929இல் ஸ்டாலின் ஆட்சியதிகாரத்தின் உச்சியில் அமர்ந்திருந்தார். துரொஸ்கி *(Trotsky)* நாடுகடத்தப்பட்டார். ரஷ்ய பாட்டாளிவர்க்க எழுத்தாளர் சங்கம் படைப்பாளிகளுக்குக் கடிவாளம் பூட்டியது. முதலாளித்துவ தனிமனிதவாதப் படைப்புகளை ஒழித்துக்கட்டும்படி பிராவ்டா அறைகூவியது. அத்தகைய சூழ்நிலையில் மாயக்கோவஸ்கி பாரிஸ் திரும்புவதற்கு வீசா மறுக்கப்பட்டிருக்கலாம் அல்லது வீசாவுக்கு விண்ணப்பிக்கக்கூடாது என்று எச்சரிக்கப்பட்டிருக்கலாம். ஒருபுறம் புதிய ரஷ்யாவில் உழைத்துக்கொண்டு அம்மாவை நினைந்துருகும் கவிஞர். மறுபுறம் பாரிசில் திளைத்துக்கொண்டு பழைய ரஷ்யாவை நினைந்துருகும் அம்மா. கவிஞரும் காதலியும் ரஷ்யாவிலோ பிரான்சிலோ ஒருங்கிணைய முடியவில்லை.

1929 அக்டோபர் மாதம் கவிஞரின் கடைசிக் கடிதம் அம்மாவுக்குக் கிடைத்தது. நான் ஏற்கெனவே துயரத்தில் மூழ்கி மௌனத்தில் ஆழ்ந்திருக்கிறேன் என்ற கவிஞரின் வரி அரசியல் கெடுபிடிகளைக் கருத்தில் கொண்டே எழுதப்பட்டது என்று அம்மா விளங்கிக் கொண்டார். அந்தக் கட்டத்திலேயே கவிஞரும் தானும் ஒருங்கிணைய முடியாது என்று அம்மா மிகுந்த வேதனையுடன் முடிவுகட்டினார். அப்புறம் 1929 அக்டோபர் மாதமே அம்மா பிளெசி *(Vicomte Bertrand du Plessix)* என்ற பிரஞ்சு இராசதந்திரியை மணந்துகொண்டார். அம்மா மணம் முடித்த சேதி காதில் விழுந்தபோது தான் அமர்ந்திருந்த இருக்கையிலிருந்து

எழுந்துநின்ற கவிஞர் போவதற்கு நேரமாகிவிட்டது என்று முணுமுணுத்ததாகத் தெரிகிறது.

சிமாக்கோவ் *(Genady Smakov)* என்ற ரஷ்ய அறிஞரிடம் அம்மா தெரிவித்தார்: நான் மாயக்கோவஸ்கியைக் காதலித்தேன். அது அவருக்குத் தெரியும். அவருடன் ரஷ்யா திரும்பும் அளவுக்கு நான் அவரைக் காதலிக்கவில்லைப் போலும். அவர் மூன்றாவது தடவை திரும்பி வந்திருந்தால், நான் அவருடன் புறப்பட்டிருக்கக்கூடும். நான் அவரை நினைந்துருகினேன். அவர் திரும்பி வராதபடியால், அவர் ஓர் இளம் பெண்ணாகிய என்னை மணந்து வாழ்க்கைப் பொறுப்பை ஏற்க விரும்பவில்லை அல்லது துணியவில்லை என்று நினைத்தேன். அப்பொழுதுதான் பிளெசி எங்கள் வீடு தேடி வந்து என்னைத் திருமணம் புரிய விருப்பம் தெரிவித்தார். பிளெசி ஒரு பிரஞ்சுக்காரர், திருமணமாகாதவர். நான் அவரைக் காதலிக்கவில்லை. ஆனால் வேறு பெண்களைப் போல் நானும் திருமணம் புரிந்து, பிள்ளை குட்டிகளுடன் வாழ விரும்பினேன். நானும் பிளெசியும் திருமணம் புரிந்து (1929–12–23) 9 மாதங்களில் பிரான்சின் பிறந்தாள் (நான் பிறந்தேன்) . . .

திருமணம் புரிந்து 3 ஆண்டுகளுள் அம்மாவும் அப்பாவும் பிரிந்து விட்டார்கள்! இதற்கிடையே மாயக்கோவஸ்கி எழுதிய குளியலகம் *(The Bathhouse)*என்ற நாடகம் வெளிவந்தது. சோவியத் அதிகாரிகள் சோவியத் புரட்சிக்குத் துரோகம் இழைத்துவிட்டதாக அந்த நாடகத்தில் கவிஞர் சாடியிருக்கிறார்.

தன்னை ஒரு புரட்சிக் கழிவறைத் தொழிலாளியாகப் பாவித்து எழுதிய “எனது அறைகூவல்” *(At the Top of My Voice)* என்ற கவிதையில், “எனது கவிதையின் தொண்டையில் ஏறிநின்று எனது குதியினால் நானே அதனை மிதித்து நெரிக்கிறேன்” என்று எழுதினார்.

1930 ஏப்பிறில் 14ஆம் திகதி மாயக்கோவஸ்கி தன்னைத் தானே துப்பாக்கியால் சுட்டுத் தற்கொலை செய்துகொண்டார். அவர் திடீரெனத் தற்கொலை செய்யவில்லை. தனது தற்கொலையை ஏற்கெனவே அவர் ஒத்திகை பார்த்துவிட்டார்: “ஒரு சன்னத்தின் மூலமே எனது முடிவுக்குத் துளையிடுவது நல்லது” என்று 1915ஆம் ஆண்டிலேயே அவர் எழுதியிருக்கிறார்! இறப்பதற்கு இரண்டு நாட்களுக்கு முன்னர் மூன்று கடதாசித் துண்டுகளில் ஒரு பென்சில் குறிப்பை எழுதி வைத்திருக்கிறார்: “எல்லோரும் அறிவது, எனது இறப்புக்கு எவர்மீதும் குற்றம்சுமத்த வேண்டாம். தயவுசெய்து வாய்க்கு வந்தவாறு பேச வேண்டாம். இறந்தவர்களுக்கு அது பிடிக்காது. அம்மா, அக்கா தங்கையர், நண்பர்காள், என்னை மன்னித்துவிடுங்கள். இது வழி அல்ல. ஆனால் எனக்கு வேறு வழி இல்லை . . .”

கவிஞரின் தற்கொலையைக் குறித்து கருத்துத் தெரிவித்த போறிஸ் பஸ்டனாக், மாயக்கோவஸ்கி தன்மானம் கொண்டே தற்கொலை செய்துள்ளார். அதன் மூலம் தன்னில் உள்ள ஏதோ ஒன்றையே அவர் தண்டித்துள்ளார். அவருடைய தன்மானம் காரணமாகவே அவரால் அந்த ஒன்றுடன் ஒத்துப்போக முடியவில்லை என்று குறிப்பிட்டுள்ளார்.

அவருடைய குறிப்பேட்டில் அம்மாவைக் குறித்து எழுதிய சில வரிகள் தற்கொலைக் குறிப்பில் இடம்பிடித்துள்ளன. அந்த வரிகளின் அடியில் நான் கோடிட்டுள்ளேன்:

விண் மீன்கள்
இருள் கிழிய
ஒளி காலும் வேளை.
நீ உறங்க, நான் வதங்க . . .
மின்னலெனும் தந்தி மூலம்
உன்னுறக்கம் கெடுக்கேன்,
தொந்தரவு தரமாட்டேன்.
கதை முடிந்தது;
எமது காதல் படகு
அன்றாட ஊழியத்துடன்
மோதி நொருங்கியது.
நீயும் நானும் பேரம் பேசிக்
கணக்குத் தீர்ந்தது.
துக்கம், துயரம், துன்பம்
இனிமேல்,
பகிரத் தேவை இல்லை.
இனி,
வானில் இருள் கவிய
உலகை அமைதி சூழ
காலமும், வரலாறும், படைப்பும்
சீண்டட்டும் என் சிந்தையை.

நீயும் நானும் பேரம் பேசிக் கணக்குத் தீர்ந்தது என்ற வரியில் (நீயும் என்ற) ஒரேயொரு சொல்லை மட்டும் (வாழ்வும் என்று) மாற்றி (வாழ்வும் நானும் பேரம் பேசிக் கணக்குத் தீர்ந்தது என்று) தனது தற்கொலைக் குறிப்பை எழுதியிருக்கிறார் கவிஞர்.

கவிஞர் மாண்ட சேதி அம்மாவுக்கு எட்டியபொழுது அவர் நான்கு மாதக் கர்ப்பிணி. அம்மாவின் வயிற்றில் இருந்தவள் நான்தான். அப்பொழுது அம்மா அப்பாவுடன் தேனிலவு முடித்து வாசோவில் தங்கியிருந்தார்.

கவிஞரின் தற்கொலை சமூகவுடைமைவாத இயல்புக்கு மாறான (un-Socialist) செயல் என்று கண்டிக்கப்பட்டது. ஆதலால் அவருடைய படைப்புகள் அரிதாகவே வெளிவந்தன. 1935இல்

லிலியா தன்னுடன் உறவாடிய ஒரு தளபதி மூலமாக ஸ்டாலினுக்கு ஒரு கடிதம் எழுதி அனுப்பினாள். "மாயக்கோவஸ்கியின் கவிதைகள் வன்மையான புரட்சிகர ஆயுதங்கள். அவற்றை மீண்டும் வெளியிட வேண்டுகிறோம்" என்று அவள் எழுதி அனுப்பினாள். ஸ்டாலின் கையோடு பதில் அனுப்பினார். லிலியா அனுப்பிய கடிதத்தின் இடது பக்க மேல் மூலையில் சிவப்புப் பென்சில் கொண்டு பெரிய சரிந்த கொட்டை எழுத்துகளில் ஸ்டாலின் தன் கைப்பட மறுமொழி எழுதியிருந்தார்: "தோழர் லிலியா பிறிக் சொல்வது சரி. எங்கள் சோவியத் சகாப்தத்தைப் பொறுத்தவரை மாயக்கோவஸ்கியே பேராற்றல் வாய்ந்த கவிஞர். அவரையும் அவருடைய எழுத்துக்களையும் புறக்கணிப்பது ஒரு மாபெரும் குற்றம்."

அதனைத் தொடர்ந்து கவிஞரின் படைப்புகள் மீண்டும் பெருவாரியாக வெளிவரலாயின. மாயக்கோவஸ்கி அரும்பொருளகம் அமைக்கப்பட்டது. கவிஞர் திரும்பவும் போற்றிப் புகழப்பட்டார். 1979இல் நான் ரஷ்யாவுக்குப் போயிருந்தபொழுது என்னைச் சந்தித்த சோவியத் தோழர்கள், நான் மாயக்கோவஸ்கியின் மகள்தான் என்று அடித்துச் சொன்னார்கள். நான் மாயக்கோவஸ்கியின் மகள் அல்ல, அம்மாவும் அவரும் பிரிந்து 16 மாதங்களுக்குப் பின்னரே நான் பிறந்தேன் என்று சொல்லி எனது கடவுச் சீட்டில் பொறிக்கப்பட்ட எனது பிறந்த திகதியை அவர்களுக்குக் காட்டினேன். அது கள்ளக் கடவுச்சீட்டு என்று அவர்கள் அடித்துச் சொன்னார்கள்!

கவிஞர் இறந்து 50 ஆண்டுகள் கழிந்த பின்னர் அம்மா தெரிவித்த விபரம்: அவர் இறந்த பின்னர் அவருடைய கடிதங்களை என்னால் திரும்பவும் வாசித்துப் பார்க்க முடியவில்லை. இன்றும் வாசித்துப் பார்க்க முடியவில்லை.

அம்மா எனக்கு ஈந்த கொடை, அவர் கவிஞரை இழந்த துயரமே. கவிஞரை என் உறவினராகவே நான் ஏற்றுப் போற்றுகிறேன். அம்மாவின் துயரத்துள் நான் கவிஞரைக் கண்டு களிக்கிறேன்.

Francine Du Plessix Gray, *Mayakovsky's Last Loves, The New Yorker, January 7, 2002, p.38-55.*

ரோசா லக்சம்பேர்க்

ஒரு துவக்குச் சோங்கினால் அவருடைய தலை தகர்க்கப்படுகிறது. குற்றுயிருடன் அவர் ஓர் ஊர்தியில் ஏற்றப்படுகிறார். அந்த ஊர்திக்குள் வைத்து அவர் சுடப்படுகிறார். அவருடைய உடல் ஒரு கால்வாயில் வீசப்படுகிறது. "கிழட்டுப் பரத்தை கிடந்து நீந்துகிறாள்" என்கிறான் கொலையாளிகளுள் ஒருவன். மூன்று மாதங்களாக அது அப்படியே கிடக்கிறது. அப்பொழுது ரோசாவுக்கு 48 வயது. இது அவரது நடுகல்லுரை:

சிவப்பு ரோசாவும் இனி இல்லையே
அவர் புதையுண்ட இடமும் புலப்படவில்லையே
வாழ்வின் பொருளை அவர் வறியோர்க்கு
ஈந்தாரே
பொருள்படைத்தோர் அவரைத் துடைத்தெறிந்தனரே.

1919 ஜனவரி 15ஆம் திகதி ஜேர்மன் படையாட்களால் கொல்லப்பட்ட ரோசா லக்சம்பேர்க் 1871 மார்ச் 5ஆம் திகதி போலாந்தில், ஒரு யூதக் குடும்பத்தில் பிறந்தவர். தனது 16 வயது முதல் 3 தசாப்தங்களுக்கு மேலாக அவர் சமூகவுடைமை நாடிப் போராடியவர். சமூகவுடைமை ஊடாகவே நீதி, அமைதி, சமத்துவம் அடையமுடியும் என்று திடமாக நம்பியவர். அவரைப் பொறுத்தவரை மானுடத்தின் இறுதித் தெரிவுகள் இரண்டே இரண்டு: (1) சமூகவுடைமை, (2) காட்டுமிராண்டித்தனம். அதே சமூகவுடைமைக்காகப் போராடிய ரோசா, அதே காட்டுமிராண்டித்தனத்துக்கே பலியானார்!

". . . அவர் ஒரு சிறிய பெண்மணி. நலிந்த மேனி. வருத்தக்காரி போன்ற தோற்றம். வீறார்ந்த

*முகம். அறிவொளி வீசும் அழகிய விழிகள். தன் உளவலி, குணநலம் கொண்டு மற்றவர்களை ஈர்ப்பவர். பலவித குணவியல்பு படைத்தவர். அவரது நுண்ணிய சிறப்புகள் அவருக்கு மெருகூட்டுபவை. புரட்சி வேட்கை, மானுடம், கலை, இயற்கை, புள்ளினம், மரஞ்செடிகொடிகள் அனைத்தும் அவரது அகவீணை நரம்புகளை மீட்டவல்லவை . . ." (*Leon Trotsky, *My Life).*

சுவிற்சலாந்தில் ரோசாவைச் சந்தித்த யோன் மில் என்னும் யூத சமூகவுடைமைவாதி, அவரை இப்படி விபரித்தார்: *". . . அவர் குறுகிய உடலும், பாரிய தலையும் கொண்டவர். நொண்டியும், தாண்டியும் நடப்பவர். முதன்முதல் அவரை நான் கண்டபொழுது என் உள்ளத்தில் நல்ல தாக்கம் ஏற்படவில்லை. ஆனால் அவருடன் கொஞ்ச நேரம் கழித்த பின்னர், அவருடைய ஆற்றலும், கூர்மதியும், உயிர்த்துடிப்பும், கெட்டித்தனமும் புலப்பட்டன . . ."*

ரசியப் பேரரசை அவர் மூன்று நிலைகளில் எதிர்கொண்டார்: *(1)* ரசியப் பேரரசரின் கொடுங்கோன்மைக்கு உள்ளாகிய ரசிய மக்களுக்காகவும், *(2)* ரசியப் பேரரசினால் அடக்கியாளப்பட்ட போலாந்து மக்களுக்காகவும், *(3)* ரசியப் பேரரசினால் அடக்கியொடுக்கப்பட்ட யூத மக்களுக்காகவும் அவர் போராடினார். அடக்கி ஒடுக்கப்படும் தரப்புகள் அனைத்துக்காகவும் அவர் குரல் கொடுத்தார். ஒரு தரப்புக்கு விழும் அடியை ஏனைய தரப்புகளுக்கு விழும் அடியாகவே அவர் எடுத்துக்கொண்டார்.

தனக்குரிய பாதையையும், அதற்கான வெளிச்சத்தையும் அவர் மார்க்சியத்தில் கண்டுகொண்டார். *". . . ஒவ்வொருவரும் முற்றுமுழுதாக, சுதந்திரமாக மேம்படுவதற்கு ஏதுவான ஆட்சிநெறி கொண்ட சமூகத்தை அமைப்பதே சமூகவுடைமையின் நோக்கம் . . ."* என்ற மார்க்சின் கூற்று அவரைப் பெரிதும் ஆட்கொண்டது. தொழிலாள இயக்கத்தின் வெற்றியூடாகவே பெண்களும், சிறுபான்மையோரும் விடுதலை பெறமுடியும் என்று அவர் திடமாக நம்பினார். *". . . மக்களே தமது வேலைத்தலங்களையும், சமூகங்களையும், அரசாங்கங்களையும் பொறுப்பேற்க வேண்டும், அனைவருக்கும் பேச்சுச் சுதந்திரம் அளிக்க வேண்டும், அனைவரும் ஆட்சி புரிவதில் பங்குபற்ற வேண்டும் . . ."* என்று அவர் முழங்கினார்.

ரோசா லக்சம்பேர்க்கின் உலகளாவிய கண்ணோட்டத்துக்கும், பரந்துவிரிந்த இதயத்துக்கும், அவர் ஒரு தோழிக்கு எழுதிய மடல் சான்று பகர்கிறது: *". . . இந்த யூத மக்களின் வேதனை*

விசயத்தில் மட்டும் உனக்கு என்ன வேண்டிக் கிடக்கிறது? இறப்பர்த் தோட்டங்களில் வருந்தும் அப்பாவிகளும், ஆபிரிக்காவில் ஐரோப்பியருக்கு அடிமைப்பட்டு உழலும் கருப்பின மக்களும் எனக்கு மிகவும் நெருக்கமானவர்களே . . . யூத சமூகத்துக்காக மட்டும் நான் பரிந்துரைப்பவள் அல்ல. உலகில் எங்கெல்லாம் முகில்களும், பறவைகளும், மக்களின் கண்ணீரும் தென்படுகின்றனவோ அங்கெல்லாம் என் நெஞ்சம் நடமாடுகிறது . . .”

போலாந்தில் கூலி உயர்வு கோரி வேலைநிறுத்தம் செய்த ரோசாவின் தோழர்கள் சிலர் கொல்லப்பட்டதை அடுத்து, அவர் ஒரு கத்தோலிக்க அடிகளிடம் சென்று, தான் ஒரு கத்தோலிக்க இளைஞனைக் காதலிப்பதாகவும், தாங்கள் இருவரும் மணம் புரிய விரும்புவதாகவும், தான் ஒரு யூதப் பெண் என்றபடியால், ஒரு கத்தோலிக்க தேவாலயத்தில் தீக்கை பெறவேண்டி உள்ளதாகவும், தான் மதம் மாறுவதற்கும், தன் காதலனைக் கைப்பிடிப்பதற்கும் தனது பெற்றோர் குறுக்கே நிற்பதாகவும், ஆதலால் சுவிற்சலாந்துக்குத் தப்பியோடி, அங்கு தீக்கை பெறவேண்டியுள்ளதாகவும் தெரிவித்தார்.

ரோசாவின் கதையை நம்பிய கத்தோலிக்க அடிகள், அவரை ஓர் உழவனின் வண்டியில் சுவிற்சலாந்துக்கு கடத்த ஒழுங்கு செய்தார். ஒரு வைக்கோல் கட்டின் அடியில் புதையுண்டு, நெடுந்தூரம் குலுக்குண்டு, மூர்ச்சித்துப் பயணித்த ரோசா, சுவிற்சலாந்தில் வெளிப்பட்டு, அரசியல் அகதியாகத் தன் போராட்ட வாழ்க்கையைத் தொடர்ந்தார்.

தன் வாழ்நாள் முழுவதும் உயிரினங்களாலும், மரஞ்செடி கொடிகளாலும் ஈர்க்கப்பட்ட ரோசா தனது பல்கலைக்கழகப் பாடங்களாக உயிரியலையும், கணிதவியலையும் தேர்ந்தெடுத்தார். அத்துடன் சட்டவியல், மெய்யியல், பொருளியல் பாடங்களையும் அவர் கற்றறிந்தார். வெளியுலகத் தொடர்பின்றிச் சிறையிருந்த வேளைகளில் பூச்சிபுழுக்கள், மரஞ்செடிகொடிகள் பற்றி ஆராய்வதில் மெய்மறந்தார். சிறையிலிருந்து அவர் எழுதிய மடல் ஒன்று: *“... ஜேர்மனியில் இசைப்புள் மறைந்த காரணங்களை நேற்று நான் வாசித்தறிந்தேன். அறிவியலின் பாற்பட்ட காட்டியல், தோட்டச்செய்கை, பயிர்ச்செய்கையால் அவற்றின் கூடுகளும், உணவு வகைகளும் ஒழிந்துவிட்டன. நவீன முறைகளால் வெளிகளும், பொந்துமரங்களும், சுள்ளிகளும், இலைதழைகளும் அருகி வருகின்றன. இதை நினைந்து, உள்ளம் வெந்து புண்ணாகிறது ...”*

ரசிய ஆளுகைக்கு உட்பட்ட போலாந்திலிருந்து சுவிற்சலாந்துக்குத் தப்பியோடிய அகதிகளுள் லியோ யோகிச்சஸ்

என்ற யூதரும் ஒருவர். சமூகவுடைமைவாதத் தலைவர்களுள் ஒருவராகிய லியோ, போலாந்தில் இரு தடவைகள் சிறையிருந்தவர். மீண்டும் பிடிபடுந் தறுவாயில் சுவிற்சலாந்துக்குத் தப்பியோடியவர். இரகசிய செய்தித்தாள் அச்சடித்தல், கள்ளக் கடவுச்சீட்டு தயாரித்தல், தடைசெய்யப்பட்ட நூல்களைத் தருவித்தல் ஆகியவற்றில் துறைபோனவர். லியோவின் துணிவும், திறனும், மதியும், நிதானமும், உறுதியும் ரோசாவை ஆட்கொண்டன. ரோசாவின் கூரிய மதியும், தீவிர நெஞ்சமும் லியோவைக் கவர்ந்தன. தவிர்க்கவியலாவாறு அவர்களிடையே காதலும், தோழமையும் ஓங்கின.

*1893*இல் ரோசாவும், லியோவும் (போலாந்து மொழியில்) தொழிலாளர் குறிக்கோள் என்னும் செய்தித்தாளை வெளியிடத் தொடங்கினார்கள். முதலாளித்துவத்துக்கும், ரசியப் பேரரசுக்கும் எதிரான போராட்டத்தை அது ஆதரித்தது. உலகத் தொழிலாளிகளின் திண்மையை அது போதித்தது. சமூகவுடைமைவாதிகளிடையே உலகளாவிய ஒற்றுமைக்கு அது அழைப்பு விடுத்தது. அப்பொழுது ஜேர்மன் சமூக மக்களாட்சிக் கட்சியே உலகின் மிகப்பெரிய சமூகவுடைமைவாதக் கட்சியாக விளங்கியது. ஆதலால் ஜேர்மனிக்குச் சென்று, அந்தக் கட்சியில் சேர்ந்து போராட அவர் புறப்பட்டார்.

ஜேர்மன் சமூக மக்களாட்சிக் கட்சியில் ரோசாவுக்கும், எட்வேட் பேண்ஸ்டைன் என்ற பழம்பெரும் உறுப்பினருக்கும் இடையே இடம்பெற்ற கருத்துமோதல் வரலாற்று முக்கியத்துவம் வாய்ந்தது: *"... மார்க்சியம் ஒரு நாட்பட்ட சித்தாந்தம் ... புரட்சி இன்றியே சமூகவுடைமையை எய்த முடியும் ... நாடாளுமன்றத்தின் ஊடாகவே சீர்திருத்தங்களைப் புகுத்த முடியும் ... முதலாளித்துவம் வசப்படுத்தப்பட்டுவிட்டது ... இனிமேல் பொருளாதார மந்தமோ நெருக்கடியோ ஏற்படாது ... முதலாளித்துவத்தைச் சீர்திருத்துவதிலேயே எமது கட்சி ஈடுபட வேண்டும் ... முதலாளித்துவத்தைக் கவிழ்ப்பதில் அது ஈடுபடக் கூடாது ... எமது கட்சி ஒரு தற்காலக் கட்சியாகவும், நிகழ்வரத்துக்கு உகந்த கட்சியாகவும் மாற வேண்டும் ... நாடாளுமன்றத்திலும், தொழிற் சங்கங்களிலும் அது புலனைச் செலுத்த வேண்டும். புரட்சி முழக்கங்களை அது கைவிட வேண்டும் ..."* என்றார் பேண்ஸ்டைன்.

அதற்கு ரோசாவின் பதிலடி: *"... பேண்ஸ்டைன் முன்வைத்த மாற்றுத்தெரிவுகள் பொய்யானவை ... புரட்சியா, சீர்திருத்தமா? என்ற வினாவுக்கு அவர் பதிலிறுக்கவில்லை ... சீர்திருத்தமும், புரட்சியும் சமூகவுடைமைக்கு மாற்று வழிகள் ஆகா ... எமது குறிக்கோளை எய்துவதற்கு மிகவும் அமைதியான, தணிவான,*

மெதுவான வழியை அவர் நாடவில்லை . . . வேறொரு குறிக்கோளை எய்துவதற்கே அத்தகைய வழியை அவர் நாடுகிறார் . . . ஒரு புதிய சமூகத்தை அமைக்கும் நிலைப்பாட்டை விடுத்து, பழைய சமூகத்துக்குப் புறப்பூச்சிடும் நிலைப்பாட்டையே அவர் நாடுகிறார் . . . தொழிலாள வர்க்கத்தின் வாழ்வை மேம்படுத்துவதற்கு நாடாளுமன்றத்தைப் பயன்படுத்த முடியும், பயன்படுத்த வேண்டும் என்பதில் ஐயமில்லை . . . ஆனால், முதலாளித்துவத்தைக் கவிழ்ப்பதற்கான, உடைமையாளர்களின் கைகளிலிருந்து தொழிற்சாலைகளை அகற்றுவதற்கான, தனியார் துறையினர் இலாபம் ஈட்டுவதை ஒழிப்பதற்கான சட்டங்களை நாடாளுமன்றம் நிறைவேற்றப் போவதில்லை . . . அத்தகைய சட்டங்களை காவல்துறையினரும், படையினரும் நடைமுறைப்படுத்துவார்களா? ஒரு முதலாளித்துவ சமூகத்தில் சட்டம் என்றென்றும் ஆளும் வர்க்கத்தின் அதிகாரத்தையே நிலைநிறுத்தும் அல்லவா . . . முதலாளித்துவம் என்னும் அவலக் கடலினுள் சமூக சீர்திருத்தம் என்னும் எலுமிச்சம்பழக் கரைசலைச் சொட்டுச் சொட்டாக இட்டு, அதனை ஓர் இனிய சமூகவுடைமைக் கடலாக மாற்றலாம் என்று பேண்ஸ்டைன் கனவு காண்கிறார்" என்று சாடினார் ரோசா. ஈற்றில் ரோசாவின் நிலைப்பாட்டையே ஜேர்மன் சமூக மக்களாட்சிக் கட்சி ஏற்றுக்கொண்டது. அவர் தலையாய சமூகவுடைமைவாத சித்தாந்திகளுள் ஒருவராக எழுச்சி பெற்றார்.

1904இல் ஜேர்மன் பேரரசரை அவமதித்த குற்றத்துக்காக அவர் 6 கிழமைகள் சிறையிருந்தார். 1905இல் 2 இலட்சம் ரசியத் தொழிலாளிகள் 8 மணித்தியால வேலை, அடிப்படை உத்தரவாதக் கூலி, நாடாளுமன்ற அங்கத்துவம் கோரி ஆர்ப்பாட்டம் செய்தார்கள். ஒரு மதகுருவின் தலைமையில் முட்டுக்காலிலிருந்து தொழுத தொழிலாளிகளைப் படையினர் சுட்டுத் தள்ளினார்கள். 500 பேர் கொல்லப்பட்டார்கள். ஆயிரக் கணக்கானோர் காயப்பட்டார்கள்.

ரசிய சமூகவுடைமைவாதிகளைப் பின்பற்றி, ஜேர்மன் சமூக மக்களாட்சிக் கட்சியும் பாரிய வேலைநிறுத்தங்களை முன்னெடுத்துச் செல்ல வேண்டும் என்று ரோசா வாதாடினார். ஆனால் அவர் சார்ந்த கட்சியோ அடக்கி வாசிக்கவே விரும்பியது. பொறுப்புணர்ச்சியின்றிப் புரளி கிளப்புபவர் என்று ரோசாவை அது கண்டித்தது. பழைமைவாத எதிர்க்கட்சியினரோ, அவரைக் கலகம் விளைவிக்கும் அந்நியர் என்றும், ஆட்சிகவிழ்க்கும் யூதர் என்றும், உன்மத்தம் கொண்ட பெண்மணி என்றும் சாடினார்கள். போலாந்துக்குத் திரும்பிப் போகும்படி அவரை நோக்கிக் கூச்சலிட்டார்கள். ரோசா போலாந்து திரும்பினார்.

ஓர் ஊடகர் போல் வேடம் பூண்டு, கள்ளக் கடவுச்சீட்டுடன், தாயகம் திரும்பும் வழியில், அங்கு இடம்பெற்ற வேலைநிறுத்தத்தால் அவருடைய தொடருந்துப் பயணம் தடைப்பட்டது. அதே வேலைநிறுத்தத்தை அடக்குவதற்காகப் படையினரை ஏற்றிச்சென்ற வேறொரு தொடருந்தில் தலைமறைவாக ஒரு பெண்மணி, அதுவும் ஒரு புரட்சிப் பெண்மணி பயணிப்பது அதே படையினருக்குத் தெரியாது! ஊர் திரும்பிய ரோசா தனது குடும்பத்தவரையும், ஏற்கெனவே ஊர் திரும்பிய லியோவையும் வார்சோவில் சந்தித்தார். ஊர் திரும்பிய கையோடு போலாந்தில் இடம்பெற்ற போராட்டத்தில் தன்னை முற்றுமுழுதாக அவர் ஈடுபடுத்திக்கொண்டார். *"மிகைபடுத்தாமல், முழு நேர்மையுடன் என்னால் ஓர் உண்மையை வலியுறுத்த முடியும்: என் வாழ்நாளில் இதுவே மிகமகிழ்ச்சியான காலகட்டம்"* என்று ரோசாவின் மடல் ஒன்று கூறுகிறது. அப்பொழுது அவர் எழுதிய வேறு சில வரிகள்: *"சமூகவுடைமைக்கான போராட்டமே உலக வரலாறு கண்ட மாபெரும் உள்நாட்டுப் போர் . . . தொழிலாளர்கள் தங்களைப் பாதுகாக்க ஆயுதம் ஏந்தவேண்டும் . . . போராடாமல் சமூகவுடைமையை ஈட்ட முடியாது . . . வன்முறை ஓங்குதல் திண்ணம், குருதி சிந்துதல் திண்ணம், எனினும் ஒரு துளி குருதியும் வீணாகச் சிந்தக்கூடாது . . . முழு உலகத்தையும் கவிழ்க்க வேண்டும் . . . ஆனால் தவிர்க்கப்படக்கூடிய கண்ணீர் ஒரு குற்றச்சாட்டுக்கு நிகரானது . . . ஒரு முக்கிய செயலைப் புரிய விரையும் ஒருவர், நினையாப் பிரகாரமாகவேனும் ஒரு புழுவை மிதிப்பது குற்றமாகும் . . ."*

1906இல் ரசியப் படை, வேலைநிறுத்தத்தை ஒடுக்கிய பின்னர், காவல்துறையினர் ரோசாவையும், லியோவையும் படுக்கையில் வைத்து மடக்கிப் பிடித்தார்கள். சிறையிலிருந்து அவர் எழுதிய ஒரு மடலின்படி, *"அவர்கள் என்னை அலங்கோலமான நிலையில் வைத்துப் பிடித்தார்கள் . . . ஒரு காட்டு விலங்கினைப் போல் அடைத்து வைத்தார்கள்."*

உண்ணா நோன்பிருந்து, நோய்வாய்ப்பட்டு, விடுதலையான ரோசா, பின்லாந்து சென்று, லெனின் உட்படப் புலம்பெயர்ந்த மார்க்சியவாதிகளைச் சந்தித்தார். *"லெனினுடன் கதைப்பதே இன்பம். அவர் பலதிறப்பட்டவர். பரந்த அறிவு படைத்தவர். அவருடைய கடுத்த முகம் எனக்கு மிகவும் பிடித்தமானது"* என்று ரோசா கருத்துரைத்தார்.

எனினும், லெனினுக்கும் ரோசாவுக்கும் இடையே தேசியப் பிரச்சனை குறித்து காரசாரமான விவாதம் ஒன்று இடம்பெற்றது: *(1)* பிரித்தானிய ஆதிக்கத்திலிருந்து அயர்லாந்தும், *(2)* ரசிய

ஆதிக்கத்திலிருந்து போலாந்தும், பின்லாந்தும், (3) சுவீடிய ஆதிக்கத்திலிருந்து நோர்வேயும், (4) பால்க்கன் பேரரசிலிருந்து சேர்பியாவும், பல்கேரியாவும் விடுதலை பெறுவது, இந்நான்கு பேரரசுகளையும் நலிவுறுத்தும் என்றும், அதேவேளை அத்தகைய தேசங்களின் விடுதலை அங்கெல்லாம் முதலாளித்துவ வர்க்கம் ஓங்குவதற்கு வழிவகுப்பது தவிர்க்க முடியாதது என்றும், எனினும் அது மக்களாட்சிக்கும் புரட்சிக்கும் ஒரு படிக்கல் என்றும் வாதாடினார் லெனின்.

லெனினே ஒப்புக்கொண்டவாறு, அத்தகைய விடுதலை அங்கெல்லாம் முதலாளித்துவ வர்க்கம் ஓங்க வழிவகுக்கும் என்றபடியால், ரோசா அவற்றின் விடுதலையை வன்மையாக எதிர்த்தார்.

லெனினோ, அடக்கியொடுக்கப்பட்ட தேசங்கள் விடுதலை பெறுவதில் மக்களாட்சி விழுமியம் பொதிந்துள்ளது என்றும், ஆதலால் அது முதலாளித்துவத் தன்மை வாய்ந்ததாய் விளங்கினாலும், அதனை ஆதரிக்க வேண்டும் என்றும், சேர்பிய, பல்கேரிய தேசங்களின் விடுதலையால் பால்க்கன் பேரரசில் நிலையூன்றிய நிலமானியக் கட்டுக்கோப்பு தகர்க்கப்படும் என்றும், அங்கு ஓரளவு விடுதலைபெற்ற உழவர்களும், காணிச் சொந்தக்காரர்களும் மேலோங்குவார்கள் என்றும், அது மக்களாட்சிக்கு ஓர் ஏணிப்படி என்றும், ஆகவே அதனை ஆதரிக்கவேண்டும் என்றும் வாதாடினார்.

“பிரித்தானியப் பேரரசிலிருந்து அயர்லாந்து விடுதலை பெறும்வரை, பிரித்தானியத் தொழிலாளிகள் விடுதலை பெறமுடியாது” என்று மார்க்ஸ் இட்ட முழக்கத்துடன் லெனினுடைய நிலைப்பாடு உடன்படுவதும், ரோசாவின் நிலைப்பாடு முரண்படுவதும் கவனிக்கத்தக்கது.

தேசங்களின் விடுதலை, தேசிய முதலாளித்துவத்தின் விடுதலையாகவே அமையும், ஆகவே சமூகவுடைமைவாதிகள் தேசியக் கண்ணோட்டத்தை விடுத்து, சர்வதேசியக் கண்ணோட்டத்தையே பற்றிக்கொள்ள வேண்டும் என்பது ரோசாவின் வாதம்.

ரோசாவும், லியோவும் வெறுங் காதலர்களேயொழிய, வாழ்க்கைத் துணைவர்கள் அல்லர். *“எங்களுக்கு ஒரு பிள்ளை தேவை என்பதை நான் அடிக்கடி உணர்ந்துகொள்கிறேன். இந்தக் குறையை என்னால் தாங்கமுடியவில்லை. வீட்டில் இருப்பது இன்பமே. ஆனால், பிள்ளைகள் இல்லாத வாழ்வு, வெறுமையும் மடைமையும் நிறைந்த வாழ்வு என்பது உனக்குப்*

புரியவில்லை" என்று பிரிவுத் துயரில் அவர் லியோவுக்கு எழுதியதுண்டு. ரோசாவுடன் குடும்பம் நடத்தும் மனநிலையில் லியோ இருக்கவில்லை. எனினும், ரோசாவை ஒரு புதிய காதலனுடன் கண்டபொழுது, லியோ பொறாமைப்பட்டு, ரோசாவை அச்சுறுத்தினான். ரோசா தற்பாதுகாப்புக்காக ஒரு கைத்துவக்கு வாங்கி வைத்திருந்தார்!

1907இல் ரோசா ஜேர்மனி திரும்பியபொழுது மக்கள் அவரை மொய்க்கவே, கிளர்ச்சியை விரும்பாத அவருடைய சமூக மக்களாட்சிக் கட்சியினர் மிகவும் சங்கடப்பட்டார்கள். அதேவேளை, பொறிபறக்கும் பேச்சாளரும் எழுத்தாளருமாகிய ரோசாவை அவர்களால் தட்டிக்கழிக்க முடியவில்லை. ஆதலால் கட்சிக் கல்லூரியில் அவரை ஒரு விரிவுரையாளராக அமர்த்தினார்கள்.

அதே ஆண்டில், ஸ்டட்கார்ட் என்ற ஜேர்மன் நகரில் கூடிய சர்வதேய சமூகவுடைமையாளர் பேரவையில் லெனினும் ரோசாவும் சேர்ந்து போருக்கு எதிராக முன்வைத்த தீர்மானம் ஏற்றுக்கொள்ளப்பட்டது: *"படையாண்மைக்கு (இராணுவ தர்பாருக்கு) எதிரான போராட்டத்தை சமூகவுடைமை நோக்கிய வர்க்கப் போராட்டத்திலிருந்து பிரித்துப் பார்க்க முடியாது . . . முதலாளித்துவ அரசுகளுக்கு இடையே நிகழும் போர்கள், உலக சந்தைகளைப் பற்றிகொள்வதற்கு அவை போட்டியிடுவதன் பெறுபேறே . . . அதில் அந்நிய மக்களும், அந்நிய தேசங்களும் அடிமைகொள்ளப்படுகின்றன . . . ஆதலால் போர்கள் முதலாளித்துவத்தின் உள்ளார்ந்த இயல்பாகும் . . . முதலாளித்துவ பொருளாதாரம் ஒழிக்கப்பட்ட பின்னரே போர்கள் ஒழியும் . . . போர் மூள்வதைத் தடுப்பதற்கு இயன்றவரை பாடுபடுவதே உழைக்கும் வர்க்கத்தின், அவர்தம் நாடாளுமன்றப் பிரதிநிதிகளின் கடமை . . . அதனை மீறிப் போர் மூண்டால், போரினால் ஏற்படும் பொருளாதார, அரசியல் நெருக்கடியைப் பயன்படுத்தி, மக்களைக் கிளர்ந்தெழச்செய்து, முதலாளித்துவ வர்க்க ஆட்சியை ஒழிப்பது அவர்தம் கடமை . . ."*

1907ஆம் ஆண்டு ஜேர்மனியில் நடைபெற்ற தேர்தலில் சமூக மக்களாட்சிக் கட்சி 32 இலட்சத்து 50 ஆயிரம் வாக்குகளையும், 42 நாடாளுமன்ற இருக்கைகளையும் வென்றெடுத்து, இரண்டாவது பெரிய கட்சியாக ஓங்கியது. ஆதலால் அது சர்வதேய சமூகவுடைமைவாதத்தைத் துறந்து, தேசியவாதத்தைப் பற்றிக்கொண்டது. அதன் பயனாக 1912ஆம் ஆண்டு நடைபெற்ற தேர்தலில் அது 110 இருக்கைகளுடன் முதலாவது பெரும் கட்சியாக மாறியது. இவ்வாறு (ரசிய போல்சிவிக் கட்சியைத் தவிர

ஏனைய) ஐரோப்பிய சமூகவுடைமவாதக் கட்சிகள் அனைத்தும் தத்தம் நாடுகளின் போர் நடவடிக்கைகளை ஆதரிக்கலாயின.

போருக்கும், சமூக மக்களாட்சிக் கட்சிக்கும் எதிராக வெகுண்டெழுந்த ரோசா, மக்களைக் கிளர்ந்தெழும்படி பேசியும், எழுதியும் புரிந்த குற்றத்துக்காக 1915இல் அவருக்கு ஓராண்டுச் சிறைத்தண்டனை விதிக்கப்பட்டது. 1916இல் அவர் விடுதலையான பிறகு நிகழ்ந்த மே தினக் கொண்டாட்டத்தை ஒட்டி, அவரும் தோழர்களும் நடத்திய பேரணியில் 10,000 பேர் கலந்துகொண்டார்கள். "அரசு வீழ்க! போர் ஒழிக!" என்று அவர்கள் அறைகூவினார்கள். ஆதலால் ரோசா மீண்டும் சிறைவைக்கப்பட்டார்.

படையினரின் கிழிந்த, குருதி தோய்ந்த சீருடைகள் வண்டி வண்டியாக அவருடைய சிறைச்சாலைக்கு வந்த வண்ணம் இருந்தன. பெண் – கைதிகள் அவற்றைப் பொருத்துவார்கள். அப்பொழுது மிகுந்த சுமையுடன் ஒரு வண்டி வந்தது. அதனைச் செலுத்திவந்த படையாள், அவ்விரு எருமைகளுக்கும் விளாசி அடித்ததில், அவற்றின் வன்தோல் கிழிந்து, குருதி பாய்ந்தது. ரோசா அதனை ஒரு சக கைதியிடம் தெரிவித்தார். "உனக்கு உயிர்கள்மீது இரக்கம் இல்லையா?" என்று அவனிடம் கேட்டபொழுது, "மனிதர்களாகிய எங்கள்மீது எவருக்காவது உள்ள இரக்கத்தைவிட அதிக இரக்கம், எனக்கு இந்த எருமைகள்மீது இல்லை என்பது உண்மைதான்!" என்று பதிலிறுத்த படையாள், ஒரு கெட்ட முறுவலிப்புடன் மேலும் விளாசி அடித்தான். "அப்பொழுது போரின் பயங்கரம் முழுவதும் என் கண்முன் தோன்றியது" என்று எழுதிச் சென்றுள்ளார் ரோசா.

1914 முதல் 1918 வரை இடம்பெற்ற முதலாம் உலகப் போரில் ஜேர்மனி தோற்கடிக்கப்பட்டது. ஜேர்மன் பேரரசர் நாட்டைவிட்டுத் தப்பியோடினார். நாடு முழுவதும் தொழிலாளர் மன்றங்களும், படையினர் மன்றங்களும் முளைவிட்டன. புரட்சியை ஆதரிப்பதா, தமது கட்சியை ஆதரிப்பதா என்று தெரியாமல் தொழிலாளர்கள் திண்டாடினார்கள். கலவரமடைந்த அரசாங்கம், ஆட்சியதிகாரத்தை சமூக மக்களாட்சிக் கட்சியிடம் ஒப்படைத்தது.

என்ன விதப்பட்டும் புரட்சியைத் தவிர்க்கவே சமூக மக்களாட்சிக் கட்சித் தலைவர்கள் விரும்பினார்கள். ஒரு புரட்சிக்கு இடம் கொடுத்தால், அதே புரட்சியால் தாங்கள் வாரிச்செல்லப்படுவோம் என்பதை நன்கறிந்தவர்கள் அவர்கள். ஆதலால் அவர்களுடைய கட்டளைப்படி தொழிலாளர் – படையினர் மன்றத் தலவர்கள் கைதுசெய்யப்பட்டார்கள்.

ஆர்ப்பாட்டம் செய்தோர் படையாட்களால் சுட்டுக் கொல்லப் பட்டார்கள். எந்த சமூக மக்களாட்சிக் கட்சியில் ரோசா அங்கத்துவம் வகித்தாரோ, அந்தக் கட்சியின் அரசாங்கமே அவரைக் கொல்வதற்கு உத்தரவு பிறப்பித்தது. ரோசாவின் கொலைஞர்களை அம்பலப்படுத்திய குற்றத்துக்காக, லியோவும் கையோடு கொல்லப்பட்டான். கொலைஞர்களுள் ஒருவன் தப்பிச்செல்ல அனுமதிக்கப்பட்டான். மற்றவன் ஈராண்டுச் சிறைவாசத்தின் பின்னர் விடுதலை செய்யப்பட்டான்.

சிவப்பு ரோசாவும் இனி இல்லையே
அவர் புதையுண்ட இடமும் புலப்படவில்லையே...

2010-05-01

உசாத்துணை:

Wendy Forrest, *Rosa Luxemburg,* Hamish Hamilton, London, 1989

Alfred Cobban, *The Nation State and Self-Determination,* Collins, London, 1969

பகுதி 3

தமிழ்மொழி

மொழிபெயரியல்பு

மொழியின் இயல்புகளுள் மொழிபெயரியல்பும் *(Translatability)* ஒன்று. பொதுவாக எந்த ஒரு பொருளும் மொழிக்கு மொழி பெயரக் கூடியதே. அவ்வாறு பெயர்வதற்கு ஏதுவாகவே மொழி அமைந்துள்ளது.

ஒரு படைப்பு – மொழியின் வரையறைகள் பெயர்ப்பு – மொழிக்கும் பொருந்த வல்லவை:

நீ சொல்ல விரும்புவதை எடுத்துரைப்பதற்கு ஒரேயொரு சொல்லே இருக்கிறது. அதற்கு உயிர் கொடுப்பதற்கு ஒரேயொரு வினையே இருக்கிறது. அதனை விசேடிப்பதற்கு ஒரேயொரு பெயரடையே இருக்கிறது. அந்தச் சொல்லை, அந்த வினையை, அந்தப் பெயரடையை நீ தேடிப் பிடிக்க வேண்டும். அதற்கு ஒத்த சொல்லை நீ இட்டுக்கட்டக் கூடாது. உனது கெட்டித்தனத்தையும் கைவண்ணத்தையும் காட்டிச் சமாளிக்கக் கூடாது *(A letter from Flaubert to Maupassant).*

அதேவேளை, சிந்திக்கும் விதமும் சொல்தொடரியலும் மொழிக்கு மொழி வேறுபடுவதால், ***வேதாகமத்தை எழுதியவர்களின் உளக்கருத்தை நேரிய முறையில் எடுத்துரைப்பதற்கு வசன அமைப்பை அடிக்கடி சீரிட வேண்டியுள்ளது. இடத்துக்கிடம் சொற்கள் பொருள்படும் விதத்தை இடைவிடாது உற்றுநோக்க வேண்டியுள்ளது*** *(The Holy Bible, New International version, International Bible Society, New*

Jersey, Preface, viii). இக்கூற்றின்படி மொழிக்கு மொழி வேறுபடும் முக்கிய அம்சங்கள் பின்வருமாறு:

1. சிந்திக்கும் விதம்
2. சொல்தொடரியல்
3. வசன அமைப்பு
4. இடத்துக்கிடம் சொற்களின் பொருள் வேறுபடல்

இனி, வெறும் சொற்களை விடுத்து, வசனங்களைக் கருத்தில் கொண்டு, மறைகுறிப்பாய் விளங்கும் பொருளில் கருத்தூன்றி மேற்கொள்ளப்படும் மொழிபெயர்ப்பே சிறக்கும். அத்தகைய மொழிபெயர்ப்புக்கு உறுதுணை புரியும் அம்சங்களை ஏறத்தாழ 500 ஆண்டுகளுக்கு முன்னரே ஏதியன் தோலே *(Etienne Dolet 1509–1546)* என்னும் பிரெஞ்சு மொழிபெயர்ப்பாளர் சுட்டிக்காட்டியுள்ளார். 1540ல் சிறந்த மொழிபெயர்ப்பு குறித்து எழுதிய ஒரு நூலில் மொழிபெயர்ப்பாளர்களுக்கு 5 புத்திமதிகளை அவர் தெரிவித்துள்ளார். அவர் பிரெஞ்சு மொழியில் எழுதிய நூலின் ஆங்கில மொழிபெயர்ப்பிலிருந்து தமிழ்ப்படுத்தப்பட்ட மேற்படி புத்திமதிகள் பின்வருமாறு:

1. மூலகர்த்தா எடுத்துரைக்கும் பொருளையும், அதன் விளக்கத்தையும் மொழிபெயர்ப்பாளர் செவ்வனே புரிந்துகொள்ள வேண்டும். அவற்றைப் புரிந்து கொள்பவரின் மொழிபெயர்ப்பு என்றுமே மங்காது. விளங்கிய பொருளையே எளிதாகவும் முழுதாகவும் பெயர்க்க முடியும்.

2. மொழிபெயர்ப்பவருக்கு இரு மொழிகளிலும் புலமை வேண்டும். அத்தகைய மொழிபெயர்ப்பாளர் மொழியின் மாண்பினைக் குலைக்கவோ குறைக்கவோ போவதில்லை. ஒவ்வொரு மொழிக்கும் சொந்தச் சிறப்புகள் (நடை, பாணி, நயம்) உள்ளன. அத்தகைய சிறப்புகள் குன்றாது மொழிபெயர்க்க வேண்டும். அவ்வாறு மொழிபெயர்க்காதோர் இரு மொழிகளுக்கும் ஊறு விளைவித்தோர் ஆவர். அவர்கள் இரு மொழிகளின் சிறப்புகளையும் வெளிக் கொணராதோர் ஆவர்.

3. மொழிபெயர்ப்பாளர் சொல்லுக்குச் சொல்லாக மொழிபெயர்க்கும் முறைக்குக் கட்டுண்டிருத்தலாகாது. புலமை குறைந்தவர்களே அல்லது போதாதவர்களே அவ்வாறு மொழிபெயர்ப்பர். ஒரு சிறந்த மொழி பெயர்ப்பாளர் சொல்லொழுங்கினை விடுத்து, வசன

ஒழுங்கிலேயே கருத்தூன்றுவார். மூலகர்த்தாவின் எண்ணத்தை எடுத்துரைக்கும் தறுவாயில், இரு மொழிகளின் சிறப்புகளையும் வெளிக்கொணரும் அற்புதத்தை நிகழ்த்துபவரே சிறந்த மொழிபெயர்ப்பாளர். ஆதலால் மூல வசனத்தின் தொடக்கத்தில்தான் உங்கள் மொழிபெயர்ப்பும் தொடங்கவேண்டும் என்று கொள்வது தவறு. மூலகர்த்தாவின் எண்ணத்தை எடுத்துரைக்கும் நோக்குடன் நீங்கள் சொல்தொடரியலைக் குலைக்க நேர்ந்தாலும் கூட, உங்களை எவரும் குறைகூறப் போவதில்லை. கட்டின்றி மொழிபெயர்ப்பதை விடுத்து, கட்டுண்டு மொழிபெயர்ப்போரின் மடைமையை என்னால் சகிக்க முடியவில்லை. வரிக்கு வரி, சொல்லுக்குச் சொல்லாக மொழிபெயர்க்க முற்படும் மூடர்கள் இழைக்கும் தவறினால் மூலகர்த்தாவின் எண்ணம் ஈடேறப் போவதில்லை. எம்மொழியின் செழுமையும் முழுமையும் புலனாகப் போவதில்லை. மாறாக, மொழிபெயர்த்தவரின் அறியாமையே புலனாகும். ஆகவே கட்டுண்டு மொழிபெயர்க்கும் கேட்டினைத் தவிர்ப்பதில் கண்ணும் கருத்துமாய் இருக்க வேண்டும்.

4. மொழிபெயர்ப்பாளர் பொது வழக்கிலுள்ள சொற்களையே எடுத்தாள வேண்டும். சில மொழி பெயர்ப்பாளர்கள் அருவருக்கத்தக்க முறையில், முட்டாள்தனமான முறையில் புதிய சொற்களைப் புகுத்துவதுண்டு. அத்தகைய மொழிபெயர்ப்பாளர்களின் தான்தோன்றித்தனத்தை நீங்கள் பொருட் படுத்தலாகாது. அவர்களுக்குக் கற்றோரிடை மதிப்புக் கிடையாது. ஆதலால் நீங்கள் அவர்களைப் பின்பற்றலாகாது. அதேவேளை, பொது வழக்கில் இல்லாத சொற்களை நீங்கள் அறவே கையாளலாகாது என்று நான் கூறவில்லை. வழக்கிலுள்ள சொற்கள் கைகொடாவிடத்துப் புதிய சொற்களைப் புகுத்தியே ஆகவேண்டும்.

5. மொழிபெயர்ப்பு அணி இலக்கணத்துக்கு அமைய வேண்டும். மொழியமைதி கெடா வண்ணம், உள்ளம் உவக்கும் வண்ணம், காதில் இனிக்கும் வண்ணம் சொற்களைத் தொகுக்க வேண்டும். அத்தகைய மொழிபெயர்ப்பே கருத்தும் கனதியும் வாய்ந்ததாய் விளங்கும் *(Translation/History/Culture, Editor: Andre Lefevere, Publisher: Routledge, London & New York,* 1992, *p.27–28).*

மேற்கண்ட புத்தமதிகள் உள்ளத்தில் பதிந்த நிலையில் ஓர் ஆங்கிலக் கதையின் முதலாவது பந்தியை நாம் வாசித்துப் பார்ப்போம்:

It is six in the morning and I sit in my kitchen looking out at the garden, watching the sun slant obliquely past the old lime tree and across my lawn to reveal the dense silver mesh of spiders webs linking the grass stems. For a few seconds, as the earth turns and the sun continues to rise, my tufty rectangle of suburban lawn flashes in my fascinated eyes like a burnished shield - before becoming dull green grass again, my quotidian epiphany gone for ever (William Boyd, Fascination, The New Yorker, 2002/03/04).

மேற்கண்டவாறு தொடங்கும் கதை முழுவதையும் நாம் வாசித்துவிட்டோம் (என்று வைத்துக்கொள்வோம்). அப்புறம் இதற்கொரு தமிழாக்கம் வெளிவருகிறது என்றும் வைத்துக்கொள்வோம். முழுமுதல் ஆங்கில ஆக்கத்தை ஏற்கெனவே வாசித்த நாம் அப்புறம் வெளிவந்த தமிழாக்கத்தை நாடுவோமா? நாடக்கூடும். சரி, நாடுவதாகவே வைத்துக்கொள்வோம். எதற்காக நாடுகிறோம்? பொருளுக்காகவா? இல்லை. பொருளை நாம் ஏற்கெனவே ஆங்கிலத்தில் அறிந்துவிட்டோம் அல்லவா! பிறகு எதற்காக அதன் தமிழாக்கத்தை நாம் நாடுகிறோம்? மொழிக்காக!

அந்த ஆக்கத்தின் பொருள்வளத்தையும், அந்த ஆக்கத்தைத் தாங்கிவரும் (ஆங்கில) மொழிவளத்தையும் நாம் ஏற்கெனவே துய்த்துவிட்டோம். அத்தகைய ஒரு மொழிவளத்தை நாம் தமிழிலும் துய்க்கத் துடிக்கிறோம். அதாவது ஆங்கில மொழியில் அமைந்த ஓர் ஆக்கம் தமிழில் வெளிவரும்பொழுது (ஏற்கெனவே அதனை ஆங்கிலத்தில் வாசித்த) நாம் அதனை நாடுகிறோம் என்றால், அது, அதன் (தமிழ்) மொழிவளத்துக்காகவே. அதேவேளை ஓர் ஆங்கில ஆக்கத்தை ஏற்கெனவே வாசிக்காத ஒருவர் அதன் தமிழாக்கத்தை நாடுவது பொருள்வளம், மொழிவளம் இரண்டுக்குமாகவே.

ஆகவே ஒரு தமிழாக்கத்தில் அதன் பொருள்வளத்துக்கு நிகரான இடம் அதன் மொழிவளத்துக்கும் உண்டு. அந்த வகையில் அது இன்னொரு வழமையான படைப்பாக அமைய வேண்டும். பொருள்வளத்தைப் பொறுத்தவரையே மொழிபெயர்ப்பாளர் மூலகர்த்தாவுக்குக் கடமைப்பட்டவர். மொழிவளத்தைப் பொறுத்தவரை அவர் மூலகர்த்தாவுக்குக் கடமைப்பட முடியாது. ஆகவே ஒரு மொழிபெயர்ப்பு ஓங்கவில்லை என்றால், அது மொழிவளத்தால் ஓங்கவில்லை என்பதே பொருள். மொழிவளத்தால் ஓங்கிய ஒரு தமிழாக்கம் அதன் முழுமுதற் படைப்புக்கு நிகரான இடத்தைப் பெறும்.

பொருள்வளமும் மொழிவளமும் சேர்ந்ததே இலக்கிய வளம். அத்தகைய தமிழாக்கமே தமிழ் இலக்கியத்தை வளப்படுத்தும்.

ஓர் ஆக்கத்தை ஏற்கெனவே வேற்று மொழியில் வாசித்த ஒருவர் மாத்திரமல்ல, எந்த ஒரு வாசகருமே வெற்றுவெறிதான ஒரு மொழிபெயர்ப்பை நாடப் போவதில்லை. மூலப் பொருள்வளத்துக்கு அப்பால், மூல மொழிவளத்துக்கு நிகரான தமிழ்வளம் படைத்த ஒரு மொழிபெயர்ப்பையே அவர் நாடுவார். அத்தகைய ஒரு வாசகரை நிறைவுற வைக்கும் விதமாகவே ஒரு மொழிபெயர்ப்பு அமைய வேண்டும். மூல மொழிவளத்துக்கு நிகராக அமையாத வெறுந் தமிழாக்கம் ஒரு வீண் உருப்படியாகவே கிடந்து மாளும்.

அதாவது (1) பொருள்வளத்தைப் பொறுத்தவரை ஒரு மொழிபெயர்ப்பினால் தமிழுக்கு ஒரு புதிய படைப்பு கிடைக்கும் அதேவேளை, (2) மொழிவளத்தைப் பொறுத்தவரையும் அதே மொழிபெயர்ப்பினால் தமிழுக்கு ஒரு புதிய படைப்பு கிடைக்க வேண்டும். அதே சமயம் பொருள்வளத்தால் மாத்திரமே ஒரு மொழிபெயர்ப்பு அதன் முழுமுதற் படைப்பை அடியொற்றி அமைய வேண்டும். மொழிவளத்தைப் பொறுத்தவரை அதில் தனித்துவம் மிளிர வேண்டும்.

அதேவேளை மொழிபெயர்ப்பு ஒரு விஞ்ஞானம் அல்ல என்னும் உண்மையை இங்கு நாம் வலியுறுத்த விரும்புகிறோம். எனவே ஒரு மொழிபெயர்ப்பை எவ்வாறு ஒப்பேற்றுவது என்பதை எம்மால் திட்டவட்டமாக வரையறுக்க முடியாது. மொழிபெயர்ப்பு ஒரு கலை. அதாவது மொழிபெயர்ப்பில் ஒன்றுக்கு மேற்பட்ட உத்திகள் கைகூடும். ஆகவே ஓர் ஆக்கத்துக்கு ஒன்றுக்கு மேற்பட்ட மொழிபெயர்ப்புகள் கைகூடல் திண்ணம். எனினும் சொல்லுக்குச் சொல், தொடருக்குத் தொடர், வசனத்துக்கு வசனம், பந்திக்குப் பந்தி, முழுமுதல் மொழியின் பாணி எவ்வாறு அமைந்துள்ளது என்பதைக் கச்சிதமாய்க் கண்டறிந்து, அதற்கு நிகரான ஒரு பாணியில் ஒருவர் தமது தமிழாக்கத்தை ஒப்பேற்றுவாராயின், அதன் வாயிலாகவே தமிழுக்கு ஒரு புதிய படைப்புக் கிடைக்க முடியும். அத்தகைய ஒரு மொழிபெயர்ப்பே தமிழ் இலக்கியத்தைச் செழுமைப்படுத்தும்.

இவற்றைக் கருத்தில் கொண்டு மேற்படி ஆங்கிலப் பந்தியை நாம் மொழிபெயர்த்துப் பார்ப்போம். இதனைப் பல்வேறு விதங்களில் மொழிபெயர்க்கலாம். இது ஒரு விதம் மட்டுமே:

காலை ஆறு மணி. எனது சமையலறையில் நான். எனது பார்வை வெளியே. வளவில் கொல்லை. நீள்சதுர வடிவில் கூம்பிய

புல்தரை. அந்தலையில் பழம்பெரும் எலுமிச்சை. அதற்கப்பால் சாய்ந்தெழும் சூரியன். புல்பூண்டுகளைத் தொடுத்து அடர்ந்து படர்ந்த சிலந்திவலை. காலை வெயிலில் ஒளிரும் அதன் வெண்மை. உலகம் சுழல, கதிரவன் மேலெழும் அந்த ஒருசில நொடிகளில் ஒரு கேடயம்போல் எங்கள் புல்தரை பளிச்சிடும். நான் ஒருகணம் மெய்மறப்பேன் – மறுகணம் அது திரும்பவும், வெறும் பச்சைப் புல்லாய் மாறிவிடும். எனது அன்றாடக் கனவும் அடியோடு கலைந்துவிடும்.

மேற்படி ஆங்கிலப் பந்தி, தமிழாக்கம் இரண்டிலும் கையாளப்பட்ட எழுத்துக்களும் சொற்களும் கீழே ஒப்பிடப்பட்டுள்ளன:

	ஆங்கிலம்	**தமிழ்**
எழுத்துக்கள்	*375*	*396*
சொற்கள்	*86*	*59*

ஆங்கிலத்தை விடத் தமிழில் அதிக எழுத்துக்கள் தேவைப்படும் அதேவேளை, தமிழை விட ஆங்கிலத்துக்கு அதிக சொற்கள் தேவைப்படுகின்றன. அத்துடன், சொற்களின் எண்ணிக்கையை விட எழுத்துக்களின் எண்ணிக்கையைப் பொறுத்தவரை இரு மொழிகளுக்கும் இடையே வேறுபாடு குறைவு. பல்வேறு மொழிபெயர்ப்புகளையும் ஒப்பிட்டுப் பார்த்தபொழுது இந்த உண்மை புலப்பட்டது. ஆங்கிலத்தை விடத் தமிழில் அதிக எழுத்துக்கள் தேவைப்படுவது நெடுங்கணக்கை ஒட்டிய விடயம் போலும். தமிழில் சொற்கள் குறைவதற்கு அதன் புணர்ச்சியே தலையாய காரணம். அந்த வகையில் ஏழே ஏழு சொற்களைக் கொண்ட குறளை மொழிபெயர்ப்பதற்கு ஏழுக்கு மேற்பட்ட ஆங்கிலச் சொற்கள் தேவைப்படும். அதேவேளை உரைநடையை விட செய்யுளில் மாற்று மொழிபெயர்ப்புக்கான வாய்ப்புகள் மேலும் அதிகம். ஓர் எடுத்துக்காட்டு:

> நெருநல் உளனொருவன் இன்றில்லை என்னும்
> பெருமை உடைத்துஇவ் வுலகு (336).

நேற்று வாழ்ந்தார், இன்று மாண்டார்! இந்த உலக வாழ்வின் பெருமை இவ்வளவுதான்! இதற்குப் பல்வேறு ஆங்கில மொழிபெயர்ப்புகள் வெளிவந்துள்ளன. ஒவ்வொரு மொழிபெயர்ப்புக்கும் தேவைப்பட்ட ஆங்கிலச் சொற்களின் எண்ணிக்கையைக் கவனிக்கவும்:

1. Existing yesterday, to-day to nothing hurled

   Such greatness owns the transitory world *(G.U.Pope - 12).*

2. "He was here yesterday", gloats the earth over man,

"Today he is gone" *(P.S.Sundaram - 13;).*

3. This world possesses the greatness of one

Who yesterday was and to-day is not *(W.H.Drew - 14;).*

4 . But yesterday a man was and to-day he is not:

That is the wonder of wonders in this world *(V.V.S.Iyer - 19;).*

இனி கிறீக்கிலிருந்து ஆங்கிலத்துக்குப் பெயர்க்கப்பட்ட ஒரு செய்யுட் கூறைக் கவனிக்கவும்:

There was the girl, screaming like an angry bird,

When it finds its nest left empty and little ones gone.

Just like that she screamed, seeing the body

Naked, crying and cursing the ones that had done it. (38 words)

(Sophocles -496-406 BC-, The Theban Plays, Antigone, Lines 425-8, Translated by: E.F. Watling, Penguin, UK, 1974, p.137).

இதற்கு ஒரு மாற்று ஆங்கில மொழிபெயர்ப்பு உண்டு. அதன் தோற்றுவாய் பற்றிய குறிப்பைத் தொலைத்த தவறுக்கு வருந்துகிறோம்:

She wailed out loud

that sharp sound of bitterness

a bird makes when she looks in her nest.

It's empty, it's a widow's bed,

and the baby chicks are gone.

And this girl,

when she saw the corpse was bare,

she cried that same way and groaned and mourned for it.

And she prayed hard curses on the one who did that to it. (64 words)

முதலாவது ஆங்கில மொழிபெயர்ப்பில் இடம்பெறாத ஒரு விடயம் *(it's a widow's bed)* இரண்டாவது ஆங்கில மொழிபெயர்ப்பில் இடம்பெற்றுள்ளது. ஆகவே இரண்டாவது மொழிபெயர்ப்பை நாம் தமிழ்ப்படுத்திப் பார்க்கலாம். கவனிக்கவும், எதற்கும் மாற்றுத் தமிழாக்கங்கள் கைகூடும்:

குஞ்சுகள் வெளியேற
விதவையின் படுக்கையைப் போல்
கூடு வெறிச்சோட
வெதும்பி ஓலமிடும் குருவியைப் போல்
ஓலமிட்டாள் ஒரு சிறுமி.
உயிர் பிரிந்த உடலின்
உடை உரிந்து சென்றவரை
திட்டினாள்.
வெற்றுடலை நினைந்து விம்மினாள்,
நொந்து கலங்கினாள்
வெந்து புலம்பினாள். (28 சொற்கள்).

இங்கு பேசப்படும் உடலும் உயிரும் கூடும் பறவையும் சிந்தையில் தென்படும் வேளையில் வேறொரு குறள் உள்ளத்தை உறுத்துகிறது:

குடம்பை தனித்துஒழியப் புட்பறந் தற்றே
உடம்போடு உயிரிடை நட்பு (338).

முட்டைக்குள் இருக்கும் குஞ்சு அதனை உடைத்துப் பறந்து செல்கிறது. அவ்வாறே உடலை விடுத்து உயிர் பிரிந்து செல்கிறது. முட்டைக்கும் குஞ்சுக்கும் உள்ள உறவெல்லாம் குஞ்சு வெளியேறும்வரையே. அத்தகைய குறுகிய உறவே உடலுக்கும் உயிருக்கும் இடையே நிலவுகிறது! இதற்கோர் ஆங்கில மொழிபெயர்ப்பு:

Like a bird's to the shell it leaves

Is a life's link to its body (15 சொற்கள்).

(P.S.Sundaram, The Kural, Penguin Books, London, 1991, p.52).

மொழியின் முன்
ஆணும் பெண்ணும் சமன்

ஆளை ஆளைப் பார்க்கிறார், ஆளை ஆளைப்
பார்க்கிறார்,
ஆட்டத்தைப் பார்த்திடாமல், ஆளை ஆளைப்
பார்க்கிறார்,

என்பது ஒரு திரைப்படப் பாடலின் தொடக்கம். ஒரு பெண் தனது ஆட்டத்தைக் கண்டுகளிக்க வந்திருக்கும் ஆடவரின் மன நிலையை உணர்த்திப் பாடும் பாடல் அது.

அந்தப் பாடலின் பொருள் எவ்வாறாயினும், ஆட்டத்தைப் பாராது ஆளைப் பார்க்க வேண்டிய தேவை சில சமயங்களில் சில தரப்பினருக்கு ஏற்படுவது நியாயமே. நாட்டிலுள்ள மக்களுள் எத்தனை பேர் ஆண்கள், எத்தனை பேர் பெண்கள் என்பதைப் புள்ளிவிபரத் திணைக்களம் அறிந்து வைத்திருக்கிறது. மக்களை ஆண்கள், பெண்கள் என்றோ வைத்தியர்களை ஆண் வைத்தியர்கள், பெண் வைத்தியர்கள் என்றோ பகுத்துக் காட்டவேண்டிய தேவை அவர்களுக்கு இருக்கிறது. திட்டம் தீட்டும் துறையினருக்குத் திட்டவட்டமான பால்வேறுபாட்டுத் தரவுகள் தேவைப்படும் என்பதை எவரும் ஒப்புக்கொள்வர்.

வேற்று மொழியினரின் பெயர்களை வைத்துப் பால்வேறுபாட்டை அறிவதற்கு நாங்கள் சிரமப்படுவதுண்டு. ஆதலால் வேற்று மொழிகளில் அமைந்த பேர்வழிகளைப் பற்றித் தமிழில் எழுதுவோர் அவர்கள் ஆண்களா, பெண்களா என்பதைத்

தெரிவிக்க நேர்வதுண்டு. எங்கள் பெயர்களை வைத்துப் பால்வேறுபாட்டை அறிவதற்கு அவர்கள் சிரமப்படுவதுண்டு. ஆதலால் தமிழ்ப் பேர்வழிகளைப் பற்றி வேற்று மொழிகளில் எழுதுவோர், அவர்கள் ஆண்களா, பெண்களா என்பதைத் தெரிவிக்க நேர்வதுண்டு.

ஏன்? தாய்மொழியிலும் இது நேர்வதுண்டு. ஆண், பெண் இருபாலாரும் தயா, சுபா, மணி, இராசு, இரத்தினம்... என்று பெயர்சூடுவதால் விளையும் விபரீதம் அது. அத்தகைய பெயர்களை மட்டும் வைத்து அவர்கள் ஆண்களா பெண்களா என்பதை அறுதியிட்டுரைக்க முடியாது. எனினும் அவர்களுடன் உறவாடுவோருக்கு அவர்கள் ஆண்களா, பெண்களா என்பது தெரிந்திருக்கும். அத்தகைய பெயர்கள் ஒரு வசனத்தில் இடம்பெறுமாயின், அந்த வசனத்தின் பால்படு விகுதிகளையோ, அதில் பேசப்படும் உடலுறுப்புகளையோ, அணிமணிகளையோ கொண்டு எவருமே அவர்களை இனம்காணலாம். பின்வரும் வசனங்கள் அத்தகையவை:

இராசு பாடினாள்.

மணியின் தாலி தாவணிக்குள் மறைந்தது.
இரத்தினம் இன்னும் சவரம் செய்யவில்லை.

அவற்றை விதிவிலக்குகளாகக் கொள்ளலாம். மற்றும்படி பொதுவாகப் பெயர்களைக் கொண்டே பால் – வேறுபாட்டை அறியலாம்:

இளங்கீரன் ஓர் எழுத்தாளர்.

பாலேஸ்வரி ஓர் எழுத்தாளர்.

பொதுவாகப் பெயர்களைக் கொண்டே பால்–வேறுபாட்டை அறியலாம் என்ற உண்மை சொல்லளவில் ஏற்கப்படுவது அதிகம். செயலளவில்; பின்பற்றப்படுவது குறைவு. பின்வரும் வசனங்களைக் கவனிக்கவும்:

1. இளங்கீரன் ஓர் எழுத்தாளன்.

2. இளங்கீரன் ஓர் எழுத்தாளர்.

3. பாலேஸ்வரி ஓர் எழுத்தாளர்.

4. இளங்கீரன் ஓர் ஆண் எழுத்தாளர்.

5. பாலேஸ்வரி ஒரு பெண் எழுத்தாளர்.

1ஆவது வசனத்தில் – அன் விகுதி பால் காட்டியுள்ளது. அது நியாயமே. ஏனைய வசனங்களில் பால்படு சமத்துவம்

நிலைநாட்டப்பட்டுள்ளது. ஆனால் 2ஆவது வசனத்தில் உள்ள எழுத்தாளர் 1ஆவது வசனத்தில் உள்ள எழுத்தாளனையும் 3ஆவது வசனத்தில் உள்ள எழுத்தாளரையும், 4ஆவது வசனத்தில் உள்ள ஆண் எழுத்தாளரையும் செயலிழக்கச் செய்வதுண்டு. 4ஆவது வசனம் கண்ணில் படுவதோ காதில் விழுவதோ அரிது. 5ஆவது வசனம் அடிக்கடி இடம்பெறுகிறது. அதாவது:

2. இளங்கீரன் ஓர் எழுத்தாளர்.

ஆனால்:

5. பாலேஸ்வரி ஒரு பெண் எழுத்தாளர்!

– அர் விகுதியின் இடத்துக்கு –அன் விகுதி உயர்த்தப்பட்டமை (– அன் விகுதியின் இடத்துக்கு – அர் விகுதி தாழ்த்தப்பட்டமை) 2ஆவது வசனத்தில் தெரிகிறது. பெண் – ஒட்டுச்சொல் – அர் விகுதிக்கு முண்டு கொடுப்பது 5ஆவது வசனத்தில் தெரிகிறது.

பெண் – ஒட்டுச்சொற்கள் பெரிதும் இறக்குமதிச் சரக்காகவே எங்களை வந்தடைகின்றன. இன்று தமிழில் வழங்கும் பெண்– ஒட்டுச்சொற்களுள் பெரும்பாலானவை ஆங்கிலத்திலிருந்து தமிழுக்குள் புகுந்தவை. ஆங்கிலத்தில் பெண்குலத்தைச் சமாளிக்கும் சொல்லாட்சிக்கு *woman* ஒட்டுச்சொல்லாய் நின்று முண்டு கொடுத்து வருகிறது. ஆங்கிலத்தில் *woman* ஒட்டுச் சொல்லாய் நின்று பெண்மைக்கு முண்டுகொடுக்க வேண்டிய நிர்ப்பந்தம் உண்டு. அது ஒரு பால்படு சமாளிப்பாகும். ஆங்கிலத்தில் இடம்பெறும் பால்படு சமாளிப்பை இறக்குமதி செய்யவேண்டிய (மொழிபெயர்க்க வேண்டிய) தேவை தமிழுக்கு இல்லை. பெண்மைக்கு முற்றிலும் நெகிழ்ந்து கொடுக்கும் தமிழுக்கு அத்தகைய நிர்ப்பந்தம் அறவே கிடையாது. தேவைப்படாத இறக்குமதியாக (குருட்டு மொழிபெயர்ப்பாக) புகுத்தப்படும் பால்படு சமாளிப்பு தமிழைப் பாழ்படுத்தி வருகிறது. ஆணாதிக்கத்தை நிலைநிறுத்தி வருகிறது.

எடுத்துக்காட்டாக *spokeswoman* என்பது பெண்குலத்தைச் சமாளிப்பதற்காக ஆங்கிலத்தில் மேற்கொள்ளப்படும் ஒரு சொல்லாட்சி. ஆங்கிலத்தில் இடம்பெறும் அந்தப் பால்படு சமாளிப்பை ஈ அடித்த பிரதிக்காரரைப் போன்று (பெண் பேச்சாளர் என்ற உருவத்தில்) தமிழுக்குள் புகுத்துவதைவிட மோசமான மடைத்தனம் வேறெதுவும் இருக்க முடியாது. எனினும் *spokeswoman* பேசும் பெண் ஆகாமல், பெண் பேச்சாளர் ஆகியமை மாபெரும் முன்னேற்றம் என்பதில் ஐயமில்லை!

பேச்சாளர் என்றால் ஒரு கூட்டத்தில் உரையாற்றுபவர் *(speaker)* அல்லது நாவலர் *(oratar)* என்று பொருள். *Spokesperson*

ஒரு பேச்சாளரோ நாவலரோ அல்லர். அவர் ஒரு தரப்பின் சார்பாக மொழிபவர். ஆதலால்தான் 1958இல் வெளிவந்த இலங்கை அரச சொல்தொகுதி ஒன்று அவரை மொழிவாளர் என்று குறிப்பிட்டுள்ளது. மொழிபவர் ஆணாயினும் **(spokesman),** பெண்ணாயினும் **(spokeswoman)** மொழிவாளர் **(spokesperson)** பொருந்தும். அது தமிழ் இலக்கணத்துக்கும் மரபுக்கும் அமைந்த செப்பமான, நுட்பமான சொல்லாட்சி. மொழியும் பொருளும் அறிந்தவர்களுக்கு அது எத்துணை நேர்த்தியான சொல்லாட்சி என்பது புரியும். அத்தகைய அரிய தமிழ்ச் சொற்கள் மங்குவதும், ஈ–அடிப்புச் சொற்கள் ஓங்குவதும் தமிழ்மொழி வரலாற்றில் இடம்பெறும் விந்தை ஆகும்.

கீழ்வரும் சோடியைக் கருத்தில் கொள்ளவும்:

1. அப்பா வந்தார், அண்ணா போனார். ஆனால்:

2. அம்மா வந்தாள், அக்கா போனாள்!

புனைகதையில் (சிறுகதையில், நாவலில்) ஆண்கள் உயர்த்தப்படுவதையும், பெண்கள் தாழ்த்தப்படுவதையும் மேற்படி கூற்றுகள் இரண்டும் ஒட்டுமொத்தமாகப் புலப்படுத்துகின்றன.

அப்பா வந்தார், அண்ணா போனார் என்றுதான் எல்லோரும் சொல்லுகிறோம். ஆகவே அப்பா வந்தார், அண்ணா போனார் என்று நமது கதாசிரியர்கள் எழுதுவது மெத்தச் சரியே. அப்புறம், (ஈழத் தமிழில்) அம்மா வந்தா, அக்கா போனா என்றுதானே எல்லோரும் சொல்லுகிறோம். ஆகவே அம்மா வந்தா, அக்கா போனா என்றல்லவா அவர்கள் எழுத வேண்டும்? அம்மா வந்தாள், அக்கா போனாள் என்ற பேச்சுக்கே இடமில்லையே! எப்படி எழுத்துக்கு இடம் வந்தது? ஆண்களின் கையெழுத்து பெண்களின் தலையெழுத்தாகுமா? ஆகாது.

ஆகவே அப்பா வந்தார், அண்ணா போனார் என்று எழுதும் அதே கையினால், அம்மா வந்தார், அக்கா போனார் என்றும் எழுத வேண்டும். அல்லது அம்மா வந்தாள், அக்கா போனாள்; என்று எழுதும் அதே கையினால், அப்பா வந்தான், அண்ணா போனான் என்றும் எழுத வேண்டும். அப்பா வந்தான், அண்ணா போனான் என்று எழுதக்கூடாது என்றால், அம்மா வந்தாள், அக்கா போனாள் என்றும் எழுதக்கூடாது.

முறைசார் வழக்கில் (சபையில் அல்லது புனைகதை அல்லாத ஆக்கங்களில்) அம்மா வந்தார், அக்கா போனார் என்று குறிப்பிடுகிறோம். பேச்சு வழக்கில் (ஈழத் தமிழில்) அம்மா வந்தா, அக்கா போனா என்று குறிப்பிடுகிறோம். பேச்சு வழக்கை ஒட்டி

எழுதுவதாகத் தம்பட்டம் அடிப்பவர்கள் அம்மா வந்தா, அக்கா போனா என்றல்லவா எழுத வேண்டும்? பேச்சு வழக்கை ஒட்டி எழுதுவதாகக் கூறுவது வெறும் பேச்சுக்காகவா? ஒன்றில் பேச்சு வழக்கு ஓங்க வேண்டும். அல்லது தம்பட்டம் ஓயவேண்டும்.

அம்மா வந்தாள், அக்கா போனாள் என்று எழுதுவதே மரபு, அந்த மரபை மாற்றுவது தப்பு என்று நமது கதாசிரியர்கள் கதையளக்கக்கூடும். அது பொதுமக்கள் மரபல்ல, ஆணாதிக்க மரபு என்பதை அவர்களுக்கு இடித்துரைப்போம். மரபின் பெயரால் அநியாயம் தொடர்வது முறையா, நியாயத்தை ஏற்று மரபு மாறுவது முறையா? மரபில் நியாயம் உள்ளவரை அதனை நாம் நிலைநிறுத்தவே வேண்டும். மரபில் அநியாயம் பொதிந்திருந்தால் அதனை நாம் ஒழித்துக்கட்டியே தீரவேண்டும்.

–அர், –ஆர், –கள் விகுதிகள் சமூகத்தின் பொது உடைமையாய் எழுந்தவை. அவை ஆண்களின் தனி உடைமை ஆக்கப்பட்டு விட்டன. அவை மீண்டும் சமூகத்தின் பொது உடைமை ஆக்கப்பட வேண்டும் – அவை ஆண், பெண் இரு பாலாருக்கும் பொது உடைமை ஆக்கப்பட வேண்டும். அதாவது பெண் போராளி, பெண் எழுத்தாளர், பெண் வைத்தியர், பெண் வழக்குரைஞர் . . . போன்ற ஒட்டுச் சொற்கள் இயன்றவரை தவிர்க்கப்பட வேண்டும். அல்லது ஆண் போராளி, ஆண் எழுத்தாளர், ஆண் வைத்தியர், ஆண் வழக்குரைஞர் . . . போன்ற ஒட்டுச் சொற்கள் இயன்றவரை புகுத்தப்பட வேண்டும்.

ஆண்கள் மொழிக்குள் தமது ஆதிக்கத்தை அநியாயமாகவும் அப்பட்டமாகவும் இறுமாப்புடனும் புகுத்தியுள்ளார்கள். மொழிக்குள் தாம் புகுத்திய ஆணாதிக்கத்தை ஆண்களே மனமுவந்து களைய வேண்டும். களையத் தவறினால், பெண்கள் கிளர்ந்தெழுந்து களையெடுப்பில் குதிக்க வேண்டும். அதனை விடுத்து மொழியை நோவது, எய்தவன் இருக்க அம்பை நோவது போலாகும்; என்பதைப் பெண்கள் புரிந்து கொள்ள வேண்டும். அம்பை நோவதை விடுத்து எய்தவனை எதிர்கொள்வோம்:

1. –அர், –ஆர், –கள் விகுதிகள் ஆண்களை மாத்திரமன்றிப் பெண்களையும் குறிப்பவை. ஆகவே ஆண்களைப் போலவே பெண்களும் தங்களைக் குறித்து –அர், –ஆர், –கள் விகுதிகளைத் தாராளமாகக் கையாள வேண்டும். அந்த வகையில் கவிஞர் உமா மஹேஸ்வரி, கவிஞர் பூமா ஈஸ்வரமூர்த்தி, ஆண் கவிஞர் பிரம்மராஜன் என்றெல்லாம் லதா ராமகிருஷ்ணன் போன்றவர்கள் எழுதிவருவது வரவேற்கத்தக்கது (படைப்பாளி–வாசகர் – விமர்சகர், கணையாழி, ஜனவரி 2002, ப.59–61).

2. –அன், –ஆன் ஆகிய ஆண்பால் விகுதிகளுக்கு எதிராக மாத்திரமே –அள், –ஆள், –ஆட்டி, –ஆத்தி, –இ, –ஐ . . . முதலிய பெண்பால் விகுதிகளைக் கையாள வேண்டும்:

ஆசிரியன்	ஆசிரியை
நண்பன்	நண்பி
இளைஞன்	இளைஞி

3. –அர், –ஆர், –கள் விகுதிகளுக்கு எதிராக (அதாவது அவற்றைக் கலப்பற்ற ஆண்பால் விகுதிகளாகக் கொண்டு, அவற்றுக்கு எதிராக) பெண்பால் விகுதிகளைக் கையாளக் கூடாது. (ஆசிரியர், நண்பர், இளைஞர் போன்ற சொற்களைக் கலப்பற்ற ஆண்பாற் சொற்களாகவோ ஆசிரியை, நண்பி, இளைஞி போன்ற சொற்களை முறையே அவற்றின் பெண்பாற் சொற்களாகவோ எடுத்தாளக் கூடாது).

4. –அர், –ஆர், –கள் விகுதிகளின் இடத்தை –அன், –ஆன் விகுதிகள் அபகரிக்க அனுமதிக்கக் கூடாது. பொதுவாக ஆண்கள் வகிக்கும் பதவிகள் அனைத்தையும் பெண் களும் வகிக்கிறார்கள். ஆகவே என்னுடைய அக்கா ஓர் ஆசிரியை என்று குறிப்பிடத் தேவையில்லை. என்னுடைய அக்கா ஓர் ஆசிரியர் என்றே குறிப்பிடலாம். குறிப்பிட வேண்டும்.

5. எழுத்தாளர் பாலேஸ்வரி. அவ்வளவுதான். பெண் எழுத்தாளர் பாலேஸ்வரி என்பது அநாவசியம், மடைத்தனம், கூறியது கூறல். தவிர்க்கமுடியாத காரணம் இருந்தால் ஒழியப் பெண் போராளி, பெண் எழுத்தாளர், பெண் வைத்தியர், பெண் வழக்குரைஞர் . . . போன்ற பெண்–ஒட்டுச் சொற்களைப் பெண்கள் கையாளக் கூடாது. அத்தகைய சொல்லாட்சியை அவர்கள் அனுமதிக்கக் கூடாது. எந்த விதிக்கும் ஒரு விலக்குண்டு. அந்த வகையில் இந்த விதிக்கும் ஒரு விலக்குண்டு. எங்கேயாவது பெண் ஒட்டுச் சொல்லாய் அமைந்தே தீரவேண்டிய கட்டம் எழக்கூடும். எடுத்துக்காட்டாக ஈழ வரலாற்றில் உண்ணா நோன்பிருந்து மாண்ட முதற் பெண் தியாகி அன்னை பூபதி அவர்களே எனலாம். எந்த விதிக்கும் ஒரு விலக்குண்டு என்பது ஒப்புக் கொள்ளப்படும் அதேவேளை, அந்த விதிவிலக்கையே விதியாக விதிக்கலாகாது என்பதும் வலியுறுத்தப்பட வேண்டும்.

6. பழமொழிகளைப் பொறுத்தவரை எவருக்கும் ஆக்க வுரிமை கிடையாது. ஆதலால் ஆணாதிக்கம் தொனிக்கும் பழமொழிகளை இருபாலார்க்கும் பொதுவானவையாக மீட்டியுரைக்கலாம். எடுத்துக்காட்டாக தினை விதைத்தவன் தினை அறுப்பான், வினை விதைத்தவன் வினை அறுப்பான் என்ற பழமொழியை தினை விதைத்தவர் தினை அறுப்பர், வினை விதைத்தவர் வினை அறுப்பர் என்று மீட்டியுரைக்கலாம்.

7. பிற இலக்கியங்களைப் போலவே தமிழ் இலக்கியத்தையும் ஆணாதிக்கம் பீடித்துள்ளது. எனினும் இலக்கியத்தில் நாம் இலகுவில் கைவைக்க முடியாது. இயற்றியவர் அதற்கு உடன்படப் போவதில்லை. இயற்றியவர் உயிருடன் இல்லாவிட்டால் ஒன்றுமே செய்ய முடியாது. ஆக்கவுரிமை பெற்றவர் களையெடுக்கத் துணிபவர்மீது வழக்கு வைத்தல் திண்ணம். வள்ளுவரே மறுபடி தோன்றி,

காட்சிக்கு எளியன் கடுஞ்சொல்லன் அல்லனேல்
மீக்கூறும் மன்னன் நிலம் (386)

என்ற தமது குறளை அதன் பொருளில் எதுவித மாற்றமுமின்றி,

காட்சிக்கு எளியர் கடுஞ்சொல்லர் அல்லரேல்
மீக்கூறும் மன்னர் நிலம்

என்று மீட்டியுரைத்தால், யாரோ ஒரு கிழட்டு நெசவாளன் தன்னை வள்ளுவர் என்று முரசுகொட்டி ஆள்மாறாட்டம் செய்வதாகக் குற்றம்சாட்டி வழக்கு வைப்பதற்குத் தயாராய் இருக்கிறது பூம்புகார் பதிப்பகம்!

8. கண்ணில் படும், காதில் விழும் எந்த வசனத்திலும் ஆணாதிக்கம் தென்பட்டால், அதனை இருபாலார்க்கும் பொதுவானதாக மீட்டியுரைத்து, அதனைச் சம்பந்தப் பட்ட தரப்பினரிடம் சுட்டிக்காட்டலாம். எடுத்துக்காட் டாகத் தமிழர் தகவல், தமிழர் மத்தியில் என்பவை போலத் தமிழன் வழிகாட்டி என்பதைத் தமிழர் வழிகாட்டி என்று மீட்டியுரைக்கலாம் என்று சம்பந்தப்பட்ட தரப்பினரிடம் சுட்டிக்காட்டலாம். எங்களைத் தமிழா! தமிழா! என்று விளித்து எழுதுவதை விடுத்து, தமிழரே! தமிழரே! என்று விளித்து எழுதும்படி நமது புத்திமான் களுக்கும் புத்தி புகட்டலாம்.

தமிழில்தான் ஆணாதிக்கம் நிலைத்துள்ளது, ஆங்கிலம் உட்படப் பல்வேறு மொழிகளில் அது களையப்பட்டுவிட்டது,

ஏனையவை ஆணாதிக்கத்தைக் களையவல்லவை, தமிழ் களையவல்லதல்ல என்று கருதிச் சிலர் தெம்புகுன்றக்கூடும். இவை வெறும் தப்புக் கணக்குகள். தமிழ் மொழியில் காணப்படும் ஆணாதிக்கத்தைக் காட்டிலும் கிரேக்க, ஆங்கில, அறபு, மொழிகளில் காணப்படும் ஆணாதிக்கம் பன்மடங்கு அதிகம். அந்த மொழிகளிலிருந்து ஆணாதிக்கத்தைக் களைவது மிகவும் கடினம் என்றே தெரிகிறது. ஆனால் தமிழ் மொழியில் காணப்படும் ஆணாதிக்கத்தை –அர், –ஆர், –கள் விகுதிகளைக் கொண்டே பெருமளவு களையலாம். தமிழின் நெகிழ்வைப் பெண்கள் முற்றுமுழுதாகப் பயன்படுத்திக்கொள்ள வேண்டும்.

ஆணாதிக்கம் சமூகத்திலிருந்து மொழியினுள் கசிந்து, மொழியிலிருந்து சமூகத்துக்கு மீள்வது. அந்த வகையில் ஆணாதிக்கம் ஒரு சமூகக் கொடுமை மட்டுமல்ல, அது ஒரு மொழிக் கொடுமையும் கூட. சட்டத்தின் முன் மட்டுமல்ல, மொழியின் முன்னும் யாவரும் சமன் என்பதைப் பெண்கள் நிலைநாட்ட வேண்டும். அதனைச் சொல்லிலும் செயலிலும் அவர்கள் காட்ட வேண்டும். தமது ஆக்கங்களில் அதனை ஊட்ட வேண்டும். நமக்கேன் வம்பு என்று பெண்கள் வாளாவிருக்கக்கூடாது.

ஒரேயொரு கேள்வி இக்கட்டுரையைச் சரிவரப் பூர்த்திசெய்ய விடாது எமது அடிமனத்தை அரித்துக் கொண்டிருக்கிறது: தொழிலாளன், எழுத்தாளன், பேச்சாளன் போன்று –ஆளன் விகுதி கொண்ட ஆண்பாற் சொற்களின் பெண்பாற் சொற்கள் யாவை? தொழிலாளி, தொழிலாளர் இரண்டும் இரு பாலாரையும் கருதும். தனியே பெண்பாலாரை மட்டும் குறிக்கும் சொல் என்ன? தொழிலாளள் அல்லது தொழிலாட்டி அல்லது தொழிலாளினி எனலாமா? அவை பெண்பாலாரைக் குறிக்கும் என்றால், அவை ஏன் வழக்கில் இல்லை? தொழிலாளினி, எழுத்தாளினி, பேச்சாளினி என்று ஏற்கெனவே தாம் பாவித்ததுண்டு என்று தெரிவிக்கும் எழுத்தாளர் திரு. அ. முத்துலிங்கம் அவர்கள், அப்படிப் பாவித்தால் என்ன என்றும் வினவுகிறார்.

மொழியினால் அமைந்த வீடு

'மொழியினால் அமைந்த வீட்டிலேயே மனிதர்கள் வாழ்ந்து வருகிறார்கள்' *(Russell R.W.Smith).* மொழியின் மூலப் பொருட்களாய் அமையும் 'சொற்களில் எனக்கு நம்பிக்கை இல்லை. மக்களின் ஒட்டுறவில் அவை குறுக்கிடுகின்றன. சொற்களில் புதையுண்டிருக்கும் பொருளை விடுத்து சொற்களிலும், எம்மை ஈர்த்து, தீண்டி, உறுத்தும் அவற்றின் ஆற்றலிலும் நாம் அதிகம் புலனைச் செலுத்துகிறோம்' *(Pico Iyer).* 'நாம் பாஷையை விடுத்து பரிபாஷையை மொழிகிறோம். நெறிகளை விடுத்து அறைகூவல்களை மதிக்கிறோம். நேரிய சிந்தனைகளை விடுத்து கூரிய சிந்தனைகளை ஏற்கிறோம்' *(Eric Bentley).*

'வார்த்தைகளை வைத்துக்கொண்டு ஜனங்களைப் பயங்காட்டுவது ரொம்ப லேசு' (புதுமைப்பித்தன்). 'மனிதர் புலியைக் கொன்றால், அது வேட்டை. புலி மனிதரைக் கொன்றால், அது பயங்கரம்!' *(Bernard Shaw).* 'நீங்கள் கடவுளிடம் ஏதாவது வேண்டிக்கொண்டதாகச் சொன்னால், நீங்கள் கடவுளை வழிபட்டிருக்கிறீர்கள் என்று கருத்து. கடவுள் உங்களிடம் ஏதாவது வேண்டிக் கொண்டதாகச் சொன்னால், உங்களுக்குச் சித்தப் பிரமை பிடித்திருக்கிறது என்று கருத்து!' *(Thomas Szasz).* 'நீர் ஒரு புனிதர் என்றால், மற்றவர்கள் உம்மைப் பொருட்படுத்துவதில்லை என்று கருத்து' *(Dorothy Day).*

'நாங்கள் பேசுவது ஒரே மொழி அல்ல. சுதந்திரம், மனிதாபிமானம், மக்களாட்சி, விடுதலை

போன்ற பதங்களுக்கு நாங்கள் கொள்ளும் கருத்துகளுக்கு நேரெதிர்மாறான கருத்துகளையே அவர்கள் கொள்ளுகிறார்கள். இந்த மொழித் திருட்டையும் துஷ்பிரயோகத்தையும் கண்டு நான் கொதிப்படைகிறேன்' *(Paul William Roberts).*

George Orwell எழுதிய *Nineteen Eighty-Four* என்ற அங்கத நாவலில் *Newspeak* என்று ஒரு மொழி பேசப்படுகிறது. அது *Ingsoc* என்ற சிந்தனைக்கு உகந்த மொழி என்று சொல்லப்பட்டுள்ளது. ஏனைய சிந்தனைகளைக்கு அது இடம்கொடாது. அதில் அந்தச் சிந்தனைக்குச் சாதகமான புதிய சொற்களே உள்ளன. பாதகமான பழைய சொற்கள் இல்லை. மாண்பு, நீதி, அறம், சர்வதேசியம், மக்களாட்சி, விஞ்ஞானம், போன்ற சொற்கள் அதில் இல்லை. அந்த மொழி சிந்தனையை வளர்ப்பதற்கல்ல, ஒடுக்குவதற்கே பயன்படுத்தப்படுகிறது. சில எடுத்துக்காட்டுகள்:

joycamp (அடிமை முகாம்)

prolfeed (பிரசாரம்)

Minipax (போர் அமைச்சு) *(Ministry of Peace)*

goodthink (நெறிநிற்றல்)

crimethink (நெறிபிறழ்தல்)

1949இல் வெளிவந்த மேற்படி நூலில் ஆட்சியாளர்களின் அறைகூவல்கள் சில காணப்படுகின்றன:

போரே சமாதானம்

அடிமைத்தனமே சுதந்திரம்

அறியாமையே பலம்

George Orwell தமது *Animal Farm, Nineteen Eighty-Four* ஆகிய இரு அங்கத நாவல்களிலும் (ஸ்டாலின் புரிந்த) சர்வாதிகாரத்தையே எள்ளி நகையாடியதாகச் சொல்லப்படுகிறது. சர்வாதிகாரத்தின் கீழ் இடக்கரடக்கல் மேலோங்குவதை அவர் சிந்தை கவரும் வண்ணம் எடுத்துக்காட்டியுள்ளார். மக்களாட்சியிலும் இடக்கரடக்கல் மேலோங்கும், ஏன் உச்சக் கட்டத்தையே எட்டும் என்பதை அவர் கற்பனை பண்ணியே பார்த்திருக்க மாட்டார். இன்று எல்லா 'ஆட்சியாளரும் படையினரும் இலக்கணத்தை நகைப்புக்கிடமாக்கி நயவஞ்சகமான இடக்கரடக்கல்களைக் கையாண்டு வருகிறார்கள்' *(Russell Smith)*சில எடுத்துக்காட்டுகள் பின்வருமாறு:

இடக்கரடக்கல்	
இடக்கர்	**அடக்கல்**
தாக்குதல் *Attack*	நடவடிக்கை *Operation*
படையெடுப்பு *Invasion*	முன்கூட்டியே தாக்குதல் *Pre-emptive attack*
ஆக்கிரமிப்பு *Aggression*	விடுதலை *Liberation*
முன்னேறுவதற்கு முன்னர் இடம்பெறும் குண்டுவீச்சு	தரையை மென்மைப்படுத்தல் *Softening the ground*
குடிமக்களின் உயிர், உடைமை இழப்புகள்	பக்கவாட்டுச் சேதங்கள் *Collateral damage*
இலக்குவைத்துக் கொல்லுதல் *Targeted killings*	தேர்ந்தெடுத்துத் தாக்குதல் *Surgical strike*
படுகொலை *Massacre*	உருக்குலைத்தல் *Degradation*
கொஞ்சம் கொஞ்சமாகக் கொன்று தீர்த்தல்	அராவிக் கொட்டுதல் *Attrition*

'போருக்கு முதலில் பலியாவது உண்மையே' *(Truth is the first casualty of war)* என்பது ஒரு பெயர்போன கூற்று *(Hiram Johnson)*. இதனை வேறொரு விதமாகவும் குறிப்பிடலாம்: பிரசாரத்துக்கு முதலில் பலியாவது மொழியே *(Language is the first casualty of propaganda)*. 'ஊடகங்கள் எதனை விரும்புகின்றனவோ அதுவே உண்மையாகிவிடும். மூன்று கிழமைகளில் உலகம் அதனை ஒப்புக்கொண்டுவிடும்' *(Oswald Spengler)*. 'மக்கள் ஒரு சிறிய உண்மையைவிட ஒரு பெரிய பொய்யையே அதிகம் விரும்புகிறார்கள்' (ஹிட்லர்).

மக்களின் கருத்துச் சுதந்திரம் என்பது மக்களின் கருத்தை உருவாக்கும் துறை ஆகிறது. மக்களின் கருத்தை உருவாக்குவதற்கு ஓர் ஊடகம் தேவைப்படுகிறது. ஊடகம் நடத்துவதற்குப் பணம் தேவைப்படுகிறது. அந்த வகையில் ஊடக சுதந்திரம் என்பது ஊடக உடைமையாலேயே தீர்மானிக்கப்படுகிறது. ஊடகம் என்பது உடைமையின் ஊதுகுழல் (ஓதுகுழல்) ஆகிறது. 'ஊதுவோருக்கு பணத்தை எண்ணிக் கொடுப்பவரே பண்ணையும்

குறித்துக் கொடுக்கிறார்' (*He who pays the piper calls the tune - Oswald Spengler*). ஊடகங்கள் சமூகத்தை ஆட்டிப் படைக்கின்றன. அவற்றின் நிலைப்பாடுகளை நாம் ஏற்றுக்கொள்கிறோம். அவை 'எண்ணங்களை உற்பத்திசெய்து பிழைக்கின்றன' ((*Industrialization of thought - Harun Farocki*).

ஜனாதிபதி புஷ் (2003 மார்ச் 6ஆம் திகதி) இட்ட போர் முழக்கத்துக்கு அடுத்த நாள் வெளிவந்த *The Globe and Mail (Toronto)* பத்திரிகை அதனை *Bush readies world for war* (புஷ் உலகத்தைப் போருக்கு ஆயத்தப்படுத்துகிறார்) என்று சொல்லித் தலைப்புச் செய்தியாக வெளியிட்டிருந்தது. அமெரிக்க ஆட்சியாளருக்கு ஆதரவாக வாசகர்களை அணிதிரட்டும் நோக்குடனேயே அது அப்படிக் குறிப்பிட்டது. அடுத்த நாள் அதே பத்திரிகையில் வெளிவந்த ஒரு கடிதத்தில் *Bush readies war for world* (புஷ் உலகத்தைக் கைப்பற்றும் போருக்கு ஆயத்தமாகிறார்) என்று *Patrick Venditi* என்ற வாசகர் அதற்கு மறுத்தான் கொடுத்திருந்தார்!

'படுகேவலமான காரியத்தை மிகவும் இதமான முறையில் செய்வதும் சொல்வதுமே சாணக்கியம்' (*Isaac Goldberg*). அந்த வகையில் ஈராக் மீது படையெடுப்பதற்கு முன்னர் அமெரிக்க ஆட்சியாளரும் செய்திமான்களும் தமது அகராதியில் இரண்டு சொற்தொடர்களை வலிந்து புகுத்தியதில் ஒரு நியாயம் இருக்கிறது.

(1) *Regime change* (ஆட்சி மாற்றம்)

(2) *Weapons of mass destruction*

(பேரழிவு விளைவிக்கும் ஆயுதங்கள்)

ஆட்சிப் புரட்டு, ஆட்சிக் கவிழ்ப்பு போன்ற வாடிக்கையான சொல்தொடர்களைக் கையாண்டால் அப்படிச் செய்வது தப்பு என்பதை அந்தச் சொற்தொடர்களே மக்களுக்குக் காட்டிக் கொடுத்துவிடும் அல்லவா! ஆட்சி மாற்றம் என்றால் அது இட மாற்றம், நேர மாற்றம் போன்ற ஒரு வழமையான, நியாயமான மாற்றம் போலவே தென்படும்.

அணு ஆயதங்கள், நச்சுவாயு ஆயுதங்கள், இரசாயன ஆயுதங்கள் என்று பச்சையாகக் குறிப்பிட்டால் எவருக்கும் விளங்கும். மாபெரும் அமெரிக்க வல்லரசு, இஸ்ரவேல் உட்பட அனைத்து வல்லரசுகளிடமும் அவை மண்டிக் கிடக்கின்றன என்பது எல்லோருக்கும் தெரியும். ஆனால் அப்படிப் பச்சையாகக் குறிப்பிடுவதில் ஒரு சிக்கல் இருக்கிறது. தனியே ஈராக்கிற்கு எதிராக மட்டுமல்ல, அத்தகைய வல்லரசுகள் அனைத்துக்கும்

எதிராக நடவடிக்கை எடுக்கும்படி விவரம் தெரியாதவர்கள் அசட்டுத்தனமாக முழக்கமிட்டால் எங்கே பேய் முட்டுவது? ஆதலால்தான் அமெரிக்க ஆட்சியாளரும் ஊடகங்களும் ஈராக் வைத்திருக்கும் பேரழிவு விளைவிக்கும் ஆயதங்கள் பற்றி மொட்டையாகச் சொல்லி மழுப்பி வந்தன. அதாவது பேரழிவு விளைவிக்கும் ஆயதங்கள் என்றால் இப்போதைக்கு ஈராக்கிலும், அடுத்து ஈரானிலும், அப்புறம் வட கொறியாவிலும் . . . உள்ள ஆயுதங்கள் என்று பொருள்! யப்பானில் இலட்சக் கணக்கான மக்களைப் பலிகொண்ட அமெரிக்க அணுக் குண்டுகள் போன்றவை வெறும் சிற்றழிவு விளைவிக்கும் ஆயதங்கள் என்க!

அமெரிக்க, பிரித்தானியப் படைகள் ஈராக் மீது மேற்கொண்ட படையெடுப்புக்கு இட்ட குறியீட்டுப் பெயர் ஈராக்கிய சுதந்திர நடவடிக்கை *(Operation Iraqi freedom)*! ஜனாதிபதி புஷ், பிரதமர் பிளயர் இருவரும் இதனை ஈராக்கின் விடுதலை என்றும் குறிப்பிட்டார்கள். இது இலங்கை உட்பட வேறு பல நாடுகளில் இசைக்கப்பட்ட பழைய பல்லவியே. 1987இல் இலங்கைப் படையினர் வடமராட்சியைக் கைப்பற்றுவதற்குத் தொடுத்த போருக்கு இட்ட குறியீட்டுப் பெயர்: விடுதலை நடவடிக்கை *(Operation Liberation)*. 1949ஆம் ஆண்டு *George Orwell* சுட்டிக்காட்டிய போரே சமாதானம் என்ற அறைகூவல் 46 ஆண்டுகள் கழித்து (1995ஆம் ஆண்டு) இலங்கையில் சமாதனத்துக்கான போர் என்ற அறைகூவலாய் ஓங்கியது! அடிமைத்தனமே சுதந்திரம் என்ற அறைகூவல் தற்பொழுது ஈராக்கிய சுதந்திர நடவடிக்கை *(Operation Iraqi Freedom)* என்ற அறைகூவலாய் ஒலித்திருக்கிறது!

'நாங்கள் உங்கள் எதிரிகள் அல்லர். உங்கள் நாட்டைக் கைப்பற்றும் நோக்கம் எமக்குக் கிடையாது. உங்களுக்கு விடுதலை பெற்றுக் கொடுப்பதற்காகவே நாங்கள் உங்கள் நாட்டுக்கு வருகிறோம்!' இது ஜனாதிபதி புஷ் அல்லது பிரதமர் பிளயர் அல்லது சேனாதிபதி தொமி பிறாங்ஸ் *(Tommy Franks)* விடுத்த அறிவித்தல் போலவே தென்படும். உண்மையில் இது 86 ஆண்டுகளுக்கு முன்னர் (1917இல்) இதே ஈராக் மீது படையெடுத்த பிரித்தானிய சேனாதிபதி *F.S.Maude* விடுத்த அறிவித்தல்!

இந்தப் படையெடுப்பை நாள் முழுவதும் ஒளிபரப்பிய ஊடகங்களின் முகப்பில் பொறிக்கப்பட்ட வாசகங்கள் அவற்றின் நிலைப்பாடுகளைத் துல்லியமாகப் புலப்படுத்தின (சாய்வெழுத்திலுள்ள ஆங்கில வேற்றுமை உருபுகளைக் கவனிக்கவும்):

ABC (USA)	*War with Iraq*	*(ஈராக்குடன் நிகழும் போர்)*
BBC (UK)	*Iraq War*	*(ஈராக் போர்)*
CBC (Canada)	*Attack on Iraq*	*(ஈராக் மீதான தாக்குதல்)*
CNN (USA)	*War in Iraq*	*(ஈராக்கில் நிகழும் போர்)*
NBC (USA)	*America at war*	*(போரில் அமெரிக்கா)*

BBC உட்பட எந்த ஊடகமும் இதை ஒரு படையெடுப்பு என்று பச்சையாகப் பொறிக்கத் துணியவில்லை. வியட்நாம் போர், கொறியப் போர், மத்திய கிழக்குப் போர் போன்று இந்தப் போரை *BBC* ஈராக் போர் என்றே பொறித்தது. ஈராக்குடன் நிகழும் போர் என்ற *ABC*–யின் வாசகத்தில், அது ஈராக்குடன் புரியப்படும் போர் என்பதும், அதனை ஈராக் தொடுக்கவில்லை என்பதும் தெரிகிறது. சிழிழி ஈராக்கில் நிகழும் போர் என்று பொறித்து (அதன் ஸ்பானிய மொழிச் சேவையிலும் அவ்வாறே, அதாவது *Guerra de Iraq* என்று பொறித்து) அது ஒரு படையெடுப்பு அல்ல என்றும், இயல்பாகவே மூண்ட ஒரு போருக்கு ஈராக் களமாகியது என்றும் காட்ட முனைந்தது. அமெரிக்கா போரில் ஈடுபட்டுள்ளதை ஒப்புக்கொள்ளும் *NBC* ஏனைய ஊடகங்கள் செய்தது போன்று படையெடுப்புக்கு உள்ளாகியிருக்கும் ஈராக்கை அதன் முகப்பு வாசகத்தில் சேர்க்கவில்லை. *CBC* மாத்திரமே ஈராக் மீதான தாக்குதல் என்று உள்ளதை உள்ளபடி உரைத்துள்ளது. செய்தி அறம் பேணுவதைப் பொறுத்தவரை மேற்படி ஊடகங்களைப் பின்வருமாறு வரிசைப்படுத்தலாம்: *CBC, BBC, ABC, NBC, CNN.* கனடிய தேசிய நாளேடுகளான *The Globe and Mail, National Post, Toronto Star* மூன்றும் *CNN*–ஐ பின்பற்றி *War in Iraq* என்றே குறிப்பிட்டன.

போர் கொடியவர்களின் கைகளிலும் வெகுளிகளின் கண்களிலும் வேடிக்கையாவதை *George Orwell* மேற்படி நூலில் படம்பிடித்துக் காட்டியுள்ளார்: ஓர் அகதிக் கப்பல் மீது குண்டு வீசப்படுகிறது. நீந்திக் கரைசேர முயலும் ஒருவனை ஓர் உலங்கு வானூர்தியிலிருந்து சுட்டுத் தள்ளுகிறார்கள். அவனுடைய உடலைக் குண்டுகள் துளைக்கின்றன. துளைகளுள் தண்ணீர் நுழைகின்றது. அவனைச் சூழ்ந்த கடல் சிவக்கின்றது. துளையுண்ட உடலில் தண்ணீர் புகுந்த பாரத்தில் அது கொதிக்கின்ற கடலில் அமிழ்கின்றது. அதனைத் திரையில் காணும் பார்வையாளர்கள் சிரித்து மகிழ்ந்து ஆரவாரம் செய்கிறார்கள் ... மேலே உலங்கு வானூர்தி வலம் வருகிறது. கீழே ஓர் உயிர் காப்புப் படகு மிதக்கின்றது. படகு முழுவதும் குழந்தைகள். ஒரு தாயின் கையில் மூன்று வயதுக் குழந்தை. அஞ்சி நடுங்கும் குழந்தை தாயின்

மார்பை அகழ்ந்து, அதனுள் தலையைப் புதைத்து வீரிடுகின்றது. பயந்து வெடவெடக்கும் தாய் தனது கைகளால் குண்டுகளைத் தடுக்கும் நப்பாசையுடன் கூனிக் குறுகிக் குழந்தையை அரவணைக்கின்றாள். உலங்கு வானூர்தியிலிருந்து ஓர் 20 கிலோ குண்டு வீசப்படுகின்றது. உயிர் காப்புப் படகு ஒரு விறகுக் கட்டை போல் வெடித்துச் சிதறி எரிகின்றது. ஒரு குழந்தையின் கை மேலே பறக்கின்றது. அதே உலங்கு வானூர்தியிலிருந்து படம்பிடித்துக் காட்டப்பட்ட அந்தக் கையைக் கண்டு வியந்து கைதட்டி ஆரவாரம் செய்கிறார்கள் பார்வையாளர்கள்!

Good Morning America என்ற திரைப்படத்தைத் தயாரிப்பதற்கான அரங்கை வடிவமைத்தவரே கட்டார் *(Qatar)* நாட்டின் தலைநகர் டோஹாவில் *(Dohar)* அமெரிக்கப் படையினரின் தகவல் அரங்கை *($250,000* செலவில்) வடிவமைத்தவர்! ஆகவே அமெரிக்க ஒளியூடகங்கள் இந்தப் படையெடுப்பை ஒரு திரைப்படத் தொடர்போல் ஒளிபரப்பியமை சாலவும் பொருந்தும். பட்டம் பதவி பெற்றவர்களின் உறுதுணையுடன் காய்தல் உவத்தலோடு கருத்துரைகள் வேறு! ஒரு கட்டத்தில் *2000* இறாத்தல் எடை கொண்ட குண்டுகள் வீசப்படும் என்று சேனாதிபதி தொமி பிறாங்ஸ் உடனுறையும் செய்தியாளர்களுக்கு *(embedded journalists)* வாக்குறுதியளித்தார். சதாம் உசேன் தங்கியிருக்கும் மையம் தெரியாதபடியால், அவற்றை வீசுவதில் தாமதம் ஏற்பட்டது. அதனால் உடனுறைந்த செய்தியாளர்கள் பொறுமையிழந்தார்களாம்!

அமெரிக்க பாதுகாப்புச் செயலாளர் *Donald Rumsfeld* பக்தாத் மீது தாம் மேற்கொண்ட வான்வழித் தாக்குதலை கருணைமிகுந்த குண்டுபொழிவு *(Humane bombardment)* என்று வர்ணித்தார்! *Marcus Gee* என்ற *(The Globe and Mail* நாளேட்டின்) அரசியல் ஆய்வாளர் அதனை கருணைமிகுந்த போர் *(Humane war)* என்று சொல்லி உருகினார். அதே நாளேட்டில் *William Houston* என்ற வேறோர் ஆய்வாளர் அதனை ஒரு கண்கவர் போர் *(A lovely war)* என்று விளம்பினார். *The National Post* நாளேட்டு விமர்சகர் *David Warren* அதனை வியத்தகு போர் *(A fabulous war)* என்று மெச்சினார். தாக்குதல் ஆரம்பித்த சேதியை சிழிழி நிலைய ஒலிபரப்பாளர் *Aaron Brown* ஆயுதக் களைவு *(Disarmament)* ஆரம்பித்துவிட்டது என்று அறிவித்தார். உடனுறைந்த *600* செய்தியாளர்களுள் ஒருவராகிய *Walter Rodgers* முன்வைத்த செய்தி அறிக்கைகளை *Aaron Brown* மிகவும் நேர்த்தியானவை *(Terrific)* என்று வாழ்த்தினார். அதற்கு *Walter Rodgers* இங்கு நான் பெரிய வேடிக்கையைக் கண்டுகளித்து வருகிறேன் *(I'm having great fun)* என்று சொல்லிப் பூரித்தார். அப்புறம் அத்தகைய

செய்தியாளர்கள் ஆற்றிய தொண்டுக்குக் கைமாறாக ஜனாதிபதி புஷ் அவர்களை விருந்தோம்பி மகிழ்ந்தார்!

மாபெரும் வல்லரசு ஈராக்கில் புரிந்த கொடுமையை *CNN* போன்ற அமெரிக்க ஊடகங்கள் வியக்கத்தக்க வேடிக்கைகளாகவே சித்தரித்தன. அந்த வகையில் ஒரு மேலைத்தேய தமிழ் வானொலி நிலைய ஒலிபரப்பாளர் மேற்படி படையெடுப்பை 'அமெரிக்க – ஈராக் யுத்தம்' என்றும், அதனை அவர் வேடிக்கை பார்த்தார் என்றும் தெரிவித்தார். உடனடியாக அவருடைய உள்ளத்துள் ஏதோ ஒன்று உறுத்தவே, ஒரு சொல்லை இடையில் செருகி, அதனைக் கவலையோடு பார்த்ததாக நீட்டினார். அவர் கவலையோடு வேடிக்கை பார்த்தார் போலும்! அப்புறம் உரையாடல் தொடங்கியது. இரண்டு, மூன்று பேர் கலந்துகொண்டார்கள். ஒலிபரப்பாளர் அவர்களை ஆய்வாளர்கள் என்று அறிமுகப்படுத்தினார். அந்த ஆய்வாளர்களுள் எவரும் ஒலிபரப்பாளரின் கூற்றை ஆட்சேபிக்கவில்லை! அது அமெரிக்க– ஈராக் யுத்தம் அல்ல, அமெரிக்க – பிரித்தானிய ஆட்சியாளர் ஈராக் மீது மேற்கொண்ட படையெடுப்பு என்பது அவர்களுக்கு உறுத்தவே இல்லை. அந்தக் கொடுமையை அவர்களும் பிறரும் வேடிக்கை பார்த்தார்கள் என்பதே உண்மை. அதனை வேடிக்கை பார்த்தவர், மேற்படி அமெரிக்க ஒளியூடகங்களுக்கு இரையாகிய ஒரு வெகுளி. அதனைக் கவலையோடு பார்த்ததாகச் சொல்வதெல்லாம் வெறும் புரளி.

அந்த வேடிக்கைகளுள் ஒன்று, அமெரிக்கப் படையினரின் கருணைமிகுந்த குண்டுபொழிவில் அலி இஸ்மாயில் அப்பாஸ் என்ற 12 வயதுச் சிறுவன் தனது பெற்றோரையும் சகோதரனையும் தனது கைகள் இரண்டையும் இழந்தான். *Mark Hylen* என்ற அமெரிக்கப் படையினன் இன்னொரு வேடிக்கையை, அதாவது அவன் ஓர் ஈராக்கிய சிப்பாயைக் கொன்ற விதத்தை (ஈராக்கில் தான் எடுத்த முதலாவது பலியை) இப்படி விபரித்தான்: எனக்கு முதலில் கொஞ்சம் தயக்கமாய்த்தான் இருந்தது. பிறகு போனால் போகட்டும் என்று சொல்லிப் போட்டு அவனுக்கு வள்ளிசாக ஒரு துளை போட்டேன். அவன் செத்துப் போனான். ஆக்கினை தீர்ந்தது *(The Globe and Mail, Toronto).* ஓர் அணி ஏவுநர் *(unit commander)* விபரித்த பிறிதொரு வேடிக்கை: சதாம் உசேனுக்காகப் போராடத் துணிந்தவர்களின் கண்களை ஈக்கள் மொய்க்கத் தொடங்கியதும் நாங்கள் முகாமுக்குத் திரும்பிவிட்டோம்... நல்ல நாள் . . . நல்ல வேட்டை . . . *(The New York Times).*

அமெரிக்க ஆட்சியாளர் தமது படையெடுப்பை ஒரு வேடிக்கையாக மட்டுமன்றி ஒரு (சீட்டு) விளையாட்டாகவும் கருதினார்கள். ஈராக்கைக் கைப்பற்றிய கையோடு அவர்கள்

ஒரு சீட்டாட்டத்தை ஆரம்பித்தார்கள். அதற்கு 55 சீட்டுகள் பாவிக்கப்பட்டன. அவற்றில் சதாம் உசேன், தாறிக் அசீஸ் உட்பட 55 பேரின் முகங்கள் பொறிக்கப்பட்டன. அப்படி 5 இலட்சம் சீட்டுக் கட்டுகள் விநியோகிக்கப்பட்டன. அவர்கள் சரணடைய வேண்டும் அல்லது காட்டிக் கொடுக்கப்பட வேண்டும் என்று அறிவிக்கப்பட்டது. அதாவது ஈராக்கிய ஆட்சியாளர் சரணடைவது அல்லது காட்டிக் கொடுக்கப்படுவது அமெரிக்க ஆட்சியாளருக்கு ஒரு (சீட்டு) விளையாட்டு!

அத்தகைய வேடிக்கைகளின் விளைவாகப் பாக்தாத் மாநகரம் பற்றி எரிந்தது. அது கண்டு அமெரிக்காவில் ஒருசிலர் விம்மி அழுதார்கள். அவர்களைத் தடுத்தாட்கொண்ட *Rumsfeld* பாக்தாத் பற்றி எரியவில்லை. ஈராக்கிய அரசே பற்றி எரிகிறது *(Baghdad is not ablaze, the Iraqi regime is ablaze)* என்று இடித்துரைத்தார்! அவர் மொழியைக் குழிதோண்டிப் புதைப்பதைப் பாருங்கள்: *Reports that say that something hasn't happened are always interesting to me, because as we know, there are known knowns; there are things we know we know. We also know there are known unknowns; that is to say we know there are some things we don't know. But there are also unknown unknowns-the ones we don't know we don't know (Guardian).* ஏதாவது புரிகிறதா?

பாக்தாத் பற்றி எரிந்தாலும், இற்று விழவில்லை. ஆதலால் அமெரிக்க ஆட்சியாளர் தமது போர் விரகை மாற்றினார்கள். *Peter Arnett* அந்தப் பகிரங்க ரகசியத்தை ஈராக்கிய தொலைக்காட்சியில் தோன்றி அம்பலப்படுத்தினார். அந்தக் குற்றத்துக்காக *NBC, National Geographic* இரண்டும் அவருடைய கணக்கைத் தீர்த்து விரட்டியடித்தன! உடனடியாக அவரைப் பணிக்கமர்த்திய *Daily Mirror* (ஹிரி) உண்மையை எடுத்துரைத்ததற்காக அமெரிக்கரால் வெளியேற்றப்பட்டவர், அதனைத் தொடர்ந்து எடுத்துரைப்பதற்காக எம்மால் வரவழைக்கப்பட்டவர் *(Fired by America for telling the truth, hired by us to carry on telling it)* என்று அறிவித்தது.

நான் அமெரிக்காவுக்கு எதிரான ஆளுமல்ல, ஈராக்கிற்கு ஆதாரவான ஆளுமல்ல. நான் சமாதானத்துக்கு ஆதரவான் ஆள் என்று தனது நிலைப்பாட்டை இரத்தினச் சுருக்கமாக எடுத்துரைத்தார் மடோனா *(Madonna).* அவருடைய மெச்சத்தக்க நிலைப்பாட்டை கூறியது கூறும் கோழைத்தனம் *(craven tautology)* என்று தூற்றினார் *Lynn Crosbie* என்ற விமர்சகர்! *(The Globe and Mail, Toronto, 2003/04/05). Geraldo Rivera* பாலைவனத்து மணலில் ஒரு கோட்டைக் கிழித்து விளக்கமளித்த கையோடு திளிஙீ அவருடைய சீட்டைக் கிழித்து வீட்டுக்கு அனுப்பியது.

அமெரிக்கப் படையினர் பாக்தாத்தைக் கைப்பற்றிய பொழுது செய்தி ஊடகங்கள் எல்லாம் பாக்தாத்தின் வீழ்ச்சி பற்றி விலாவாரியாகச் செய்திகள் வெளியிட்டன. அது பாக்தாத்தின் வீழ்ச்சி அல்ல என்று எவரும் வாதாடவில்லை. 1995இல் இலங்கை அரச படையினர் யாழ்ப்பாணக் குடாநாட்டைக் கைப்பற்றியபொழுது உள்நாட்டு, வெளிநாட்டு ஊடகங்கள் பலவும் யாழ்ப்பாணத்தின் வீழ்ச்சி பற்றி விரிவாக எடுத்துரைத்தன. அதனைக் கண்டு வெகுண்டெழுந்த 'உடுப்பிட்டிச் சிங்கம்' மு.சிவசிதம்பரம் அது 'யாழ்ப்பாணத்தின் வீழ்ச்சி அல்ல' என்று கர்ச்சித்தார். விடுதலைப் புலிகளின் தோல்வியை 'யாழ்ப்பாணத்தின் வீழ்ச்சியாகக் கொள்ள முடியாது என்று முழங்கினார். அதேவேளை மறு தரப்பினரோ அரச படையினரின் வெற்றியை யாழ்ப்பாணத்தின் எழுச்சியாகக் கொண்டாடினார்கள். அது கண்டு அவர் வெகுண்டெழவுமில்லை, கர்ச்சிக்கவுமில்லை. இதிலிருந்து தெரிவதென்ன? 'கருத்துக்கள் முரண்பாட்டைத் தோற்றுவிக்கா, முரண்பாடே கருத்துக்களைத் தோற்றுவிக்கும்' (மார்க்ஸ்).

'மக்களின் சிந்தனையைக் கட்டுப்படுத்துவோர் சர்வாதிகாரிகளே' என்றார் Robert H.Jackson. சர்வாதிகாரிகள் மாத்திரமல்ல, ஆட்சியாளர் அனைவருமே மக்களின் சிந்தனையைக் கட்டுப்படுத்தி வருகிறார்கள். சுயநலமிகளால் நடத்தப்படும் ஊடகங்கள் அத்தகைய ஆட்சியாளருக்கு முண்டு கொடுத்து வருகின்றன. சுயநலம் கருதிச் செயற்படும் செய்திமான்கள், புத்திமான்கள், விமர்சகர்கள் யாவரும் மக்களின் சிந்தனையைக் கட்டுப்படுத்துவதில் ஆட்சியாளர்களுக்கு உடந்தையாய் விளங்கி வருகிறார்கள். அவர்களைக் கருத்தில் கொண்டே தன்நெஞ்சு அறிவது பொய்யற்க என்றார் வள்ளுவர் (293). அவர் அழுத்தம் திருத்தமாக வலியுறுத்திய வேறொரு விடயம் எமது தலைப்புக்கு மிகவும் பொருத்தமானது:

> சொல்லுக சொல்லைப் பிறிதோர்சொல் அச்சொல்லை
> வெல்லும்சொல் இன்மை அறிந்து (645).

இந்தக் குறளுக்குப் பரிமேலழகர் எழுதிய உரையைவிட *Flaubert* எழுதிய உரை சாலச் சிறந்தது. அவர் எழுதிய ஒரு கடிதத்தில் அது காணப்படுகிறது. அதனைப் பெற்றுக்கொண்டவர் *Maupassant*: 'நீ சொல்ல விரும்புவதை எடுத்துரைப்பதற்கு ஒரேயொரு சொல்லே இருக்கிறது. அதற்கு உயிர் கொடுப்பதற்கு ஒரேயொரு வினையே இருக்கிறது. அதனை விசேடிப்பதற்கு ஒரேயொரு பெயரடையே இருக்கிறது. அந்தச் சொல்லை, அந்த வினையை, அந்தப் பெயரடையை நீ தேடிப்பிடிக்க

வேண்டும். அதற்கு ஒத்தசொல்லை இட்டுக்கட்டக் கூடாது. உனது கெட்டித்தனத்தையும் கைவண்ணத்தையும் காட்டிச் சமாளிக்கக்கூடாது.'

உள்ளதை உள்ளபடி உரைப்பதற்கு மொழி ஒருபொழுதும் தடையாய் இருக்கப் போவதில்லை. உள்ளதை உள்ளபடி உரைக்க முற்படாதவர்களுக்கே மொழி தடங்கல் விளைவிக்கும். ஆதலால்தான் ஆட்சியாளரும் அரசியல்வாதிகளும் விமர்சகர்களும், அவர்களுக்கு உடந்தையாய் விளங்கும் செய்திமான்களும் மொழியைத் திரித்து வருகிறார்கள். மொழித் திரிபுவாதிகள் கட்டியெழுப்பிய வீட்டிலேயே பரந்துபட்ட பாமர மக்கள் வாடகைக் குடிகளாய் வாழ்ந்து வருகிறார்கள்.

விபுலாநந்த அடிகளின் கலைச்சொல்லாக்க வழிமுறைகள்

தமிழ் மொழியில் கலைச்சொல்லாக்கத்தை முன்னெடுத்துச் சென்ற புலமையாளர்களுள் விபுலாநந்த அடிகள் (1892–1947) பெயர் போனவர். தமிழில் அறிவியல் நூல்களை ஆக்கவும் பெயர்க்கவும் துணைநிற்கும் வண்ணம் ஈழத்திலும் தமிழகத்திலும் கலைச்சொல்லாக்கத்தை மேம்படுத்திய பெருமை அடிகளாரைச் சாரும்.

யாழ்ப்பாணம் – மானிப்பாயில் பணியாற்றிய அமெரிக்க மருத்துவர் கிறீன் (Dr.Samuel Fisk Green, 1822–1884) வெளியிட்ட "மருத்துவ விஞ்ஞான அகராதி" (1855), "அருஞ்சொல் அகராதி" (1875) என்பவை ஆங்கிலம் – தமிழ் கலைச்சொற்கோவைகளுக்கு முன்னோடிகளாய் அமைபவை. அதனைத் தொடர்ந்து தமிழகத்தில் ஏறத்தாழ 80 கலைச்சொற்களுடன் கூடிய "நூற்றொகை விளக்கம்" என்னும் நூலை பேராசிரியர் பெ. சுந்தரம்பிள்ளை வெளியிட்டார் (1888). சி. ராஜகோபாலாச்சாரியார், வெங்கடசுப்பையர் இருவரும் தமிழ் *அறிவியல் கலைச்சொற் சங்கத்தை* அமைத்தார்கள் (1916). சென்னை அரசினால் *அறிவியல் கலைச்சொற் குழு* அமைக்கப்பட்டது. (1923). "சட்டச் சொற்றொகுதி" வெளியிடப்பட்டது (1930). சென்னை மாகாணத் தமிழ்ச் சங்கம் *அறிவியல் கலைச்சொற் குழுவைத்* தோற்றுவித்தது (1934).

இலங்கை, இந்தியப் புலமையாளர்களும் சென்னை, திருவாங்கூர் பல்கலைகழகங்களும் ஒருங்கிணைந்து மேற்கொண்ட அரும்பணியின் பெறுபேறாக *இயற்பியல், வேதியியல், கணிதவியல், இயற்கை அறிவியல், உடற்றொழிலியல் – சுகாதாரவியல், புவியியல், வரலாறு, பொருளியல், நிருவாகம், அரசியல், குடியியல்* சொற்களை உள்ளடக்கிய *"கலைச்சொற்கள்"* 1936ஆம் ஆண்டு டி. லக்ஷ்மணபிள்ளை அவர்களால் பதிப்பிக்கப்பட்டது. தேவநேயப் பாவாணர், எஸ். வையாபுரிப்பிள்ளை, ரா.பி. சேதுப்பிள்ளை, எஸ். வேலாயுதபிள்ளை ஆகியோர் தலைமையில் இயங்கிய குழுவினால் அது மீள்நோக்கப்பட்ட பின்னர், 10,000 பதங்கள் கொண்ட புதிய *"கலைச்சொற்கள்"* விபுலாநந்த அடிகளால் பதிப்பிக்கப்பட்டது *(1938).*

மருத்துவர் கிறீன் கலைச்சொல்லாக்கம் குறித்து எழுதிய மடல் ஒன்றில் தமது உள்ளக் கிடக்கையை இவ்வாறு வெளிப்படுத்தினார்:

"... நான் சொற்கோவை ஒன்றை ஆக்கப் போகிறேன். *(1) அதில் ஆங்கில, இலத்தீன் சொற்களைத் தமிழில் வரையறுக்கப் போகிறேன். (2) ஏற்கெனவே நல்ல மருத்துவச் சொற்கள் தமிழில் இருக்கின்றன. (3) வடமொழி அறிஞர்கள் ஊடாகப பல சொற்களைக் கொணரலாம். (4) இன்னும் பல சொற்களைத் தமிழிலேயே உருவாக்கலாம் . . ." (1850).*

அதே வழிமுறைகளையே விபுலாநந்த அடிகளும் கலைச்சொல்லாக்கத் துறைஞர்களுக்கு விதந்துரைத்தார்:

(அ) உயிருள்ள மொழியானது பிறமொழித் தொடர்பு கொண்டு தனக்குரிய சொற்களஞ்சியத்தைப் பெருக்கிக்கொள்ளுதல் வேண்டும்.

(ஆ) வடமொழியிலிருந்தெடுத்துத் தமிழ் ஆன்றோராலே தமிழுருவாக்கி வழங்கப்பட்ட சொற்களைப் பிறமொழிச் சொற்களெனக் கடிந்தொதுக்குதல் மேற்கொள்ளாது அவைதம்மை ஆக்கத் தமிழ்மொழியாகத் தழுவிக்கொள்வதே முறையாகும்.

(இ) ஒரோவிடத்து ஆட்சிப்பட்ட வடமொழிப் பதங்களைத் தமிழில் வழங்குதல் குற்றமாகாது.

இலங்கைப் பல்கலைக்கழக மாணவர்களுக்கு ஆற்றிய பேருரை ஒன்றில் மேற்படி வழிமுறைகளை அடிகளார் மேற்கொண்டு விரித்துரைத்தார்: *"ஆங்கிலம் போன்ற வளர்ச்சியடைந்த மொழியோடு ஒப்பிடும்போது தமிழிலே சொல்வளம் குறைவாக இருப்பதை உணரலாம். இதனால், தமிழ் மொழி வளங்குன்றிய மொழியென்று ஆகிவிடாது. தமிழ்மொழியிலே புதுப்புதுச்*

சொற்களை ஆக்கிக் கொள்ளவேண்டியது கற்றவர் கடமை. முதற்கண் தமிழ் மொழியிலேயே ஆட்சியில் இருக்கும் சொற்களை எல்லாம் ஆராய்ந்து அவற்றிலே பயின்றுள்ள கலைச்சொற்களையும் ஏனைய சொற்களையும் வரையறுத்துக் கொள்ளல் வேண்டும். காலப்போக்கிலே தமிழில் வந்து கலந்துகொண்ட வட மொழிச் சொற்களைக் கடிந்து ஒதுக்காது அவற்றையும் ஆக்கத் தமிழாக தழுவிக்கொள்ள வேண்டும். வேண்டிய போது அயன்மொழிச் சொற்களை தழுவிக் கொள்வது தவறாகாது. ஆனால் அவ்வாறு தழுவிக்கொள்ளப்படும் அயன்மொழிச் சொற்கள் தமிழ் உருவம் பெற்று தமிழோடு வேற்றுமையின்றிக் கலந்து இசைக்கத்தக்கனவாக இருத்தல் வேண்டும். தமிழிலுள்ள உரிச்சொற்களின் அடியாகப் புதுச்சொற்களை ஆக்கிக்கொள்ளலாம். அவ்வாறு ஆக்கப்படும் புதுச்சொற்களும் நேர், நிரை என்ற வாய்ப்பாட்டில் அடங்கத்தக்கவாறு சுருக்கமும், இனிமையும் பெற்றிருத்தல் வேண்டும். எவ்வகையிலும் தமிழ் மொழிக்கே உரிய சிறப்பியல்பு மாறுபடாதவாறு பாதுகாத்தல் எங்கள் கடமையாகும்" (மகேசுவரி பாலகிருஷ்ணன்).

முதற்கண் தமிழில் மண்டிக் கிடக்கும் கலைச்சொற்களை வெளிக்கொணர வேண்டும் என்பது அடிகளாரின் ஆசை. எடுத்துக்காட்டாக, புறநானூற்றின் முதலாவது பாடலிலேயே ***ஊர்தி, மறை, உரு, திறன், ஏமம்*** என்னும் ஐந்து கலைச்சொற்கள் பயிலப்பட்டுள்ளன:

கண்ணி கார் கொன்றை; காமர்
வண்ண மார்பின் தாரும் கொன்றை:
ஊர்தி வால் வெள் ஏறே; சிறந்த
சீர் கெழு கொடியும் அவ் ஏறு என்ப:
கறை மிடறு அணியலும் அணிந்தன்று; அக் கறை
மறை நவில் அந்தணர் நுவலவும் படுமே;
பெண் **உரு திறன்** ஆகின்று; அவ் உருத்
தன்னுள் அடக்கிக் கரக்கினும் கரக்கும்:
பிறை நுதல் வண்ணம் ஆகின்று; அப் பிறை
பதினெண் கணனும் ஏத்தவும் படுமே –
எல்லா உயிர்க்கும் **ஏமம்** ஆகிய,
நீர் அறவு அறியாக் கரத்து,
தாழ்சடைப் பொலிந்த, அருந்தவத்தோற்கே.

ஊர்தி = vehicle

மறை = scripture

உரு = figure

திறன் = skill

ஏமம் = security

பிறிதோர் எடுத்துக்காட்டு: *"நாலடியார்"*:

இட்டாற்றுப் பட்டொன்று இரந்தவர்க்கு ஆற்றாது
முட்டாற்றுப் பட்டு முயன்றுள்ளூர் வாழ்தலின்
நெட்டாற்றுச் சென்று **நிரைமனையில்** கைந்நீட்டும்
கெட்டாற்று வாழ்க்கையே நன்று (288).

Oxford அகராதியின்படி *townhouse* என்பது *a row house* ஆகிறது. அந்த வகையில் *"நிரைமனை,"* **townhouse** இரண்டும் நேரொத்த சொற்கள் ஆகின்றன.

"வள்ளியை மணம் புணர வந்த முகம் ஒன்றே" என்பது அருணகிரிநாதரின் "திருப்புகழ்" வரி. இதில் "மணம்", "புணர" இரண்டையும் சேர்த்து "மணம்புணராமை" என்னும் சொல்லை வருவிக்கலாம். இதற்கு நேரொத்த ஆங்கிலச் சொல்: *celibacy (abstention from sexual relations and marriage - Oxford).*

வேறு சில எடுத்துக்காட்டுகள்:

internal combustion = அகங்கனலி *(நற்றிணை: 163)*

lunar eclipse = திங்கள் கோள் நேர்தல் *(பெரும்பாணாற்றுப்படை)*

mechanised curtain = எந்திரவெழினி *(சீவகசிந்தாமணி: 740)*

unmanned aircraft = வலவன் ஏவா வான ஊர்தி *(புறநானூறு: 27)*

tribunal = அறங்கூறவையம் *(சிலப்பதிகாரம்: 5, 135)*

சொற்களை இயற்சொல், திரிசொல், திசைச்சொல், வடசொல் என்று நால்வகைப்படுத்தும் தொல்காப்பியர், "கடிசொல் இல்லை காலத்துப்படினே" என்று அறிவுறுத்துகிறார் *(452).* அவ்வாறு மக்கள் வழக்கில் நிலைகொண்ட வேற்றுமொழிச் சொற்களுக்கு, அதாவது மக்கள் பேசி, எழுதி, வாசிக்கும் வேற்றுமொழிச் சொற்களுக்கு சில எடுத்துக்காட்டுகள்:

கக்கூசு *(இடச்சு)*

சப்பாத்து *(போர்த்துக்கேயம்)*

சாரம் *(மலே)*

துவக்கு = துப்பாக்கி *(துருக்கி)*

தோட்டா *(உருது)*

பாண் *(பிரெஞ்சு)*

பிக்கு *(பாளி)*

புனல் = funnel *(ஆங்கிலம்)*

விசயம் *(வடமொழி)*

விதானை *(சிங்களம்)*

"வடசொற் கிளவி வடஎழுத்து ஓரீஇ
எழுத்தொடு புணர்ந்த சொல்லாகும்மே" (தொல்காப்பியம்).

அதாவது, வடமொழிச் சொற்களை வடமொழி எழுத்துக்களைக் கொண்டு ஒலிப்பதை விடுத்து அவற்றுக்கு இணையான தமிழ் எழுத்துக்களைக் கொண்டு உச்சரிக்க வேண்டும். அதற்கமைய வடமொழி உச்சரிப்பை தற்சமம் என்றும், தமிழ்மொழி உச்சரிப்பை தற்பவம் என்றும் வழங்குகிறார் பவணந்தி முனிவர்:

தற்சமம்

வடமொழி	**தமிழ்**
குங்குமம்	குங்குமம்
மணி	மணி
மேரு	மேரு
வாரி	வாரி

தற்பவம்

வடமொழி	**தமிழ்**
ஹரி	அரி
சரஸ்வதி	சரசுவதி
பங்கஜம்	பங்கயம்
வருஷம்	வருடம்

மறைநூல்களுள் காலத்தால் முற்பட்ட இருக்கு வேதத்திலேயே தமிழ்ச் சொற்கள் பயிலப்பட்டுள்ளதை ஐராவதம் மகாதேவன், பேராசிரியர் ஆபிரகாம் எரழி *(Professor Abraham Eraly, Gem in the Lotus, 2004)*, வென்டி தொனிகர் *(Wendy Doniger)* முதலிய புலமையாளர்கள் சுட்டிக்காட்டியுள்ளார்கள். அவ்வாறு தமிழிடம் வடமொழி கடன்பட்ட சொற்களுக்கு ஒருசில எடுத்துக்காட்டுகள்:

தமிழ்	**வடமொழி**
நீர்	நாரம்
சடை	சடா
கைதை	கேதக
மாலை	மாலா
பல்லி	பல்லீ

"அருவி" என்னும் அருந்தமிழ்ச் சொல்லின் அறபுமொழித் திரிபே "அரிம்" என்கிறார் ஏ.என்.எம். ஷாஜஹான் (*புத்தளம்: வரலாறும் மரபுகளும்*, இலங்கைக் கல்வித் திணைக்களம், கொழும்பு, 1992, ப.27). *"கிட்டத்தட்ட 2,000 சொற்கள் அல்–குர் ஆனிலும், தமிழ்ச் சங்க இலக்கியங்களிலும் ஒன்றாகத் தோன்றுவதைப் பார்க்கலாம்"* என்று தமிழ்மணி மானா மக்கீன் கூறுகின்றார் (*மஞ்சரி தீபாவளி மலர்*, சென்னை, 1998, ப.22). அவருடைய எடுத்துக்காட்டுகள் சில:

தமிழ்	**அறபு**
இல்லை	இலா
அரசு	அர்ஷ
கற்பூரம்	கா/பூர்
சந்தனம்	ஸந்தல்

அடிகளார் உணர்த்தியவாறு ஆங்கிலத்தில் 10 இலட்சத்துக்கு மேற்பட்ட சொற்கள் உள்ளன. அவற்றுள் அண்ணளவாக அரைவாசி பொதுச்சொற்கள், அரைவாசி கலைச்சொற்கள். ஆண்டுதோறும் ஆங்கிலத்துள் ஏறத்தாழ 500 புதிய சொற்கள் வேறு நுழைகின்றன. தமிழ் உட்பட வேறெந்த மொழியாலும் ஆங்கிலத்தின் சொற்பெருக்கிற்கு ஈடுகொடுக்க முடியாது. எனினும் *"தமிழ்மொழியிலே புதுப்புதுச் சொற்களை ஆக்கிக் கொள்ளவேண்டியது கற்றவர் கடமை. ஆக்கப்படும் புதுச்சொற்களும் நேர், நிரை என்ற வாய்ப்பாட்டில் அடங்கத்தக்கவாறு சுருக்கமும், இனிமையும் பெற்றிருத்தல் வேண்டும்"* என்று அடிகளார் அறிவுறுத்தியதை மேலே சுட்டிக்காட்டினோம். கலைச்சொல்லாக்கத்தில் மொழியமைதி பேணப்பட வேண்டும் என்பது அதன் பொருள். சில எடுத்துக்காட்டுகளுடன் அதனைக் கருத்தில் கொள்வோம்:

Synchronised swimming என்பது *a form of swimming in which participants perform co-ordinated dance-like leg and arm movements in time to music (Oxford).* இதை எவ்வாறு தமிழ்ப்படுத்தலாம் என்று சிந்திக்கும் எவருக்கும் *"இசைபட வாழ்தல்"* பற்றிப் பேசும் குறள் (231) நினைவுக்கு வரக்கூடும். சற்று வேறு பொருளில் வள்ளுவர் அவ்வாறு கூறினாலும் கூட, அது எமக்கு வழிகாட்டுவதாய் அமைந்துள்ளது. அதாவது *synchronised swimming* என்பதை நாம் *"இசைபட நீந்தல்"* என்று தமிழ்ப்படுத்தலாம். *"இசை"* இங்கு ஒரு சிலேடையாகி, இசை (*music*), இசைவு (*co-ordination*) இரண்டையும் குறிப்பது கவனிக்கத்தக்கது.

"மறுமலர்ச்சி" என்பது **nascentia** என்னும் இலத்தீன் சொல்லின் அடியாகப் பிறந்த **renaissance** என்னும் பிரெஞ்சுச் சொல்லின் அரிய தமிழாக்கம். அவ்வாறு தமிழ்ப்படுத்தியவர் வ.வே.சு. ஐயரே என்பது பேராசிரியர் வையாபுரிப்பிள்ளை அவர்களின் துணிபு. அதனைக் குறித்து ஐயரே இப்படி எழுதுகிறார்: *"மரங்களில் புதிய மலர்கள் பூப்பது போல் நமது ஜாதியிலும் புதிய வேகமும் புகழும் பிறக்கப் போகின்றன என்றதற்கு இந்த இயக்கங்கள் அறிகுறியாயிருப்பதால், இவற்றின் தொகுதிக்கு நாம் மறுமலர்ச்சி என்று பேரிடுகிறோம்."*

கிரேக்க மொழியில் "அச்சம்" என்று பொருள்படும் *phobos* என்னும் சொல்லை அடியொற்றி ஆங்கிலத்தில் எழுந்த சொல் *phobia*. ஏற்கெனவே ஆங்கிலத்தில் *fear* என்னும் சொல் வழங்கி வருகையில் எதற்காக இந்த இரவல்? அதற்கான விடையில் கலைச்சொல்லாக்க உத்திகளில் ஒன்று பொதிந்துள்ளது: *Phobos, fear* இரண்டும் முறையே கிரேக்க, ஆங்கில மொழிகளில் உணர்த்தும் வழமையான அச்சத்தை விஞ்சிய ஓர் அச்சம் பற்றி, அதாவது *an abnormal or morbid fear or aversion (Oxford)* பற்றி உளவியல் பேசுகிறது. அதாவது *phobia* என்பது வழமைபிறழ்ந்த அல்லது நோயூறுசார்ந்த ஓர் அச்சம் அல்லது வெறுப்பு. இதனை நாம் *வெருட்சி* என்று கொள்ளலாம். இனி, கிரேக்க மொழியில் *உச்சி* என்று பொருள்படும் *akron* என்னும் சொல்லை *phobia* என்பதுடன் சேர்த்து *acrophobia* என்னும் சொல் ஆங்கிலத்தில் வழங்கி வருகிறது. இதனை நாம் *உயரவெருட்சி* எனலாம். இதை அடியொற்றி வேறு சில எடுத்துக்காட்டுகள்:

achluophobia = *இருள்வெருட்சி*

agoraphobia = *வெளிவெருட்சி*

arsonphobia = *தீவெருட்சி*

asthenophobia = *மயக்கவெருட்சி*

autophobia = *தனிமைவெருட்சி*

மேலே இரு உண்மைகள் புலனாகின்றன: (1) சொற்பிறப்பியல் அல்லது ஒரு சொல்லின் தோற்றுவாய் அதன் பொருளை நாம் புரிந்துகொள்ள எமக்குத் துணைநிற்கும். அதேவேளை, (2) தோற்றுமொழிச் சொல் வேற்றுமொழிக்குப் பெயரும்பொழுது அதன் பொருள் சற்று வேறுபடக்கூடும். இதற்கு இன்னோர் எடுத்துக்கட்டு: இலத்தீன் மொழியில் *arsion* என்பது *"எரிதல்"* என்று பொருள்படுகிறது. ஆங்கிலத்தில் அதே பொருளை உணர்த்தும் *burning* வழக்கில் இருக்கிறது. எனினும் இலத்தீன்

வழித்தோன்றிய *arson* என்னும் ஆங்கிலச் சொல் *"தீவைப்பு"* என்னும் குற்றச்செயலை உணர்த்துகிறது. வடமொழியில் தனிமையைக் குறிக்கும் *"ஏகாந்தம்"* தமிழுக்குப் பெயரும்பொழுது (சான்றோரின்) இனிமை மிகுந்த தனிமையைக் குறிக்கிறது. *"இனிது, இனிது ஏகாந்தம் இனிது!"*

தனிமை = loneliness
ஏகாந்தம் = solitude

வேண்டியபோது அயல்மொழிச் சொற்களைத் தமிழ்மயப்படுத்திப் பயன்படுத்துமாறும் அறிவுறுத்துகிறார் அடிகளார். உரிய தமிழ்ச் சொல்லாக்கம் கைகூடும் வரை (நன்னூலார் வடமொழிக்கு வகுத்த தற்சம, தற்பவ விதிப்படி) ஆங்கிலச் சொற்களையும் நாம் தமிழ்மயப்படுத்தலாம். இலங்கையிலும், இந்தியாவிலும் ஏற்கெனவே இத்தகைய தமிழ்மயமாக்கம் ஓங்கி வந்துள்ளது. 1956 முதல் இலங்கை அரசகரும மொழித் திணைக்களம், சட்ட வரைநர் திணைக்களம், கல்வி வெளியீட்டுத் திணைக்களம் மூன்றும் வெளியிட்ட சொற்கோவைகளிலிருந்து அத்தகைய தமிழ்மயமாக்கத்துக்கு சில எடுத்துக்காட்டுகள்:

albumin = அல்புமின் *(உடலமைப்பியல் – இழையவியல் சொற்றொகுதி, 1965)*

alfalfa = அலுபலுபாப்புல் *(புவியியல் சொற்றொகுதி, 1958)*

argon potassium = ஆகன் பொற்றாசியம் *(வரலாறு – தொல்பொருளியல் சொற்றொகுதி, 1970)*

bacteria = பற்றீரியம் *(உடற்றொழிலியல் – உயிரிரசாயனவியல் சொற்றொகுதி, 1964)*

Crusoe Economy = குரூசோ பொருளாதாரம் *(பொருளியல் சொற்றொகுதி, 1957)*

gamma = காமா *(பௌதிகவியல் சொற்றொகுதி, 1975)*

haemophilia= எமோபிலியா *(பிறப்புரிமையியல் – குழியவியல் சொற்றொகுதி, 1964)*

magnesium = மகனீசியம் *(சட்ட மருத்துவச் சொற்றொகுதி, 1965)*

The Paris Commune = பாரிசுச் சமிதி *(குடிமையியல் – ஆட்சியியல் சொற்றொகுதி, 1958)*

wicket = விக்கற்று *(உடற்கலைச் சொற்றொகுதி, இலங்கை, 1963)*

ஒருபுறம் தமிழ்மயமாக்கம் தொடர்கையில், மறுபுறம் கலைச்சொல்லாக்கம் ஓங்குவது கண்கூடு. அதேவேளை தமிழ்மயமாக்கம், தமிழ்ச் சொல்லாக்கத்துக்கு இடம்கொடுத்து ஒதுங்குவதும் கவனிக்கத்தக்கது. சில எடுத்துக்காட்டுகள்:

ஆங்கிலம்	**மங்கும் தமிழ்மயமாக்கம்**	**ஓங்கும் சொல்லாக்கம்**
advocate	அப்புக்காத்து	வழக்குரைஞர்
bus	வசு	பேருந்து
doctor	இடாக்குத்தர்	மருத்துவர்
hospital	ஆசுப்பத்திரி	மருத்துவமனை
police	பொலிசு	காவல்துறை

நிகண்டுகளை விதந்துரைக்கையில், *"நிகண்டுகளிலே வந்த பதங்களை எடுத்தாள்வது எவ்வாற்றாலும் பொருத்தமுடையதாகும்"* என்று அறிவுறுத்துகிறார் அடிகளார். தமிழில் 36 நிகண்டுகள் இருப்பதாக முனைவர் தொ. பரமசிவன் கணக்கிட்டுள்ளார். அவற்றுள் முதன்மை வாய்ந்த மூன்றையும் அவர் இவ்வாறு கணித்துக் கூறியுள்ளார்:

நிகண்டுகள்

திவாகரம் *(8ஆம் நூற்றாண்டு; 9,500 சொற்கள்)*

பிங்கலம் *(10ஆம் நூற்றாண்டு; 14,700 சொற்கள்)*

சூடாமணி *(1520ஆம் ஆண்டு; 11,000 சொற்கள்)*

நிகண்டுகளில் இடம்பெறும் சொற்கள் பின்வரும் துறைகளைச் சார்ந்தவை: *நிருவாகம், வேளாண்மை, கட்டிடக்கலை, சோதிடம், வானவியல், தாவரவியல், மரவேலை, கடற்றொழில், புவியியல், ஆட்சி, கணிதம், மருத்துவம், உலோகவியல், இசை, கடற்செலவு, கப்பல்கட்டல், சிற்பம், புடைவை, விலங்கு மருத்துவம்.* ஆழ்ந்து பரந்து விரிந்த தமிழ்ச்சொற் சுரங்கத்தை மேற்படி நிகண்டுகளும், பின்வரும் அகராதிகளும், கலைச்சொற்கோவைகளும் அகழ்ந்து குவித்துள்ளன:

அகராதிகள்

யாழ்ப்பாண அகராதி *(1842)*

வின்சுலோ தமிழ்–ஆங்கிலம் அகராதி *(1862)*

வின்சுலோ ஆங்கிலம்–தமிழ் அகராதி *(1888)*

மதுரைத் தமிழ்ப் பேரகராதி *(1937)*

Tamil Lexicon, *சென்னைப் பல்கலைக்கழக தமிழ்–ஆங்கிலம் அகராதி (1924–36)*

சென்னைப் பல்கலைக்கழக ஆங்கிலம்–தமிழ்ச் சொற்களஞ் சியம் (1963)

கிரியாவின் தற்காலத் தமிழ்–தமிழ்–ஆங்கில அகராதி (1992)

Oxford English-English-Tamil Dictionary *(2009)*

கலைச்சொற்கோவைகள்

தமிழ்நாட்டுச் சொற்கோவைகள் (தமிழ் இணையக் கல்விக்கழகம்: <http://www.tamilvu.org>)

ஈழநாட்டுச் சொற்கோவைகள் (அரசகரும மொழிகள் திணைக்களம்:

http://www.languagesdept.gov.lk/index.php?lang=ta)

கலைச்சொற்கோவை (தமிழ்ச் சொற்கோவைக் குழாம்: ‹ *http://kalaichotkovai.blogspot.ca>)*

பொதுச் சொற்களையும், கலைச்சொற்களையும் நாடும் துறைஞர்களுக்கும் விழைஞர்களுக்கும் இணைய வாயிலாகக் கிடைக்கும் மேற்படி நிகண்டுகளும், அகராதிகளும், கலைச்சொற்கோவைகளும் துணைநிற்றல் திண்ணம். உலகம் முழுவதும் பரந்துவாழும் கலைச்சொல்லாக்கத் துறைஞர்கள் ஏற்ற மாற்றங்களுடன் அவற்றை இயன்றவரை பயன்படுத்துவது அடிகளார் அடிகோலிய பணிக்கு உரிய கைமாறு புரிவதாய் அமையும்.

அன்று கலைச்சொல்லாக்கத்துக்கு அடிகளார் விதந்துரைத்த வழிமுறைகள் என்றென்றும் செல்லுபடியாக வல்லவை. இன்று உலகளாவிய முறையில் கலைச்சொல்லாக்கத்தில் ஈடுபடும் துறைஞர்கள் அடிகளாரின் வழிமுறைகளைக் கருத்தில் கொண்டு தமது பணியை முன்னெடுத்துச் செல்லல் தகும்.

"பழைமையும் புதுமையும், துவைதமும் அத்வைதமும், பௌதீக விஞ்ஞானமும் மெய்ஞ்ஞானக் காட்சியும், மேற்றிசையறிவும் கீழ்த்திசைச் சமயமும், மனமொடுங்கிய தியான நிலையும் மன்பதைக்குத் தொண்டு புரிதலும் சமரசப்பட வேண்டிய காலம் இது (விபுலாநந்த ஆராய்வு, ப. 140).

உசாத்துணை

1. வித்துவான் க. செபரத்தினம், *விபுலாநந்த அடிகள், தமிழ்நாடும் ஈழத்துத் தமிழ்ச் சன்றோரும்,* மணிமேகலைப் பிரசுரம், சென்னை, 2005, ப. 250–1

2. அருள் செல்வநாயகம், *விபுலாநந்த வெள்ளம்*, ஓரியண்ட் லாங்மன், சென்னை, 1961)

3. கலாநிதி நா.சுப்பிரமணியன், *ஆய்வுகள், பார்வைகள், பதிவுகள்*, சவுத் விஷன், சென்னை, 2005

4. கலாநிதி இளையதம்பி பாலசுந்தரம், *விபுலாநந்தம்*, இராவ் பகதூர் சி. வை. தாமோதரம்பிள்ளை வெளியீடு, கனடா, 2004

5. பெ.சு. மணி, *வ.வே.சு. ஐயர் கட்டுரைகள்,* உலகத் தமிழாராய்ச்சி நிறுவனம், சென்னை, 1993).

6. (இலங்கைப் பல்கலைக்கழகத்தில் அடிகளாரிடம் கல்விகற்றவரும், அரசகரும மொழித் திணைக்களத்தில் மொழிபெயர்ப்பாளராகப் பணியாற்றியவரும், அங்கு மொழிபெயர்ப்புக் கண்காணிப்பாளர் வ. சிவராசசிங்கம் தலைமையில் இயங்கிய கலைச்சொல்லாக்கக் குழுவின் செயலாளராக விளங்கியவருமாகிய) மகேசுவரி பாலகிருஷ்ணன், *தமிழறிஞர் விபுலாநந்தர் வாழ்வும் பணிகளும்,* இந்துசமய கலாசார அலுவல்கள் திணைக்களம், இலங்கை, 1992, ப.184–5

7. Gregory James, *Colporul,* A History of Tamil Dictionaries, Cre-A, Chennai, *2000*, p.*385*

2012.06.07

தமிழ் நடை மீட்சி

1. பொருள்: *"... தமிழ் நாட்டிலோ முழுவதும் தமிழ் நடையை விட்டு, இங்கிலீஷ் நடையில் தமிழை எழுதும் விநோதமான பழக்கம் நமது பத்திராதிபர்களிடம் காணப்படுகிறது"* (பாரதியார் *கட்டுரைகள்,* பூம்புகார் பதிப்பகம், சென்னை, 1997, ப.207). இன்று ஒரு நூற்றாண்டு கழிந்த நிலையில், அந்த நிலைவரம் இன்னும் மோசமடைந்துள்ளது. தமிழ் எழுத்து, சொல், தொடர், வசனம் அனைத்தையும் ஆங்கிலம் ஆட்கொண்டுள்ளது. ஆங்கிலமயம் என்பது தமிழ் எழுத்திலிருந்து சொல்லுக்கும், சொல்லிலிருந்து தொடருக்கும், தொடரிலிருந்து வசனத்துக்கும் . . . தாவியுள்ளது. ஒவ்வோர் எடுத்துக்காட்டு:

2. எழுத்து: 'எனக்கு ஓர் அழைப்பு வந்தது. அழைப்பிதழில் *கனகரட்ணம்* என்று இருந்தது. இந்த *ரட்ணம்* என்பது *இரத்தினம்* என்பதன் திரிபு. *கனகரத்தினம்* என்ற பெயர் ஆங்கிலத்தில் *Kanagaratnam* என்று எழுதப்பட்டு, பின்னர் அதன் தமிழ் வடிவத்தைக் கைவிட்டு, ஆங்கில உச்சரிப்பையே *கனகரட்ணம்* என்று எழுதி வருகிறார்கள். இப்படியே *செல்வரட்ணம், தவரட்ணம், நவரட்ணம்* போன்ற பெயர்களும் பவனி வருகின்றன. எனது பெயரும் ஆங்கிலத்தில் *Kandavanam* என்றுதான் இருக்கிறது. ஆனால் நான் *காண்டாவனம்* என்று எழுதுவதில்லை' (கவிஞர் கந்தவனம், *கனடிய காட்சிகள்,* தமிழர் தகவல், ரொறன்ரோ, தை 2007, ப.8).

3. சொல்: புண்படுத்து என்னும் தமிழ்ச் சொல் கண்டுகொள்ளப் படுவதில்லை. *Hurt* அல்லது

offend என்னும் ஆங்கிலச் சொல் கண்டுபிடிக்கப்பட்டு, அது காயப்படுத்து என்று வழங்கப்படுகிறது! ஓர் எடுத்துக்காட்டு: *எனது மகிழ்ச்சிக்காக மற்றவர்களின் உணர்ச்சிகளைக் காயப்படுத்துவது எனக்கு மகிழ்ச்சி தராது* (ஜெயகாந்தன், *சபை நடுவே*, மீனாட்சி புத்தக நிலையம், மதுரை, 1997, ப.126). *I won't enjoy hurting others' feelings!* ஒருவரை இன்னொருவர் *புண்படுத்திவிட்டார்* என்றால், முன்னவரைப் பின்னவர் மனம்வருந்தச் செய்துவிட்டார், அடித்து உதைக்கவில்லை என்று துணிந்து கூறலாம். ஆனால், ஒருவரை இன்னொருவர் *காயப்படுத்திவிட்டார்* என்றால், முன்னவரைப் பின்னவர் மனம்வருந்தச் செய்தாரா, அடித்து உதைத்தாரா என்பதை அறுதியிட்டுரைக்க முடியாது. ஆதலால்தான் *உள்ளத்தை* அல்லது *உணர்ச்சிகளைக் காயப்படுத்து* என்று குறிப்பிட வேண்டிய நிர்ப்பந்தம் ஏற்படுகிறது.

4. சொல் – தொடர்: தமிழ் மரபில் நிலைத்த *சிறுபான்மை இனத்தவர், சிறுபான்மை மதத்தவர், சிறுபான்மை மொழியினர்* ... போன்ற தொடர்களைப் பலரும் கண்டு கொள்ளவோ செவிமடுக்கவோ தவறுவதுண்டு. ஆதலால் அவர்களின் கண்களில் படும், காதுகளில் விழும் ethnic minorities, religious minorities, linguistic minorities என்னும் ஆங்கிலத் தொடர்கள் முறையே *இனச் சிறுபான்மையோர், மதச் சிறுபான்மையோர், மொழிச் சிறுபான்மையோர்* . . . ஆகி வருகின்றன. ஆங்கிலச் சொல் – தொடர் ஒழுங்கு, தமிழ்ச் சொல் – தொடர் ஒழுங்காய் மாறி வருகிறது!

5. மரபுத்தொடர்: *தண்டத் தீனி, வீண் உருப்படி, வீண் வில்லங்கம், வீண் செலவு* . . . போன்ற தொடர்களின் பொருளைப் புரிந்துகொள்வதில் எமக்கு மிகுந்த சிரமம் நேர்கிறது என்பதற்குத் திட்டவட்டமான சான்று *வெள்ளை யானை* ஆகும். ஆங்கிலக் காட்டினுள் அகப்பட்ட இந்த white elephant என்னும் *வெள்ளை யானையின்* தோற்றுவாய் ஒரு தாய்லாந்துக் கதை ஆகும். அந்த நாட்டு மன்னன் ஒருவன், தனக்குப் பிடிக்காதவர்க்கு ஒரு வெள்ளை யானையைப் பரிசாகக் கொடுத்துவிடுவான். அந்த அரிய யானையைப் பரிசாகப் பெற்றவர் அதனைப் பராமரிப்பதற்கு தன் வாழ்நாள், வருவாய் முழுவதையும் செலவழிக்க நேரும்! முன்பு அதிக செலவு கொடுத்து ஈட்டிய ஒரு பொருள் பின்பு வீணே கிடந்து தொடர்ந்தும் செலவு விளைவிப்பதுண்டு. ஆங்கிலத்துக்கு இது white elephant ஆகலாம். தமிழுக்கோ *வெள்ளை யானை* ஒரு *வீண் உருப்படி* ஆகும்.

6. தேராதுதெளிதல்: *பயண அடுக்கு, பயண ஏற்பாடு, பயண ஆயத்தம்* . . . எல்லாம் மக்கள் வழக்கில் நிலைத்த

தொடர்கள். அவை கண்டுகொள்ளப்படுவதாகத் தெரியவில்லை. ஆங்கிலத்தில் அது *preparations for the journey* எனப்படுவதுண்டு. அந்த ஆங்கில வழக்கு கண்டறியப்பட்டதன் விளைவாக கடந்த ஒரு தசாப்தத்துத்துள் *பயணத்துக்கான தயாரிப்பும், தயாரிப்புகளும், தயார்ப்படுத்தலும், தயார்ப்படுத்தல்களும்* உருவாகியுள்ளன. அதனைப் *பயண(த்துக்கான) அடுக்கு* அல்லது *பயண(த்துக்கான) ஏற்பாடு* அல்லது *பயண(த்துக்கான) ஆயத்தம்* என்று குறிப்பிடுவதை விடுத்து, *பயணத்துக்கான தயாரிப்பு* (அல்லது *தயார்ப்படுத்தல்*) என்று குறிப்பிடுவதற்கு (1) தமிழ் வழக்கு கண்டுகொள்ளப்படாததும், (2) கண்டுகொள்ளப்படும் ஆங்கில வழக்கு தவறாகப் புரிந்துகொள்ளப்படுவதுமே காரணங்கள். *தயாரி, தயாராகு* இரண்டையும் *prepare* என்னும் ஆங்கிலச் சொல் குறிக்க வல்லது. *தயாரி* என்னும் (செயப்படுபொருள் குன்றா) வினையின் பெயர் உருவம் *தயாரிப்பு*. *Food preparation* அல்லது *preparation of food* என்பது *உணவு தயாரிப்பு* ஆகும். *தயாராகு* என்னும் (செயப்படுபொருள் குன்றிய) வினையின் தொழிற்பெயர் உருவம் *தயாராகுகை* அல்லது *தயாராகுதல்*. அந்த வகையில் *preparations for the journey* என்பது *பயணத்துக்குத் தயாரகுவதைக்* கருதுமேயொழிய, எதுவித தயாரிப்பையும் கருதாது.

7. வசனம்: *துன்புறுத்தப்படுவதற்கு ஒரு நல்ல – அடிப்படையுள்ள பயத்தினால், அவனுடைய அல்லது அவளுடைய நாட்டை விட்டுத் தப்பி ஓடி, அத்துடன் கனடா அரசாங்கத்தால் பாதுகாப்பு கொடுக்கப்பட்ட ஒருவரே அகதி.* இது ஒரு கனடிய அரசின் அதிகாரபூர்வமான வெளியீடு ஒன்றில் காணப்படும் வசனம்! ஆதலால் அதன் தோற்றுவாயைக் கண்டறிவதில் எமக்கு அதிகம் சிரமம் ஏற்படவில்லை: *A refugee is a person who has had to flee his or her country because of a well-founded fear of persecution and has been given protection by the Government of Canada.* ஈ அடித்த பிரதிக்காரரைப் போன்று *his or her* என்பது அவனுடைய அல்லது அவளுடைய என்று பெயர்க்கப்படடுள்ளது. ஆண்பால், பெண்பால் இரண்டையும் மாத்திரமன்றி, ஒருமை, பன்மை இரண்டையும் உணர்த்தும் *அவருடைய* என்னும் அருந்தமிழ்ச் சொல் இங்கு பயன்படுத்தப்படவில்லை. *Persecution* என்பது *கொடுமை*, வெறும் *துன்புறுத்தல்* அல்ல. *A well-founded fear* என்பதை *ஒரு நல்ல – அடிப்படையுள்ள பயம்* என்பது ஒரு நிறைவான தமிழாக்கம் ஆகாது. *தகுந்த காரணங்களுடன் கூடிய பயம்* என்பதே இதன் பொருள். *A well-founded fear of persecution* என்பது *தகுந்த காரணங்களுடன் கொடுமைக்கு அஞ்சுதல்* ஆகும். அந்த வகையில் மேற்படி தமிழாக்கத்தை நாம் பின்வருமாறு செம்மைப்படுத்தலாம்: *தகுந்த காரணங்களுடன்*

கொடுமைக்கு அஞ்சி, தனது நாட்டை விட்டுத் தப்பி ஓடி, கனடிய அரசாங்கத்தின் பாதுகாப்பில் உள்ள ஒருவரே அகதி.

8. வேற்றுமை: தமிழில் வேற்றுமை உருபுடன் அமையும் சில கூற்றுகள் ஆங்கிலத்தில் வேற்றுமை உருபின்றியே அமைவதுண்டு. சில எடுத்துக்காட்டுகள்:

நாங்கள் உங்களைச் சந்திப்போம் (2ஆம் வேற்றுமை) = *We will meet you..*

எம்முடன் தொடர்புகொள்ளவும் (3ஆம் வேற்றுமை) = *Please contact us.*

மறவருக்கு மதிப்பளிக்கப்பட்டது (4ஆம் வேற்றுமை) The veterans were honoured.

தமிழில் *எம்முடன் தொடர்புகொள்ள . . .* எனப்படுவதே ஆங்கிலத்தில் *To contact us . . .* எனப்படுகிறது. 3ஆம் வேற்றுமையுடன் கூடிய இத்தமிழ் வழக்கு கண்டுகொள்ளப்படாது, *To contact us* என்னும் ஆங்கில வழக்கு கண்டுபிடிக்கப்பட்டு, அந்த ஆங்கில வழக்கு தமிழின் 2ஆம் வேற்றுமையுடன் குழப்பியடிக்கப்பட்டு, *எம்மைத் தொடர்புகொள்ள . . .* என்று குறிப்பிடப்படுகிறது! *எமது திட்டம் இரண்டு காரணங்களால் தோல்வியடைந்தது* என்பது 3ஆம் வேற்றுமையில் அமைந்த இன்னோர் இயல்பான வசனம். இது, *எமது திட்டம் இரண்டு காரணங்களுக்காகத் தோல்வியடைந்தது* என்று குறிப்பிடப்படுகிறது. இதன் தோற்றுவாய்: *Our plan failed for two reasons.* *இரண்டு காரணங்களால்* என்னும் தமிழ் வழக்கு *for two reasons* என்னும் *ஆங்கில வழக்கினால் இரண்டு காரணங்களுக்காக* என்று உரு(பு) மாறியுள்ளது!

மறவர்களுக்கு மதிப்பளிக்கப்பட்டது, மறவர்களுக்கு கௌரவமளிக்கப்பட்டது, (4ஆம் வேற்றுமை), மறவர்கள் கௌரவிக்கப்பட்டார்கள், *The veterans were honoured.* இவை நான்கும் இயல்பான கூற்றுகள். *கௌரவி* ஒரு வடமொழிச் சொல். ஆதலால் அது *மதிப்பளி* என்று மாற்றப்படுவதுண்டு. *கௌரவிக்கப்பட்டார்கள்* என்னும் வடமொழிக் கலப்புச் சொல்லுக்குப் பதிலாக *மதிப்பளிக்கப்பட்டார்கள்* என்னும் சொல் கையாளப்படுகிறது. *மதிப்பளிக்கப்பட்டார்கள்* என்பதை மீண்டும் வடமொழிக் கலப்புடன் மாற்றினால், *கௌரவமளிக்கப்பட்டார்கள்* என்று அமையுமே ஒழிய, *கௌரவிக்கப்பட்டார்கள்* என்று அமையாது. அதாவது *கௌரவிக்கப்பட்டார்கள்* என்பது *மதிக்கப்பட்டார்கள்* என்று மாறுமே ஒழிய, *மதிப்பளிக்கப்பட்டார்கள்* என்று மாறாது. ஆனால் *மதிக்கப்பட்டார்கள் (. . .were respected)* என்பது இங்கு

உரிய பொருளை முழுமையாய் உணர்த்தாது. ஆதலால் அது *மதிப்பளிக்கப்பட்டார்கள்* என்று மாற்றப்படுகிறது. *கௌரவி* என்னும் ஒரே சொல்லுக்குப் பதிலாக *மதிப்பு, அளி* என்னும் இரு சொற்களின் சேர்க்கையாகிய *மதிப்பளி* என்பதை இடும்பொழுது, அதனை 4ஆம் வேற்றுமையுடன் கூடிய கூற்றாக்கி, *மறவர்களுக்கு மதிப்பளிக்கப்பட்டது* என்று குறிப்பிடும் பொழுதே இயல்பான தமிழ் கைகூடும்.

அரசு சிறுபான்மை இனத்தவருக்குத் தீங்கிழைத்தது போன்று செய்வினையில் அமையும் வசனங்களும், *அரசினால் சிறுபான்மை இனத்தவருக்குத் தீங்கிழைக்கப்பட்டது* போன்று செயப்பாட்டு வினையில் அமையும் வசனங்களும் இயல்பான தமிழ் நடையில் அமைந்தவை. அவற்றுக்கு மாறாக, *சிறுபான்மை இனத்தவர் அரசால் தீங்கிழைக்கப்பட்டனர்* போன்ற செயற்கை நடைகள் மேலோங்கி வருகின்றன. *The minorities were abused by the government* என்னும் ஆங்கிலக் கூற்றே இவ்வேற்றுமைக் குலைவின் தோற்றுவாய். இவ்வாறே *அகதிகளுக்கு மறுவாழ்வு அளிக்கப்படுகிறது* என்பது *அகதிகள் மறுவாழ்வு அளிக்கப்படுகிறார்கள்* என்றும், *நோயாளிகளுக்குச் சிகிச்சை அளிக்கப்படுகிறது* என்பது *நோயாளிகள் சிகிச்சை அளிக்கப்படுகிறார்கள்* என்றும் உருக்குலைந்து (உருபிழந்து) வருகின்றன.

ஆங்கில மொழியும் நடைதளர்ந்து வருகிறது. *ஆங்கில எழுத்தாளர்கள் ஓர் இலக்கண நூலை அல்லது கட்டுரை நூலை அரிதாகவே புரட்டிப் பார்ப்பதில் பேர்போனவர்கள் - It is notorious that English writers seldom look into a grammar or composition book*-என்று பவுலர் சகோதரர்கள் தமது பெயர்போன நூலுக்கு எழுதிய முன்னுரையில் சாடியுள்ளார்கள் (H.W.Fowler & F.G.Fowler, *The King's English,* Oxford, *1906–1970).*

ஆங்கில மொழியில் வேற்றுமை பெரிதும் பொருளற்றதாகிவிட்டது. வேற்றுமையைப் பொறுத்தவரை சில தவறுகள் அடிக்கடி இழைக்கப்படக்கூடியவையே. அவற்றுள் ஒருசில மேன்மேலும் இழைக்கப்படுகின்றன. ஆதலால் அத்தவறுகள் திருத்தமானவை என்றே வகுக்கப்பட்டுவிட்டன - The sense of case being almost lost, the few mistakes that can be made often-some of them so often that they are now almost right by prescription (*அதே நூல், ப.69*).

பவுலர் சகோதரர்களின் திறனாய்வுக்கு உட்பட்டவர்களுள் திரும்பத் திரும்ப இடம்பெறுபவர்களின் துறைகளைக் கருத்தில்

கொண்டபொழுது, எமக்கு ஏற்கெனவே புலப்பட்ட ஓர் உண்மை வியக்கத்தக்க முறையில் உறுதிப்பட்டது. அதாவது மொழியைக் கையாளப் போய், பவுலர் சகோதரர்களிடம் வகையாக மாட்டுப்பட்டோருள் தலையாய பங்கு வகிப்பவர்கள் மூன்று தரப்பினர் என்பது புலனாகியது: (1) படைப்பாளிகள், (2) ஊடகத் துறைஞர்கள் (3) அரசியலாளர்கள். திரும்பத் திரும்ப பவுலர் சகோதரர்களின் சல்லடைக்கு உட்பட்ட தரப்புகளுள் நாம் கோலியெடுத்த ஒரு கூறு வருமாறு:

படைப்பாளிகள்	**ஊடகங்கள்**	**அரசியலாளர்கள்**
Carlyle (1795-1881)	Cambridge Univ.Reporter	Borrow (1952-)
Dickens (1812-1870)	Daily Telegraph	Burk (1729-1797)
Eliot (1888-1965)	Outlook	Choate (1832-1917)
Huxley (1864-1963)	Spectator	Ferrier (1800-1888)
Kipling (1865-1936)	Times	Gladstone (1809-1898)
Macaulay (1876-1962)	Westminister Gazette	Morley (1838-1923)
Stevenson (1850-1894)	Windsor Magazine	Sladen (1816-1884)

பல்லாண்டுகளாக மக்களை ஆட்கொண்ட மாபெரும் எழுத்தாளர்களை உள்ளடக்கிய மேற்படி நிரல் புலப்படுத்தும் சங்கதியை பவுலர் சகோதரர்கள் சுட்டிக் காட்டியுள்ளார்கள்: *இங்கு படைப்பாளி எவரின் பெயரும் அல்லது செய்தித்தாள் எதன் பெயரும் திரும்பத் திரும்ப இடம்பெற்றிருக்கக் கூடும். அப்படைப்பாளியே அல்லது செய்தித்தாளே பிறரை அல்லது பிறவற்றை விட அதிகமாய் இலக்கண விதிகளையும் மொழிநடை விதிகளையும் மீறுவதாக இது பொருள்படாது. எடுத்துக்காட்டுகளைத் திரட்டுவதற்காக மட்டுப்பட்ட அளவில் தேர்ந்தெடுக்க நேர்ந்தவர்களுள் அல்லது நேர்ந்தவற்றுள் அப்பெயர்கள் இடம்பெற்றிருப்பதை மட்டுமே இது புலப்படுத்துகிறது (The frequent appearance in it of any author's or newspaper's name does not mean that the author or newspaper offends more often than others against rules of grammar or style; it merely shows that they have been among the necessarily limited number chosen to collect instances from).*

ஒரு கனடியப் பேராசிரியர் எழுதிய கடிதம்: *மேற்கு ஒன்ராறியோ பல்கலைக் கழகத்தில் நான் 'முகாமைத்துவ தொடர்பாடல்' கற்பித்த வேளையில் ஒரு சங்கதியைக்*

கண்டறிந்தேன். அறிவுக் கூர்மை மிகுந்த எனது மாணவர்கள் தமக்கு அடிப்படை ஆங்கில இலக்கண அறிவு இல்லை என்பதை அறிந்து குழப்பமும் கொதிப்பும் அடைந்தார்கள். தொடர்பாடல் துறைகள் அனைத்திலும் திட்பமான முறையில் மொழியைப் பயன்படுத்துவதற்கு வேண்டிய அடிப்படைத் தேர்ச்சிகளைப் பள்ளிக் கல்வி அவர்களுக்கு ஊட்டத் தவறியது குறித்து அவர்கள் சீற்றம் அடைந்தார்கள். தாம் ஏமாற்றப்பட்டுவிட்டதாகவே அவர்கள் எண்ணினார்கள். எத்தனையோ ஆண்டுகளுக்கு முன்னர் எனது மாணவர்களுக்கு ஊட்டப்பட்டிருக்க வேண்டிய தேர்ச்சிகளை இப்பொழுது ஊட்ட முயல்வதற்கு நானே நேரம் ஒதுக்க வேண்டியிருந்தது. அந்த வகையில் நானும் ஏமாற்றப்பட்டுவிட்டதாகவே எண்ணினேன். நாங்கள் பாடம் படிப்பதே இல்லையா? – (Professor Alexandra Hurst, The Globe and Mail, Toronto, 2007/02/14). தமிழைத் தாய்மொழியாகக் கொண்ட பல்கலைக்கழக மாணவர்களும் தமது அடிப்படைத் தமிழ், ஆங்கில இலக்கண அறிவு இரண்டையும் குறித்து குழப்பமும் கொதிப்பும் அடையும் நிலையில் இருக்கக்கூடும்.

ஒரு கனடிய மூதவையாளர் தேசிய நாளேடு ஒன்றுக்கு எழுதிய கடிதம்: *இதுவே எனது கடைசி அரசியல் கடிதம். இனிமேல் இலக்கணம், சொல்தொடரியல், பதப்பயன்பாடு என்பவற்றில் நீங்கள் தாராளமாய் இழைக்கும் தவறுகளுக்கு உங்களைக் கடிந்து நான் குறுகிய கடிதங்களை எழுதி அனுப்புவேன் – This is my last political piece. Hereafter, I shall write brief letters chiding you for your far too frequent errors in grammar, syntax and terminology (Senator Philippe Gigantes, The Globe and Mail, Toronto).*

பதிப்பாளர்கள் பலரும் கையாளும் நடை, பொருள், சந்தர்ப்பம் என்பவற்றை விட்டுவிடுவோம் – வெறும் எழுத்துக்கூட்டல், இலக்கணம், நிறுத்தக்குறியீடு, சொல் தொடரியல் என்பவற்றையே அவர்கள் புரிந்துகொண்டது மிகவும் குறைவு. அதுவே எமக்குத் திகிலூட்டுகிறது – Many editors have a frighteningly minimal grasp of spelling, grammar, punctuation and syntax - to say nothing of style, substance and context… (Ian Alterman, The New York Times, 1998/07/01).

முதலாவதாக, ஒரு குறுஞ் சொல் பயன்படுமாயின், பெருஞ் சொல்லை என்றுமே பயன்படுத்தக் கூடாது. (இரண்டாவதாக) பற்பல வரையறைகளுடன் கூடிய ஒரு கூற்றினை நீங்கள் முன்வைக்க விரும்பினால், அவ்வரையறைகளுள் சிலவற்றைப் புறம்பான வசனங்களில் இடவும். மூன்றாவதாக உங்கள் வசனத்தின் தொடக்கம் அதன் இறுதிக்கு முரணான ஓர் எதிர்பார்ப்புக்கு வாசகரை இட்டுச்செல்லும் வண்ணம் அமையக்கூடாது– First:

never use a long word if a short word will do. So, if you want to make a statement with a great many qualifications, put some of the qualifications in separate sentences. Third: do not let the beginning of your sentence lead the reader to an expectation which is contradicted by the end (Robert E.Egner, Bertrand Russell's Best, Routeledge, 1981, p. 213).

எப்படி எழுதக்கூடாது என்பதற்கு றசலின் எடுத்துக்காட்டு: *Human beings are completely exempt from undesirable behavior patterns only when certain prerequisites, not satisfied except in a small percentage of actual cases, have, through some fortuitous concourse of favorable circumstances, whether congenital or environmental, chanced to combine in producing an individual in whom many factors deviate from the norm in a socially advantageous manner.* இதனைப் பின்வருமாறு ***"ஆங்கிலத்தில் மொழி பெயர்க்கலாம்"*** என்று றசல் ஓர் எள்ளலுடன் கூறுகிறார்: *All men are scoundrels, or at any rate almost all. The men who are not must have had unusual luck, both in their birth and in their upbringing (மனிதர்கள் எல்லோரும் கயவர்கள், அல்லது போனால் அநேகமாக மனிதர்கள் எல்லோரும் கயவர்கள். கயவர்கள் அல்லாத மனிதர்கள் தமது பிறப்பையும் வளர்ப்பையும் பொறுத்தவரை அரிய பேறு படைத்தவர்களாய் இருந்திருக்க வேண்டும்).* தொடர்ந்து றசல் கூறுகிறார்: *This is shorter and more intelligible, and says just the same thing (இக்கூற்று மிகவும் குறுகியது, புரியக்கூடியது, அதே பொருளையே உணர்த்துவது).*

றசல் முன்வைக்கும் வேறோர் எடுத்துக்காட்டு: *Some people marry their deceased wives' sisters (சிலர் தமது இறந்த மனைவியரின் சகோதரிகளை மணம் முடிக்கிறார்கள்). I can express this in a language which only becomes intelligible after years of study, and this gives me freedom (இதனைப் பல ஆண்டுகளாக ஆய்விட்ட பின்னரே புரிந்துகொள்ளக்கூடிய மொழியில் என்னால் எடுத்துரைக்க முடியும். அப்படிச் செய்வது எனக்குச் சுதந்திரமும் அளிக்கும்).*

இளம் பேராசிரியர்களுக்கு றசல் கூறும் புத்திமதியில் ஒரு வேடிக்கை வேறு சேர்கிறது: *I suggest to young professors that their first work should be written in a jargon only to be understood by the erudite few. With that behind them, they can ever after say what they have to say in a language 'understand of the people' (இளம் பேராசிரியர்களுக்கு நான் கூறும் யோசனை இதுவே: அவர்களின் முதற் படைப்பு, புலமை வாய்ந்த சிலருக்கு மாத்திரம் புரியக்கூடிய துறைமொழியில் எழுதப்பட வேண்டும்; அதற்கடுத்த படைப்புகளில் அவர்கள் கூறவேண்டியதை மக்களுக்கு விளங்கும் மொழியில் கூறவேண்டும்).*

மீண்டும் ஓர் எள்ளலுடன் றசல் விடைபெறுகிறார்: *In these days, when our very lives are at the mercy of the professors, I cannot but think that they would deserve our gratitude if they adopted my advice (எங்கள் வாழ்வே பேராசிரியர்களின் தயவில் தங்கியுள்ள இக்காலகட்டத்தில், அவர்கள் எனது புத்திமதியைக் கைக்கொண்டால் எமது நன்றியறிதலையாவது ஈட்டும் அருகதை அவர்களுக்குக் கிட்டும் என்று நான் நினைக்கிறேன்).*

இத்தகைய பிரச்சனைகள் மொழியினால் விளைபவை ஆகா. அவை மொழியைக் கையாள்பவர்களால் விளைபவை. அவ்வாறே மொழிபெயர்ப்பில் நாம் எதிர்கொள்ளும் பிரச்சனைகள், மொழிபெயர்ப்பாளர்களால் விளைபவையே ஒழிய, மொழிகளால் விளைபவை ஆகா. *நீதிமன்றின்முன் தோன்றுவோர் இரண்டு வகையானோர் என்பதை நன்னடத்தைச் சேவைத் துறை கண்டறிந்துள்ளது. ஒரு வகையினரைப் பொறுத்தவரை, அவர்களுக்குப் பிரச்சனை உண்டு. மறு வகையினரைப் பொறுத்தவரை, பிரச்சனையே அவர்கள்தான்! (The probation service have found out that there are two types of person appearing before the courts - those who have problems and those who are problems, Simon Cohen, Magistrate, June 1983, The Globe and Mail, Toronto,* 2007/02/27). அது போலவே மொழிபெயர்ப்பாளர்களுள் ஒரு வகையினர் தமிழாக்கத்தில் பிரச்சனைகளை எதிர் நோக்குவோர். மறு வகையினரைப் பொறுத்தவரை, பிரச்சனையே அவர்கள்தான்!

மருத்துவர் சிகிச்சையளிப்பது நோயாளிக்கே ஒழிய, நோய்க்கல்ல *(The doctor treats a patient, not a disease)* என்றார் ஒரு மருத்துவரின் மகனாகிய அரிஸ்டோட்டில். *ஓர் ஆளை எத்தகைய நோய் பீடித்துள்ளது என்பதை விட, எத்தகைய ஆளை அந்த நோய் பீடித்துள்ளது என்பதை அறிவதே மிகவும் முக்கியம் – It is much more important to know what sort of a patient has a disease than what sort of disease a patient has (Dr. Sir William Osler,* 1849–1919). அது போலவே, எத்தகைய கூற்று மொழிபெயர்க்கப்படுகிறது என்பதை விட, அதனை எத்தகைய ஒருவர் மொழிபெயர்க்கிறார் என்பதே மிகவும் முக்கியம்.

நாம் இதுவரை சுட்டிக்காட்டிய பிரச்சனைகளிலிருந்து கடைத்தேறுவதற்கு தமிழாக்கவியல் ஒரு தனித் துறையாக (சிறப்புத் துறையாக) மேலோங்க வேண்டும் என்பது பெறப்படுகிறது. ஆங்கில நடையிலிருந்து தமிழ் நடையை மீட்டெடுப்பதே தமிழாக்கத் துறையின் தலையாய குறிக்கோளாய் அமைய வேண்டும்.

தமிழ் நடையில் அமையும் தமிழே தமிழாக்கத்தைச் செம்மைப்படுத்தும். அதற்கு, தமிழிலும் ஆங்கிலத்திலும் கற்றவர்களாய் மட்டுமன்றி, தமிழையும் ஆங்கிலத்தையும் கற்றவர்களாய் விளங்குவோர் மனமுவந்து களமிறங்க வேண்டும்.

இரு மொழிகளின் பாணியையும் தேர்ந்து, தெளிந்து பெயர்க்கும் பணியை அவர்கள் முன்னெடுத்துச் செல்லவேண்டும். தமது தமிழாக்கங்களில் செம்மை (accuracy)> ஒருமைப்பாடு (uniformity)> திட்பம் (specificity) என்னும் மூன்று சிறப்புகளையும் அவர்கள் பொறிக்க வேண்டும்.

தமிழாக்கத்தைச் செம்மைப்படுத்துவதில் ஈடுபடக்கூடிய துறைஞர்களுக்கு சொல் தொகுதிகளும் அகராதிகளும் கைகொடுக்க வல்லவை. ஈழநாட்டிலும் தமிழ்நாட்டிலும் பல்வேறு சொல்தொகுதிகளும் அகராதிகளும் வெளிவந்துள்ளன. இவ்விரு நாடுகளிலும் வெளிவந்த அகராதிகளை நாம் நால்வகைப்படுத்தலாம்:

(1) தமிழ் – தமிழ் அகராதி (எ–கா: யாழ்ப்பாண அகராதி–1842, தமிழ்மண் பதிப்பகம், சென்னை, 2006).

(2) தமிழ் – ஆங்கில அகராதி (எ–கா: தமிழ் அகராதி–1926, சென்னைப் பல்கலைக்கழகம், 1982).

(3) ஆங்கிலம் – தமிழ் அகராதி (எ–கா: ஆங்கிலம் – தமிழ்ச் சொற்களஞ்சியம்–1963, சென்னைப் பல்கலைக்கழகம், 1992).

(4) ஆங்கில – ஆங்கில அகராதி Oxford, Webster's ...)

தமிழ்–தமிழ் அகராதிகளின் மகிமைக்கு ஓர் எடுத்துக்காட்டு: 1842இல் சந்திரசேகரப் பண்டிதர், சரவணமுத்துப் பிள்ளை ஆகிய இருவரும் தொகுத்து வெளியிட்ட யாழ்ப்பாண அகராதியில் *குடியாட்சி* என்னும் சொல் இடம்பெற்றுள்ளது. தமிழில் 165 ஆண்டுகளுக்கு மேல் மண்டிக் கிடக்கும் ஓர் அரிய சொல் இது. 1958இல் வெளிவந்த ஓர் ஈழநாட்டுச் சொல் – தொகுதியில் *குடியாட்சி, democracy* இரண்டும் நேரொத்த சொற்களாய் எடுத்தாளப்பட்டுள்ளன (*குடிமையியலும் ஆட்சியியலும்,* இலங்கை அரசகரும மொழித் திணைக்களம், கொழும்பு, 1958). 1992ல் வெளிவந்த கிரியாவின் தமிழ் – ஆங்கில அகராதியில் *குடியாட்சி, மக்களாட்சி, democracy* மூன்றும் நேரொத்த சொற்களாய் இடம்பெற்றுள்ளன. இவை மக்கள் வழக்கிற்கும் துறைஞர் வழக்கிற்கும் உகந்த சொற்கள் என்பதில் ஐயமில்லை.

1958இல் (மீள்பதிப்பாக) வெளிவந்த *The Concise Oxford English Dictionary*–ஐ அடிப்படையாகக் கொண்டு தொகுக்கப்பட்டு, 1963இல் வெளியிடப்பட்ட ஓர் அகராதி: *சென்னைப் பல்கலைக்கழக ஆங்கிலம்–தமிழ்ச் சொற்களஞ்சியம்.* ஆங்கிலத்தில் ஆண்டுதோறும் 400 சொற்கள் புதுக்கப் புகுவதைக் கருத்தில் கொள்ளும்பொழுது, இந்த ஆங்கிலம் – தமிழ்

அகராதியில் 20,000 ஆங்கிலச் சொற்கள் துண்டு விழுவது தெரியும். இவ்வாறு, எமக்குக் கிடைக்கும் ஆங்கிலம் – தமிழ் அகராதிகளின் சொல்வளமும் பொருள்வளமும் பெரிதும் மட்டுப்பட்டவை. தற்பொழுது புதிய பாணியில் எடுத்தாளப்படும் ஓர் ஆங்கிலச் சொல்லைப் பெயர்ப்பதற்கு, எந்த ஆங்கிலம் – தமிழ் அகராதியும் கைகொடுத்தல் அரிது. உலகளாவிய தரவுப் பரிமாற்றத்தின் பெருக்கத்துக்கும், திட்பத்துக்கும், வேகத்துக்கும் எந்த ஆங்கிலம்– தமிழ் அகராதியாலும் ஈடுகொடுக்க முடியாது. பழைய அகராதிகளை நம்பி, பழைய விடயங்களை மொழிபெயர்ப்பதே கடினம். புதிய விடயங்களை மொழிபெயர்ப்பது அதனிலும் கடினம்.

ஆங்கிலத்தில்கூட இதே பிரச்சனை உண்டு. சாக்கிரத்தீசின் தத்துவத்தை மீள்நோக்கத் தலைப்பட்ட ஓர் அமெரிக்க அறிஞர் கூறுகிறார்: *மொழிபெயர்ப்புகளைக் கொண்டு ஏற்புடைய முறையில் அரசியல், தத்துவ அனுமானங்களை எவராலும் மேற்கொள்ள முடியாது என்பதை நான் கண்டுகொண்டேன். மொழிபெயர்ப்பாளர்கள் திறமையற்றவர்கள் என்பதல்ல அதற்கான காரணம். கிரேக்க மொழிப் பதங்கள் – கேத்திரகணிதத்தில் கூறப்படுவதுபோல் – அவற்றுக்கு நிகரான ஆங்கிலப் பதங்களுடன் முற்றிலும் ஒத்திசையாமையே அதற்கான காரணம். ஆங்கிலத்தில் பருமட்டாகப் பொருந்தும் பல்வேறு பதங்களுள் ஒன்றைத் தெரிவுசெய்யவேண்டிய நிர்ப்பந்தம் மொழிபெயர்ப்பாளருக்கு ஏற்படும். கிரேக்க மொழியிலுள்ள கருதுபொருட் பதம் ஒன்றை விளங்கிக்கொள்ள முற்படும் ஒருவர், கிரேக்க மொழியிலேயே அந்தப் பதத்துடன் மல்லாடி அதனை விளங்கிக்கொள்வதற்குப் போதிய அளவுக்காவது கிரேக்க மொழியைக் கற்றிருக்க வேண்டும். அந்தப் பதம் உணர்த்தக்கூடிய கருத்துகள், நயம் அனைத்தையும் ஒருவரால் அந்த மொழியிலேயே புரிந்துகொள்ள முடியும் – I found that one could not make valid political or philosophical inferences from translations, not because the translators were incompetent, but because the Greek terms were not fully congruent - as one would say in geometry- with their English equivalents. The translator was forced to choose one of several English approximations. To understand a Greek conceptual term, one had to learn at least enough Greek to grapple with it in the original, for only in the original could one grasp the full potential implications and color of the term - I.F.Stone, The Trial of Socrates, Little Brown & Co., Boston-Toronto, 1988, p.x).*

அவ்வாறே ஆங்கிலப் பதங்களை *(1)* ஆங்கிலத்திலேயே நாம் விளங்கிக்கொள்ள வேண்டும். *(2)* ஓர் ஆங்கிலம்– தமிழ் அகராதியிலோ சொல்தொகுதியிலோ காணப்படும்

பொருள், அந்த விளக்கத்துடன் உடன்படுகிறதா என்று பார்க்க வேண்டும். (3) உடன்பட்டால், அதனை நாம் எடுத்தாளலாம். (4) உடன்படாவிட்டால், ஆங்கில விளக்கத்தின்படி அதனை நாம் செம்மைப்படுத்தலாம்.

யாதும் ஊரே, யாவரும் கேளிர் என்று முழங்கி, உலகளாவிய பண்பாட்டுப் பன்மையை விதந்துரைத்த கணியன் பூங்குன்றனாரின் வழித்தோன்றல்களாகிய தமிழ் பேசும் மக்கள் அனைவரும் தமிழ்மொழி போல் நெகிழ்ந்து நிலைகொள்ளக் கடமைப்பட்டவர்கள். எமது சொந்தக் காலில் நாம் நிற்கவும் வேண்டும், பிறர் கைகளை நாம் பற்றவும் வேண்டும். அதேவேளை, ஐயுறவு எம்மைத் தடுக்கவும் வேண்டும், ஆய்வு எம்மை முடுக்கவும் வேண்டும். அதனை விடுத்து, *'எமது அறியாமையை நாம் தமிழின் வறுமை ஆக்கலாகாது'* (ஹன்டி பேரின்பநாயகம், 1899–1977).

2007.03.28

ஆங்கிலத்திலிருந்து தமிழுக்கு

மொழிபெயர்ப்பு என்பது ஒரே சமயத்தில் இரண்டு எசமானர்களுக்குப் பணியாற்றுவது போன்றது.[i] தமிழ், ஆங்கில எசமானர்கள் இருவரும் திருப்திப்படும் வண்ணம், ஆங்கிலத்திலிருந்து தமிழுக்கு மொழிபெயர்ப்பதில், நாம் எதிர்நோக்கக்கூடிய சிரமங்களையும், அவற்றை எதிர்கொள்வதில் எமக்குத் துணைநிற்கக்கூடிய உத்திகளையும் இயன்றவரை இனங்காண்பதே இந்த ஆய்வின் தலையாய நோக்கம். **சொல், தொடர், பாணி** என்னும் மூன்று உபதலைப்புகளின் கீழ் அவற்றை இங்கு நாம் பகுத்தாராய எண்ணியுள்ளோம்.

(1) சொல்: ஆங்கிலப் பதங்களை முதற்கண் ஆங்கிலத்தில் விளங்கிக்கொண்ட பின்னரே, அவற்றுக்குத் தமிழில் பொருள்கொள்ளும் விதத்தை, நாம் கருத்தில் கொள்வது நலம் பயக்கும். சாக்கிரத்தீசின்[ii] தத்துவத்தை மீள்நோக்கத் தலைப்பட்ட ஓர் அமெரிக்க அறிஞர் கூறுகிறார்:

மொழிபெயர்ப்புகளைக் கொண்டு ஏற்புடைய முறையில் அரசியல், தத்துவ அனுமானங்களை எவராலும் மேற்கொள்ள முடியாது என்பதை நான் கண்டுகொண்டேன். மொழிபெயர்ப்பாளர்கள் திறமையற்றவர்கள் என்பதல்ல அதற்கான காரணம். கிரேக்க மொழிப் பதங்கள் – கேத்திரகணிதத்தில் கூறப்படுவதுபோல் – அவற்றுக்கு நிகரான ஆங்கிலப் பதங்களுடன் முற்றிலும் ஒத்திசையாமையே அதற்கான காரணம். ஆங்கிலத்தில் பருமட்டாகப் பொருந்தும் பல்வேறு பதங்களுள் ஒன்றைத்

தெரிவுசெய்யவேண்டிய நிர்ப்பந்தம் மொழிபெயர்ப்பாளருக்கு ஏற்படும். கிரேக்க மொழியிலுள்ள கருதுபொருட் பதம் ஒன்றை விளங்கிக்கொள்ள முற்படும் ஒருவர், கிரேக்க மொழியிலேயே அந்தப் பதத்துடன் மல்லாடி அதனை விளங்கிக் கொள்வதற்குப் போதிய அளவுக்காவது கிரேக்க மொழியைக் கற்றிருக்க வேண்டும். அந்தப் பதம் உணர்த்தக்கூடிய கருத்துகள், நயம் அனைத்தையும் ஒருவரால் அந்த மொழியிலேயே புரிந்துகொள்ள முடியும்.[iii]

இதனை உறுதிப்படுத்தும் வண்ணம் தொகுக்கப்பட்டுள்ள க்ரியாவின் தமிழ்–தமிழ்–ஆங்கில அகராதி,[iv] *தற்காலத் தமிழ்–தமிழ்–ஆங்கில மரபுத்தொடர் அகராதி,*[v] *ஒக்ஸ்போர்ட் ஆங்கிலம் – ஆங்கிலம் – தமிழ் அகராதி,*[vi] போன்றவை தலைசிறந்த எடுத்துக்காட்டுகள் ஆகும்.

எந்த மொழியிலும் ஒருபொருட் பதங்களை விட, பல்பொருட் பதங்களே அதிகம். சில எடுத்துக்காட்டுகள்:

1. abbreviate	=	குறுக்கு
2. abide armchair-critics	=	திண்ணைத் திறனாய்வாளர்களைச் சகித்துக்கொள்
3. *abide by the rules*	=	விதிகளுக்கு அமைந்தொழுகு
4. abandon property	=	உடைமையைக் கைவிடு
5. act with abandon	=	பராமுகத்துடன் செயற்படு
6. abandon yourself to nostalgia	=	*(1)* தாயக வேட்கையில் மூழ்கு *(2)* மீட்சி வேட்கையில் மூழ்கு
7. address a meeting	=	கூட்டத்தில் உரையாற்று
8. address card	=	முகவரி அட்டை
9. address the needs	=	தேவைகளைக் கவனி
10. address your application to me	=	உன் விண்ணப்பத்தை எனக்கு அனுப்பிவை
11. peace accord	=	சமாதான உடன்பாடு
12. in accord with our policy	=	எமது கொள்கைக்கு இணங்க
13. of my own accord	=	நானாக விரும்பியே = நானே உளமுவந்து
14. with one accord	=	ஒருமனதுடன் = ஏகமனதாக
15. accord importance to education	=	கல்விக்கு முக்கியம் கொடு

மேற்படி எடுத்துக்காட்டுகளில் பெரிதும் வினை வினையாகவும், பெயர் பெயராகவும், உரிச்சொல் உரிச்சொல்லாகவும் . . . பெயர்க்கப்பட்டுள்ளன. அதேவேளை abandon வினையாகவும் (4, 6); பெயராகவும் (3) பயன்படுத்தப்பட்டுள்ளது. address வினையாகவும் (7,9,10); பெயராகவும் (8) கொள்ளப்பட்டுள்ளது. accord பெயராகவும் (11, 12, 13, 14,); வினையாகவும் (15) இடம்பெற்றுள்ளது. ஒரு சொல்லின் பொருள் இடத்துக்கிடம் மாறுபடும் விதம் இங்கு உணர்த்தப்பட்டுள்ளது. முன்னொட்டுகளையோ, பின்னொட்டுகளையோ கூட ஒரு குறிப்பிட்ட கருத்துக்குள் ஒடுக்க முடியாது. பின்வருபவை *–ize* என்னும் பின்னொட்டுடன் கூடிய பதங்களின் தமிழாக்கங்கள்: amortize = தவணைக்கடன் தீர்

Capitalize your possessions = உன் உடைமைகளை விற்றுக் காசாக்கு

I realized my mistake = எனது தவறை நான் உணர்ந்தேன்

prioritize = முதன்மைப்படி வரிசைப்படுத்து

Visualize your future = உன் வருங்காலத்தை எண்ணிப் பார்

அதேவேளை, *– ize* பின்னொட்டுடன் கூடிய ஒரே சொல்லையே பல்வேறு பொருள்களில் எடுத்தாளலாம்:

I realized my mistake = எனது தவறை நான் உணர்ந்தேன்

We realized our ambition = எமது குறிக்கோளை நாம் எய்தினோம்

Our worst fears were realized = நாம் மிகவும் அஞ்சியபடியே நிகழ்ந்தது

Realize your assets = உன் சொத்துகளைக் காசாக்கு

The stage designs were realized = மேடை வடிவமைப்புகளுக்கு செயலுருவம்

கொடுக்கப்பட்டது = மேடை வடிவமைப்புகள் செயலுருப்பெற்றன

Socialize with students = மாணவர்களுடன் ஊடாடு

Socialize the children = பிள்ளைகளுக்கு சமூக நடத்தை கற்பி

Socialize the nation = நாட்டை சமூகவுடைமையமாக்கு

Capitalism socializes the cost and privatizes the profits[vii] = முதலாளித்துவம், செலவை

சமூகத்தின்மீது பொறுப்பிக்கிறது, இலாபத்தை தனியாருக்கு அளிக்கிறது

(2) தொடர்: பின்வரும் தமிழாக்கங்கள் திரும்பத் திரும்ப எமது கண்ணில் படுபவை அல்லது காதில் விழுபவை:

food preparation = உணவு தயாரிப்பு travel preparation = பயண ஆயத்தம்
monitary value = நாணயப் பெறுமதி cultural values = பண்பாட்டுப் விழுமியங்கள்
blood pressure = குருதி அழுத்தம் economic pressure = பொருளாதார நிர்பந்தம்
reflective plate = பிரதிபலிக்கும் தகடு reflective mood = சிந்திக்கும் மனநிலை

இவற்றை நாம் கண்ணுற்றோ, செவிமடுத்தோ பழகியபடியால், எமக்கு இவை பொருத்தமானவையாகவே தென்படக்கூடும். எனினும், இவை *தேராது தெளிதலின்* பாற்படும். இங்கு சம்பந்தப்படும் சொற்களுக்கு வேறு பொருள்களும் உள்ளன. எமது உடனடித் தேவைக்காக, அவை ஒவ்வொன்றுக்கும் இரு பொருள்களை மாத்திரம் கருத்தில் கொள்வோம்:

preparation = *1. தயாரிப்பு* *2. ஆயத்தம்*

value = *1. பெறுமதி* *2. விழுமியம்*

pressure = *1. அழுத்தம்* *2. நிர்ப்பந்தம்*

reflective = *1. பிரதிபலிக்கும்* *2. சிந்திக்கும்*

மேற்படி நிரலை நாம் தேர்ந்து தெளிந்தால், எமது தமிழாக்கம் பின்வருமாறு அமையும்:

food preparation = உணவு தயாரிப்பு

travel preparation = பயண ஆயத்தம்

monetary value = நாணயப் பெறுமதி

cultural values = பண்பாட்டு விழுமியங்கள்

blood pressure = குருதி அழுத்தம்

economic pressure = பொருளாதார நிர்ப்பந்தம்

reflective plate = பிரதிபலிக்கும் தகடு

reflective mood = சிந்திக்கும் மனநிலை

தேராது தெளிதல் விந்தையான மொழிபெயர்ப்புக்கு இட்டுச்செல்லும் என்பதற்கு இன்னோர் எடுத்துக்காட்டு: பிரித்தானியப் பிரதமர் ***கேட்பதற்காகவும், கற்றுக்கொள்வதற்காகவும், பிரதிபலிப்பதற்காகவும்*** *பாலஸ்தீனத்துக்கு சென்றார்.*[viii] இதன் தோற்றுவாய்: *...to listen, learn and reflect...* மிகவும் கனதி வாய்ந்த இம்மூன்று வினைகளும் மேலே கருத்தூன்றி மொழிபெயர்க்கப்படவில்லை. *Lost in translation* என்பதற்கு இது ஒரு சிறந்த எடுத்துக்காட்டு! இதன் நேரிய தமிழாக்கம்: அவர் *. . . செவிமடுப்பதற்காகவும், கற்பதற்காகவும், சிந்திப்பதற்காகவும் . . . பாலஸ்தீனத்துக்கு சென்றார்.*

மரபுத்தொடர்கள் (idioms), பழமொழிகள் (proverbs), உருவகங்கள் (metaphors), இடக்கரடக்கல்கள் (euphemisms) முதலியவற்றுள் ஒருசிலவற்றை மட்டுமே சொல்லுக்குச் சொல்லாக மொழிபெயர்க்கலாம். எடுத்துக்காட்டாக:

at a snail's pace = நத்தை வேகத்தில்

People who live in glass-houses shall not throw stones = கண்ணாடி மாளிகையில்

வசிப்பவர்கள் கல்லெறியக் கூடாது

a deafening silence =செவிடுபடும்படியான அமைதி

பெரும்பாலான மரபுத்தொடர்களையும், பழமொழிகளையும், உருவகங்களையும், இடக்கரடக்கல்களையும் நாம் நெகிழ்த்தியோ, மாற்றியோ பெயர்க்க வேண்டியுள்ளது:

in limbo = கிடப்பில்

Put the cart before the horse = மாட்டுக்கு முன்னே வண்டியைப் பூட்டு

a heart of stone = கல்நெஞ்சம்

an accessible building = மாற்றுத்திறனாளர் உட்புகவல்ல கட்டிடம்

இடக்கரடக்கல் கருதி, *handicap* (ஊனம்) என்னும் சொல் பயன்படுத்தப்படுவது குறைவு. அதற்குப் பதிலாக *disability* (வலுவீனம்) என்னும் சொல் பயன்படுத்தப்படுவதுண்டு. அதுவும் தற்பொழுது மங்கி, *differently abled (மாற்றுவலுவினர்), special needs persons (தனி வசதியினர்)* போன்ற பதங்கள் ஓங்கி வருகின்றன. அவர்களை *physically challenged* என்று குறிப்பிடும் வழக்கமும் உண்டு. எமக்கு வந்த ஒரு மின்னஞ்சலின்படி, சென்னை விமான நிலையத்தில் இது *மெய்ப்புல அறைகூவலர்* என்று

பொறிக்கப்பட்டுள்ளது! இங்கு *physical* *மெய்யை*, அதாவது *உடலைக்* கருதுகிறது. புலம் என்பது இடம், *புலன், மையம்*... என்றெல்லாம் பொருள்பட வல்லது. எனினும் அறைகூவலர் என்பது இங்கு அறவே பொருந்தாது. ஒரு விவாதத்துக்கு *அறைகூவல்* விடுப்பது *challenge for a debate* ஆகும். அதில் எதுவித இடக்கரடக்கலும் இல்லை. *Physically challenged* என்பது *handicap* (ஊனம்) என்பதற்கு ஓர் இடக்கரடக்கல் ஆகும். அதனை *உடல்வலு தளர்ந்தோர்* என்றோ, *மெய்வலு தளர்ந்தோர்* என்றோ கொள்ளலாம்.

(3) பாணி: ஆங்கிலம்–தமிழ் மொழிபெயர்ப்புகளில் இழைக்கப்படும் வழுக்களின் தாக்கத்தால், தமிழ்ப் பாணி மங்கி வருகிறது. ஆங்கிலப் பாணி தமிழ்ப் பாணியாய் ஓங்கி வருகிறது. எடுத்துக்காட்டாக, (வேற்றுமை உருபுடன் கூடிய) ***தமிழரின் அடையாளம்*** அல்லது (பெயரடை உருவில் அமையும்) ***தமிழின அடையாளம்*** உருபிழந்து, அடையிழந்து ***தமிழ் அடையாளம்*** ஆகி வருகிறது. அவ்வாறே தமிழரின் சைவம் என்பது தமிழ்ச் சைவம் எனப்படுகிறது:

தமிழ்ப் பாணி	**ஆங்கிலப் பாணி**	**ஆங்கிலப் பாணியில் தமிழ்**
தமிழரின் அடையாளம்	Tamil - identity	தமிழ் அடையாளம்
தமிழரின் சைவத்தில்	in Tamil Saivaism	தமிழ்ச் சைவத்தில்
தமிழரின் மத	Tamil religious	தமிழ் மத
அடையாளங்கள்	identities	அடையாளங்கள்
தமிழரின் மதச்சார்பற்ற அடையாளம்	Secular Tamil identity	மதச்சார்பற்ற தமிழ் அடையாளம்

தமிழின் அடையாளம் வேறு, தமிழரின் அடையாளம் வேறு. *Tamil identity* என்னும் ஆங்கிலத் தொடரில் *Tamil* ஒரு பெயர்ச்சொல் அல்ல, ஓர் உரிச்சொல் ஆகும். *Identity* என்பதன் பெயரடையாகவே இங்கு *Tamil* அமைந்துள்ளது. ஆங்கிலத்தில் *Tamil* பெயர்ச்சொல்லாகவோ, உரிசொல்லாகவோ அமையவல்லது:

I am a Tamil *(பெயர்ச்சொல்)*

A Tamil word *(உரிச்சொல் = பெயரடை)*

ஆங்கிலத்தில் *Tamil* பெயர்ச்சொல்லாகவோ, உரிச்சொல்லாகவோ அமையவல்லது என்னும் உண்மை கருத்தில் கொள்ளப்பட்டிருந்தால், ***தமிழரின் அடையாளம், தமிழரின் சைவம், தமிழரின் தேசியவாதம் . . .*** போன்று தமிழ்ப் பாணியில் அமைந்த தொடர்கள் மங்கவோ, ***தமிழ் அடையாளம், தமிழ்ச் சைவம், தமிழ்த் தேசியவாதம் . . .*** போன்று ஆங்கிலப் பாணியில் அமைந்த தொடர்கள் ஓங்கவோ வாய்ப்பில்லை.

பெயர் பெயராகவும், வினை வினையாகவும், உரிச்சொல் உரிச்சொல்லாகவும் மாத்திரமே பெயரும் என்பதற்கில்லை. எடுத்துக்காட்டாக, *flute accompaniment* என்னும் தொடரை மிகவும் இலகுவாகவும், சொல்லுக்குச் சொல்லாகவும் குழல் பக்கவாத்தியம் என்று பெயர்க்கலாம். *Violence is a common accompaniment to hatred* என்னும் வசனத்தையும் கூட, *வன்முறை என்பது வெறுப்புக்கு ஒரு பொதுவான பக்கவாத்தியம்* என்றோ, *வன்முறை என்பது வெறுப்புக்கு ஒரு பொதுவான சேர்மானம்* என்றோ . . . மொழிபெயர்க்கலாம். இத்தகைய மொழிபெயர்ப்பையே பாரதியார், ஆங்கில நடையில் தமிழ் என்று சாடினார். *Violence is a common accompaniment to hatred* என்னும் ஆங்கிலக் கூற்று ஓர் அரிய உண்மையை உணர்த்தி நிற்கிறது. இதன் தமிழாக்கம் என்ன என்று சிந்திப்பதைவிட, அது எத்தகைய தமிழ்க் கூற்றின் ஆங்கில உருவம் என்பதை இனங்காண்பதே புத்திசாலித்தனம். அந்த வகையில், இதனை இப்படி மொழிபெயர்க்கலாம்:

வெறுப்புடன் வன்முறை சேர்வது வழமை.

Violence is a common accompaniment to hatred.

மேலே **violence *(வன்முறை)*, hatred *(வெறுப்பு)*** என்னும் பெயர்கள் இரண்டும் தமிழிலும் பெயர்களாகவே அமைந்துள்ளன. **Common** என்னும் உரிச்சொல்லுக்கு தமிழில் ***வழமை*** என்னும் பெயர் உருவம் கொடுக்கப்பட்டுள்ளது. **Accompaniment** என்னும் பெயர் தமிழில் ***சேர்வது*** என்று வினைப்பெயர் ஆகியுள்ளது. அதாவது, வெறுப்புடன் *வன்முறை சேர்வது வழமை* எனத்தக்க ஒரு கூற்றே ஆங்கிலத்தில் *Violence is a common accompaniment to hatred* என்று குறிப்பிடப்பட்டுள்ளது! இனி, வெறுப்புடன் *வன்முறை சேர்வது வழமை* என்னும் வசனத்தை, *It's usual for violence to accompany hatred* என்று நாம் மீளவும் மொழிபெயர்க்கலாம்:

வெறுப்புடன் வன்முறை சேர்வது வழமை.

Violence is a common accompaniment to hatred.

It's usual for violence to accompany hatred.

மேற்படி ஆங்கில வசன சோடியின் சொல்தொடரியல் மாறுபட்டாலும், பொருள் மாறுபடாமை கவனிக்கத்தக்கது. ஓர் ஆங்கிலக் கூற்றின் தமிழாக்கம் என்ன என்று சிந்திப்பதைவிட, அது எத்தகைய தமிழ்க் கூற்றின் ஆங்கில உருவமாய் அமையத்தக்கது என்று சிந்திப்பதே, எம்மை இயல்பான தமிழ் நடைக்கு இட்டுச்செல்லும்.

எந்த ஒரு கூற்றையும் ஒன்றுக்கு மேற்பட்ட விதங்களில் மொழிபெயர்க்கலாம் என்பதும் மேற்படி எடுத்துக்காட்டுகளிலிருந்து புலனாகிறது. இதற்கு இன்னோர் எடுத்துக்காட்டு: ***தற்கால இலக்கியத் திறனாய்வாளர் ஒரு பல்கலைகழகத்தில் வசிப்பது அவர்தம் குணவியல்பாகும்***. இந்த வசனத்தின் தோற்றுவாய் தமிழே என்பதில் ஐயமில்லை. ஆங்கிலத்தில் இதனைப் பின்வருமாறு எடுத்துரைக்கலாம்: **It is characteristic for a modern literary critic to inhabit a university**. இதனை வேறொரு விதமாகவும் முன்வைக்கலாம்: **The modern literary critic characteristically inhabits a university.**[ix] உண்மையில் எம் கண்ணில் பட்ட இந்த ஆங்கில வசனத்தையே மேலே, ***தற்கால இலக்கியத் திறனாய்வாளர் ஒரு பல்கலைகழகத்தில் வசிப்பது அவர்தம் குணவியல்பாகும்*** என்று நாம் குறிப்பிட்டோம். *"இதன் தோற்றுவாய் தமிழே என்பதில் ஐயமில்லை"* என்று நாம் குறிப்பிட்டது வேண்டுமென்றே!

(அவள்) மிகவும் சந்தோஷமாக உணர்ந்தாள்[x]

தாத்தா களைப்பாய் உணர்ந்தார்[xi]

மேற்படி வசனங்களின் ஆங்கிலத் தோற்றுவாயும், தமிழ்ப் பாணியும் பின்வருமாறு:

(She) felt very happy = **(அவள்) மிகவும் சந்தோஷப்பட்டாள்.**

Grandpa felt tired = **தாத்தா களைப்படைந்தார்.**

I feel good, We feel happy, They feel tired போன்ற வசனங்களில் *feel* செயப்படுபொருள் குன்றிய வினை *(intransitive verb)* ஆகும். தெம்பு, மகிழ்ச்சி, களைப்பு போன்ற சொற்களில் சம்பந்தப்பட்ட உணர்வு பொதிந்துள்ளமை கவனிக்கத்தக்கது. ஒருவர் **மகிழ்ந்தார்** அல்லது **மகிழ்ச்சி அடைந்தார்** என்பதே உரிய பொருளை உணர்த்த வல்லது. அவர் *மகிழ்ச்சியாக உணர்ந்தார்* அல்லது *களைப்பாய் உணர்ந்தார்* என்று கொள்வது தமிழ்ப் பாணி ஆகாது. எனினும் *feel* என்னும் சொல் செயப்படுபொருள் குன்றா வினயாக *(transitive verb)* அமையும் இடங்களில் *உணர்* பொருந்தக்கூடும். எடுத்துக்காட்டாக, **I felt something crawl up my leg = என் கால்மீது ஏதோ ஊர்வதை நான் உணர்ந்தேன்**.

தமிழ், ஆங்கில எசமானர்கள் இருவரும் நிறைவுறும் வண்ணம் ஆங்கிலத்திலிருந்து தமிழுக்கு மொழிபெயர்ப்பதில் எழும் சிரமங்கள், அவற்றை எதிர்கொள்வதில் பயன்படும் உத்திகள் சிலவற்றை **சொல், தொடர், பாணி** வாரியாக நாம் கருத்தில் கொண்டோம். அன்று பாரதியார் இட்ட முழக்கம் இன்றும் எம் காதில் விழுகிறது:

"தமிழ் நாட்டிலோ முழுவதும் தமிழ் நடையை விட்டு இங்கிலீஷ் நடையில் தமிழை எழுதும் விநோதமான பழக்கம் நமது பத்திராதிபர்களிடம் காணப்படுகிறது. முதலாவது, நீ எழுதப்போகிற விஷயத்தை இங்கிலீஷ் தெரியாத ஒரு தமிழனிடம் வாயினால் சொல்லிக்காட்டு. அவனுக்கு நன்றாக அர்த்தம் விளங்குகிறதா என்று பார்த்துக்கொண்டு, பிறகு எழுது. அப்போதுதான் நீ எழுதுகிற எழுத்து தமிழ்நாட்டிற்குப் பயன்படும்" [xii] என்று *முழங்கிய பாரதியின் ஆவலையும், "எங்கள் அறியாமையை நாங்கள் தமிழின் வறுமை ஆக்கக்கூடாது"* [xiii] என்று வலியுறுத்திய ஹன்டி பேரின்பநாயகம் அவர்களின் அறைகூவலையும் நாம் கருத்தில் கொள்வோமாக.

சொல்லுக சொல்லைப் பிறிதோர்சொல் அச்சொல்லை

வெல்லும்சொல் இன்மை அறிந்து.[xiv]

i. Translation is like serving two masters at the same time (Chandra Rajan, *The Loom of Time, Penguin*, 2006, London, p.17).

ii. Socrates, 469-399 BC.

iii. I found that one could not make valid political or philosophical inferences from translations, not because the translators were incompetent, but because the Greek terms were not fully congruent – as one would say in geometry- with their English equivalents. The translator was forced to choose one of several English approximations. To understand a Greek conceptual term, one had to learn at least enough Greek to grapple with it in the original, for only in the original could one grasp the full potential implications and color of the term" (*I.F.Stone, The Trial of Socrates,* Little Brown & Co., Boston-Toronto, 1988, x).

vi. *க்ரியாவின் தற்காலத் தமிழ் அகராதி, சென்னை, 2009.*

v. *தற்காலத் தமிழ் மரபுத்தொடர் அகராதி (தமிழ்–தமிழ்–ஆங்கிலம்), அடையாளம், சென்னை, 2004.*

vi. Oxford English-English-Tamil Dictioanry, Edited by Dr. Dr.V.Murugan and Dr.V.Jayadevan, Oxford University Press, New Delhi, 2009.

vii. Noam Chomsky.

viii. BBC Tamilosai, 2007-07-23.

ix. "The modern literary critic characteristically inhabits a university" (D.A.Russell & Michael Winterbottom, Classical Literary Criticism, Oxford University Press, 2008, vii).

x. *கவிநயா, தனிமை, திண்ணை, 2004–01–15.*

xi. *காஞ்சனா தாமோதரன், மரகதத் தீவு, உயிர்மை, சென்னை, 2009, ப.102.*

xii. *பாரதியார் கட்டுரைகள், பூம்புகார் பதிப்பகம், சென்னை, 1997, ப.207.*

xiii. *கல்விமான் ஹன்டி பேரின்பநாயகம் (1899–1977).*

xiv. *திருக்குறள்: 645.*

2010.03.25

பகுதி 4

கிரேக்க சிந்தனை

பொலிகுதிரை ஈந்த அரியணை

கிரேக்கப் பொருளாதாரம் நொடித்துப் போய்விட்ட நிலையில், கிரேக்க மக்களின் வயிற்றை இறுக்கிக் கட்டும்படி கிரேக்க அரசிடம் ஐரோப்பிய வலயம் அறிவுறுத்தியது. அதற்கு கிரேக்க மக்களிடம் ஒப்பம் பெற கிரேக்க அரசு முன்வந்தது.

ஒப்பங்கோடல் *(referendum)* பற்றிய செய்தி வெளியானதும், ஐரோப்பிய வலயம் அதற்கு வெருண்டடித்து விசனம் தெரிவித்தது. தாங்கள் அறிவுறுத்தியவாறு, வயிற்றை இறுக்கிக்கட்டும் யோசனைக்கு, கிரேக்க மக்கள் ஒப்பம் கொடுக்க மாட்டார்கள் என்பதே அதற்கான காரணம்!

கிரேக்கம், மக்களாட்சியின் தாயகம். ஒப்பங்கோடல், மக்களாட்சி நெறிக்கு உட்பட்ட பொறிமுறை. அப்படி இருக்கையில், மக்களாட்சியின் தாயகமாகிய கிரேக்கத்துடன், கிரேக்க மக்களாட்சியின் ஒட்டுக்கன்று எனத்தக்க ஐரோப்பிய வலயம் முரண்பட்டுள்ளது. மக்களாட்சி நெறிப்படி ஒழுகுவதில் இங்கே ஓர் உடன்பாடும் ஒரு முரண்பாடும் தெரிகின்றன.

ஹிட்லரும், முசோலினியும் மக்களாட்சி நெறிப்படி தேர்தலில் வென்று, ஆட்சிக்கு வந்து, அதே மக்களாட்சி நெறியை ஒழித்துக்கட்டிய சர்வாதிகாரிகள். அத்தகைய சர்வாதிகாரிகள் பல்லாண்டுகளாக மக்களைக் கட்டியாண்ட பின்னரும் கூட, உலக ஒப்பனைக்காவது,

மக்களாட்சி நெறிப்படி தேர்தலில் நிற்கத் துணிந்ததில்லை. ஆதலால் சர்வாதிகாரத்துக்கு இயற்கைச் சாவோ, அவச் சாவோ, ஆட்சிப்புரட்டோதான் முடிவுகட்ட நேர்கிறது.

முடியாட்சிக்கு உட்பட்டிருந்த கீழ்நாடுகளை அடிப்படுத்தி, தமது நலன்கருதி ஆள்புலங்களை ஒன்றுசேர்த்து அல்லது கூறுபோட்டுக் கட்டியாண்ட மேல்நாட்டார் தத்தம் தாயகங்களுக்கு மீளுந் தறுவாயில் தமது மக்களாட்சிக் கட்டுக்கோப்புகளை ஆங்காங்கே நிலைநிறுத்தியதுண்டு. தலைக்கொரு வாக்கு என்னும் அடிப்படையில் அமைந்த மக்களாட்சி – நெறி கொண்டு, மேற்கண்டவாறு ஒன்றுசேர்க்கப்பட்ட அல்லது கூறுபோடப்பட்ட ஆள்புலங்களில், அதே மக்களாட்சி–நெறிக்கு மாறான அநீதிகளும், அநியாயங்களும், அடாவடிகளும் இழைக்கப்பட்டு வருகின்றன. அத்தகைய ஆள்புலங்களில் தலைக்கொரு வாக்குப்பலம் பேரினவாதத்தை நிலைநிறுத்தி, இனக்குழுமங்களை ஒழித்துக்கட்டி வருகிறது.

இத்தகைய சூழ்நிலையில் தமிழ் பேசும் மக்கள் பலரும் மக்களாட்சியில் நம்பிக்கை இழத்தல் இயற்கை. மக்களாட்சி நிலவும் வெளிநாடுகளில் வாழ்ந்து, அங்கெல்லாம் நடைபெறும் தேர்தல்களில் வாக்களித்து, தமிழ் பேசும் பிரதிநிதிகளைத் தெரிவுசெய்யும் எங்கள் மக்கள் பலர் சர்வாதிகாரத்தையும், சர்வாதிகாரிகளையும் நயப்பதும் உவப்பதும் உண்டு.

மக்களாட்சி குறித்த இந்த உடன்பாடும் முரண்பாடும் மானுட வரலாற்றில் அருகருகே இழையோடியுள்ளன ஏறத்தாழ கி. மு. 7ஆம் நூற்றாண்டிலிருந்து இற்றைவரை கிரேக்கத்தில் மக்களாட்சி ஓங்கி வந்துள்ளது. அத்தகைய மக்களாட்சி, பாமரத்தனமான ஆட்சிக்கு வழிவகுக்கும் என்று அஞ்சி, அதனை ஏற்கப் பின்னடித்தவர்களின் நிரலில் மாபெரும் கிரேக்க மெய்யியலாளர்கள் இடம்பெற்றுள்ளார்கள். அவர்களுள் சாக்கிரட்டீஸ் (கி.மு. 469–399), பிளேட்டோ (கி. மு. 427–347) இருவரும் தலையாயவர்கள். மக்களாட்சி ஓங்கிய அதென்ஸ் மாநகரத்தில் வாழ்ந்து, மக்களாட்சியைத் துய்த்த இம்மாபெரும் மெய்யியலாளர்களைப் பெரிதும் ஈர்த்தது சர்வாதிகாரமே. பிரித்தானிய குடியாட்சியுள் வேரூன்றிய எச். ஜி. வெல்ஸ், பேர்ணாட் சோ, மார்க்ஸ், ஏங்கெல்ஸ் உட்பட்ட மேதைகள் பலரும் சர்வாதிகாரத்தால் பெரிதும் ஆட்கொள்ளப்பட்டவர்கள்.

ஏறத்தாழ 2533 ஆண்டுகளுக்கு முன்னர், மக்களாட்சி என்றால் என்ன நிறம் என்று வினவும் நிலையில் வெளியுலகம் இருந்த வேளையில், திட்டவட்டமாகச் சொல்வதாயின் கி.மு. 522 செப்டெம்பர் 29ம் திகதி பாரசீகத்தின் அன்றைய

தலைநகர் சூசாவில் நடைபெற்ற ஒரு மாநாட்டில் மக்களாட்சி, சில்லோராட்சி, முடியாட்சி ... பற்றி எல்லாம் ஆராயப்பட்ட விதத்தை ஆதிகிரேக்க வரலாற்றறிஞரும், மேல்நாட்டு வரலாற்றின் பிதாமகருமாகிய எரொடொட்டஸ் (கி.மு. 484–425) வியக்கத்தக்க முறையில் எடுத்துரைத்துள்ளார்.

அன்றும், இன்றும், என்றும் எதிரொலிக்கும் வண்ணம் மேற்படி மாநாட்டில் ஆற்றப்பட்ட உரைகளை, அவற்றுக்கு இட்டுச்சென்ற நிகழ்வுகளுடன், அவர் எடுத்துரைக்கும் பாங்கு நயந்துவக்கத்தக்கது. எத்தகைய ஆட்சியும் அதற்கு உட்பட்ட வெகுளிகளாலும், புரளிகளாலும் அபத்தத்துக்கு உள்ளாவதை எரொடொட்டஸ் மிகுந்த சுவைபடப் பிழிந்து கொடுத்துள்ளார். அதற்கு நாம் இடும் தலைப்பு: *பொலிகுதிரை ஈந்த அரியணை.*

பொலிகுதிரை ஈந்த அரியணை
எரொடொட்டஸ்

பாரசீக மாமன்னன் சைரஸ் (கி.மு. 600–529), அவனுடைய மூத்த மகன் கம்பைசஸ் (கி.மு. 530–523) அடுத்தடுத்து ஆட்சி புரிந்த காலத்தில் தமது பேரரசை மேன்மேலும் அகட்டும் நோக்குடன் அதன் எல்லைப்புறத்தில் நிலைகொண்டு, அதற்கு அப்பால் ஓங்கிய நாடுகளைக் கைப்பற்றுவதில் புலனைச் செலுத்தி வந்தார்கள்.

மாமன்னன் சைரஸ் பபிலோனியாவைக் கைப்பற்றிய பின்னர் அங்கேயே மாண்டான். மன்னன் கம்பைசஸ் எகிப்தைக் கைப்பற்றி, அங்கேயே நிலைகொண்டிருந்தான். அப்பொழுது அவன் இம்மியும் எதிர்பாராத உளவுச்செய்தி ஒன்று அவன் காதில் விழுந்தது. அது கேட்டு வெகுண்டெழுந்த கம்பைசஸ் தன் தலைநகர் சூசா நோக்கிப் புறப்பட்டான். இடைவழியில் அவன் விபத்துக்குள்ளாகி, நோய்வாய்ப்பட்டு மடியுந் தறுவாயில் தன் பரிவாரத்துக்கு ஆற்றிய உரை:

“பாரசீக மக்களே, எனது அலுவல்கள் அனைத்துள்ளும் மிகவும் இரகசியமான சங்கதியை உங்களிடம் தெரிவிக்க வேண்டிய கட்டத்தை நான் நெருங்கிவிட்டேன். நான் எகிப்தில் வாழ்ந்த காலத்தில் ஒரு நாள், உறக்கத்தில் ஓர் ஆவி எனக்குத் தென்பட்டது – ஐயோ, என்றுமே அதை நான் கண்டிருக்கக் கூடாது என்று எவ்வளவு தூரம் நான் இறைஞ்சுகிறேன் தெரியுமா! தாயகத்திலிருந்து ஒரு தூதுவன் வர நான் கனவு கண்டேன். தம்பி சிமேடிஸ் அரியணையில் வீற்றிருப்பதாகவும், அவன் தலை விண்ணைத் தொட்டிருப்பதாகவும் தூதுவன் என்னிடம் தெரிவித்தான். சிமேடிஸ் என் ஆட்சியை அபகரிப்பான் என்று

அஞ்சி, நான் அவசரப்பட்டு, மதிகெட்டுச் செயற்பட்டேன். மனித வாழ்வில் விதியைத் தடுக்க முடியாது என்றே தோன்றுகிறது. நான் ஒரு மடையன் ஆனேன். சிமேடிசைக் கொல்ல பிரெக்சாஸ்பெசை நான் அனுப்பி வைத்தேன்.

"அந்தப் பாவம் இழைக்கப்பட்ட பின்னர், நான் அச்சமின்றி வாழ்ந்தேன். சிமேடஸ் உயிருடன் இல்லை என்றால், வேறெவனும் என்னை எதிர்த்துக் கிளம்புவான் என்று நான் எண்ணியதே இல்லை. நடக்கப்போவதைப் பற்றி எல்லாம் நான் தவறாக எண்ணியபடியால், தகுந்த நியாயம் எதுவுமின்றி, என் சொந்தத் தம்பியையே நான் கொன்றுவிட்டேன். கொன்றும் கூட, என் அரியணையை நான் பறிகொடுத்து நிற்கிறேன். தானே சிமேடிசிஸ் என்று ஆள்மாறாட்டம் செய்யும் ஒரு குருத்துவன் என்னை எதிர்த்துக் கிளம்புவான் என்றுதான் எனது கனவில் அந்த இறையாற்றல் ஆரூடம் கூறியது (அதை இப்பொழுதுதான் நான் புரிந்துகொண்டேன்). ஆகவே என் தம்பி சிமேடிசை நான் கொன்றது குற்றமே. மிகவும் கேவலமான முறையில் நடந்துகொண்ட அந்தக் குருத்துவனை எதிர்த்து என்னைக் காக்கும் கடப்பாடு மிகுந்த சிமேடிஸ், (என் தந்தை) மாமன்னர் சைரசின் மகன் சிமேடிஸ், என் தம்பி சிமேடிஸ், அவனுடைய உடன்பிறப்பாகிய என்னால் மிகவும் இழிவான முறையில் கொல்லப்பட்டுவிட்டான். அவன் இப்பொழுது உயிருடன் இல்லை. எனது அரண்மனையின் முகாமையாளனாக நான் அமர்த்திய அந்தக் குருத்துவன், அவனுடைய தம்பியாகிய அந்தப் போலி சிமேடிஸ் ஆகிய இருவருமே உங்கள் அரசை இப்பொழுது கட்டி ஆள்கிறார்கள். உண்மையான சிமேடிஸ் ஆகிய என் தம்பி இப்பொழுது உயிருடன் இல்லை. பாரசீக மக்களே, எனது வாழ்வு முடிவடையும் இத்தறுவாயில், உங்களுக்காகவும், உங்கள் எதிர்காலத்துக்காகவும், எனது இறுதி விருப்பை உங்களிடம் தெரிவிக்க நான் மிகவும் கடமைப்பட்டுள்ளேன். உங்களிடம் – உங்கள் அனைவரிடமும், குறிப்பாக இங்கு வீற்றிருக்கும் எங்கள் அரச பரம்பரையினரிடம் இக்கோரிக்கையை நான் முன்வைக்கும் இந்த வேளையில், எங்கள் அரச பரம்பரையின் குலதெய்வங்களிடமும் அவ்வண்ணமே நான் வேண்டிக் கொள்கிறேன்:

"முன்னொருகால் நிகழ்ந்தது போல் திரும்பவும் எங்கள் அரசிறைமை அக்குருத்துவர்களிடம் சென்றடைய அனுமதிக்காதீர். அவர்கள் சூழ்ச்சியால் அதனை ஈட்டிக்கொண்டுள்ளார்கள் என்றால், நீங்களும் சூழ்ச்சியால் அதனை மீட்டுக்கொள்ள வேண்டும். அவர்கள் ஏதேனும் முரட்டுவலு கொண்டு அதனை ஈட்டிக்கொண்டுள்ளார்கள் என்றால், நீங்களும் முரட்டுவலு

கொண்டு அதனை மீட்டுக்கொள்ள வேண்டும். உங்கள் முழுப் பலத்தையும் கொண்டு அதனை மீட்டுக்கொள்ள வேண்டும். நீங்கள் அதனை மீட்டுக்கொண்டால், இந்த நிலம் நலம் பயக்குமாக! உங்கள் மனைவியரும் பட்டிகளும் குலக்கொழுந்துகளை ஈன்றெடுப்பார்களாக! நீங்கள் என்றென்றும் சுதந்திரமாக வாழ்வீர்களாக! ஆனால், எங்கள் ஆட்சியை நீங்கள் மீட்கத் தவறினால், அல்லது அதனை மீட்க முயலவே தவறினால், நான் கூறியதற்கு நேரெதிர்மாறான கதிக்கு நீங்கள் ஆளாகுவீர்களாக என்றும், பாரசீகர் ஒவ்வொருவரின் வாழ்வும் என்னுடைய வாழ்வினைப் போல் முடிவடையுமாக என்றும் நான் சபிக்கிறேன்."

கம்பைசஸ் மடிந்த பின்னர் அமைக்கப்பட்ட எழுவரைக் கொண்ட ஆட்சிமீட்புக் குழுவில் இடம்பெற்றோர்: **ஓட்டேனஸ், அஸ்பதைன்ஸ், கோபிறையஸ், இந்தபிறீனஸ், மெகபைசஸ், ஐடானஸ், டேரியஸ்.**

அடாவழியில் ஆள்மாறாட்டம் செய்து ஆட்சி புரியும் குருத்துவ உடன்பிறப்புகள் இருவரும் மேற்படி ஆட்சிமீட்புக் குழுவினால் ஓர் அதிரடித் தாக்குதலில் கொல்லப்பட்ட பின்னர், எத்தகைய ஆட்சிமுறையை வகுத்துக்கொள்வது என்பது பற்றி ஆராய்வதற்காகக் கூட்டப்பட்ட மாநாட்டில் ஆற்றப்பட்ட உரைகள்:

ஓட்டேனஸ்: *"இனிமேல் எங்களுள் ஒருவர் எங்களை ஒரு மன்னரைப் போல் கட்டியாளாமல் விடுவதே சிறந்தது என்று நான் கருதுகிறேன். முடியாட்சி நல்லதுமல்ல, அது இன்பம் தருவதுமல்ல. மன்னன் கம்பைசஸ் இறுமாந்து புரிந்த அட்டூழியங்களுக்கு நீங்கள் உள்ளானதுண்டு. சூழ்ச்சியால் அரசைக் கைப்பற்றிய குருத்துவன் செருக்குண்டு புரிந்த கொடுமையை நீங்கள் அனைவரும் பட்டறிந்ததுண்டு. ஆட்சியாளர் தாம் விரும்பிய எதையும் செய்வதற்கும், அதனைக் குறித்து எவர்க்கும் அவர்கள் மறுமொழி கூறாமல் இருப்பதற்கும் அனுமதிக்கும் முடியாட்சி என்பது எப்படி ஓர் ஏர்சீரான, இன்னிசைவான ஆட்சிமுறையாய் அமைய முடியும்? அத்தகைய அதிகாரம் படைத்த பதவியில் அமர்த்தப்படுபவர் ஒரு தலைசிறந்த ஆளாக விளங்கினாலும் கூட, அவர் தனக்குக் கைகூடும் இன்பங்கள் அனைத்தையும் துய்க்குந்தோறும், அவர்தம் உள்ளத்துள் இறுமாப்பும், மானுட இயல்பின் அடிப்படைக் கூறு எனத்தக்க பொறாமையும் தலைதூக்கி, தனது இயல்பான மனநீதியை அவர் இழந்து விடுவார். அத்தகைய ஆட்சியாளரில் பொறாமையும் இறுமாப்பும் வெளிப்பட்டே தீரும். இவ்விரு தன்மைகளுமே தீமை முழுவதற்கும் அடிப்படை. அவர் பொறாமையால் உந்தப்பட்டு,*

இறுமாந்து வெறிகொண்டு, தறிகெட்டுச் செயற்பட்டு, மேன்மேலும் அட்டூழியம் புரிதல் திண்ணம். மன்னர் அரும்பேறுகள் அனைத்தும் படைத்தவர். ஆனபடியால் அவர் பொறாமைக்கு உள்ளாகாமல் இருக்கக் கடமைப்பட்டவர். ஆனால் அதற்கு எதிர்மாறாகவே அவர் மக்களை நடத்துவார். நாட்டில் உள்ள கேடுகெட்ட ஆட்களுடன் கூடி இன்பம் துய்க்கும் அதேவேளை, தன்னைச் சூழ்ந்து உயிர்வாழும் தலைசிறந்த ஆட்கள்மீது அவர் பொறாமை கொள்ளுவார். அவர் தன்னைத் தானே தலைசிறந்த ஆள் என்றே கொண்டாடுவார். ஆனபடியால் அநீதி எதற்கும் அவர் பழி ஏற்கப்போவதில்லை. நீங்கள் அவரைப் பருமட்டாக நயந்தால், நீங்கள் தன்மீது போதிய பற்றுறுதி கொள்ளவில்லை என்று அவர் விசனப்படுவார். மாறாக, நீங்கள் அவருக்கு அடிபணிந்து நடந்தால், உங்கள் அடிவருடித்தனம் அவருக்கு எரிச்சலூட்டும். அத்தகைய குணம் அவருடைய முன்பின் முரண்பட்ட தன்மையையே புலப்படுத்தும். எங்கள் முன்னோரின் வழமைகளைத் தலைகீழாக்குவதே அவருடைய செய்கைகள் எல்லாவாற்றுள்ளும் படுமோசமானது. மிருக பலம் கொண்டு பெண்களை இரைகொள்வதும், கேட்டுக்கேள்வியின்றி ஆண்களைக் கொல்வதும் அதற்குள் அடங்கும். மாறாக, பெரும்பான்மை – ஆட்சியோ பெருவிறலும் பேரழகும் வாய்ந்த சமத்துவம் என்னும் பெயர்பெற்றது. அது மட்டுமல்ல, பெரும்பான்மை – ஆட்சி என்றுமே ஒரு முடியாட்சியைப் போல் நடந்துகொள்வதில்லை. அத்தகைய ஆட்சியில் பெரும்பான்மைத் தரப்பினரே திருவுளச்சீட்டு மூலம் நீதிவான்களைத் தேர்ந்தெடுப்பர். அத்தகைய அதிகாரிகள் அனைவரும் ஆய்வுக்கு உட்படுத்தப்படுவர். தீர்மானங்கள் அனைத்தும் பொதுமக்களின் அங்கீகாரத்துக்கு சமர்ப்பிக்கப்படும். இவ்வாறு பெரும்பான்மை என்பது முழுமையுள் அடங்குவதால், நாங்கள் முடியாட்சியைக் கைவிட்டு, பெரும்பான்மைத் தரப்பை ஆட்சி அதிகாரத்தில் அமர்த்துவதே சாலச்சிறந்தது என்று நான் முன்மொழிகிறேன்."

மெகபைசோஸ்: "கொடுங்கோன்மைக்கு முடிவுகட்டும் நோக்கில் ஒட்டேனஸ் கூறும் சங்கதிகளை நான் ஏற்றுக்கொள்கிறேன். ஆனால், ஆட்சியதிகாரத்தைப் பெரும்பான்மைத் தரப்பிடம் ஒப்படைக்கும்படி அவர் கேட்டுக்கொள்கையில், அவர் நல் – நிதானம் தப்பி நெடுந்தூரம் போய்விடுகிறார். ஓர் உதவாக்கரையான, கையாலாகாத கும்பலைவிட மதிகெட்ட, இறுமாந்த தரப்பு வேறு எதுவுமே இல்லை. நாங்கள் ஒரு கொடுங்கோலரின் இறுமாப்புக்கு இரையாகாது தப்பவேண்டும் என்பதற்காக, கட்டுப்பாடற்ற பொதுமக்களின் இறுமாப்புக்கு இரையாக வேண்டும் என்று கூறுவதை எள்ளளவும் ஏற்க

முடியாது. ஒரு கொடுங்கோலர் என்னதான் செய்தாலும், தான் என்ன செய்கிறார் என்பதாவது அவருக்குத் தெரியும். ஆனால் பொதுமக்களுக்கோ தாங்கள் என்ன செய்கிறோம் என்பதே புரிவதில்லை. கல்வி கற்காத, நலமான எதையும் கண்டறியாத, சிறப்பான எதையும் கேட்டறியாத எவரும் எந்த விடயத்தைப் பற்றியும் அறிவுடையவராக விளங்குவது எங்ஙனம்? சீறிப்பாயும் வெள்ளம் போல் அவர் ஆட்சியலுவல்களுள் நிதானமிழந்து, ஆட்களை இழுத்துத் தள்ளி, தடக்கி விழுவதுண்டு. ஆகவே பாரசீகத்தின் பகைவர்களையே அவர்களுடைய மக்கள் ஆளட்டும்! நாங்களோ ஒரு கூட்டாட்சி அணியாக அமையத்தக்க தலைசிறந்த ஆட்களைத் தேர்ந்தெடுத்து, அந்த அணியிடம் ஆட்சியதிகாரத்தை ஒப்படைப்போம். நாங்கள் இந்தக் கூட்டணியில் இடம்பெறுவது இயல்பான ஒன்றே. தலைசிறந்தவர்கள் பெரிதும் தலைசிறந்த முடிபுகளை எடுக்கவே வாய்ப்புள்ளது."

டேரியஸ்: "பெரும்பான்மை – ஆட்சி பற்றி மெகபைசோஸ் தெரிவித்த சங்கதி எனக்குச் சரி என்றே படுகிறது. ஆனால், சில்லோராட்சி பற்றி அவர் கூறிய சங்கதி எனக்குப் பிழையாகவே தெரிகிறது. சிறந்த மக்களாட்சி, சிறந்த சில்லோராட்சி, சிறந்த முடியாட்சி ஆகிய ஆட்சிவகைகள் மூன்றினதும் சிறந்த எடுத்துக்காட்டுகளைக் கோட்பாட்டுவாரியாக ஒப்பிடுவோமாயின் – முடியாட்சியே மற்றிரு ஆட்சிவகைகளையும் விடத் தலைசிறந்தது என்று நான் முழங்குவேன். தலைசிறந்த ஒருவரைவிட வேறு தரப்பு எதுவும் சிறந்ததாக அமைய முடியாது என்பது வெளிப்படை. அவர் நிதானத்தில் சிறந்தவர் என்றபடியால், அவர் பெரும்பான்மையோரைப் பிசகின்றிப் பரிபாலிப்பார். பகைவர்களுக்கு எதிரான தனது திட்டங்களின் இரகசியத்தை அவரால் சிறந்த முறையில் காக்கவும் முடியும். மாறாக, சில்லோராட்சி புரிவோருள் பலரும் மேன்மை எய்தப் பாடுபடுதுண்டு. அவர்களுக்கு இடையேயான அந்தரங்கமான போட்டி பகிரங்கமான பகையாக மாறுவதுண்டு. அவர்களுள் ஒவ்வொருவரும் ஆட்சியலுவல்களில் தலைமை வகிக்க ஆசைப்பட்டு, தத்தம் கருத்துக்கள் மேலோங்குவதையே விரும்புவதுண்டு. ஈற்றில் அவர்கள் ஒருவரை ஒருவர் அறவே பகைப்பர். உட்பகை ஓங்கும். குருதி சிந்தும்... அது முடியாட்சிக்கு இட்டுச்செல்லும். ஏனைய ஆட்சிவகைகளை விட முடியாட்சி எத்துணை சிறந்தது என்பதையே மேற்படி வரலாற்றுக் கட்டங்கள் உணர்த்துகின்றன. பொதுமக்கள் புரியும் ஆட்சியில் என்றுமே திறமையீனம் நேர்தல் திண்ணம். தேர்ச்சியற்ற பொதுமக்கள் ஒருவரை ஒருவர் பகிரங்கமாக எதிர்ப்பதை விடுத்து, ஒருவருடன் ஒருவர் ஆழ்ந்த நட்புக்கொண்டு, திறமையற்ற முறையில்

சமூகத்தைப் பரிபாலிப்பர். அவர்களுள் ஒருவர் மக்களின் தலைவராக முன்வந்து, அத்தகைய செய்கைகளை மற்றவர்கள் தொடர்ந்து மேற்கொள்ளாவாறு தடுக்கும்வரை அந்த நிலைவரம் நீடிக்கும். அதன் பிறகு பொதுமக்கள் இவரை நயப்பார்கள். பொதுமக்கள் இவரை நயப்பதால், இவர் செயலளவில் ஒரு மன்னர் என்றே முழங்கப்படும். இம்மூவகை ஆட்சிகளுள் முடியாட்சியே தலைசிறந்தது என்பதை இதுவும் மெய்ப்பிக்கிறது. எவ்வாறாயினும், ஒரே கூற்றில் எனது வாதத்தை என்னால் சுருக்கி உரைக்க முடியும்: எங்கள் சுதந்திரம் எங்கிருந்து வந்தது? அதை எங்களுக்கு யார் தந்தது? அது பொதுமக்களிடமிருந்தா, ஒருசிலரிடமிருந்தா, ஒரு மன்னரிடமிருந்தா வந்தது? சரி, இதுவே எனது கருத்து: எங்களை விடுவித்தது ஒருவரே. அத்தகைய ஒருவரின் ஆட்சியையே நாங்கள் பேணிக்கொள்ள வேண்டும். அத்துடன், எங்கள் முன்னோரின் மரபுகள் என்றென்றும் நேர்த்தியானவை. அவற்றை நாங்கள் உதறித்தள்ளக் கூடாது. உதறித்தள்ளுவது நல்லதல்ல."

மேற்படி மூவரும் உரையாற்றிய பின்னர், எஞ்சிய நால்வரும் **டேரியசின்** வாதத்தை ஏற்றுக்கொள்வதாகத் தெரிவித்தார்கள். தனது வாதம் தோல்வி அடைந்ததை அடுத்து, ஒட்டேனஸ் மீண்டும் ஆற்றிய உரை.

ஒட்டேனஸ்: *என்னருமைத் தோழர்களே! எங்களுள் ஒருவன் அரசனாகவேண்டும் என்பது இப்பொழுது தெளிவாகிவிட்டது. இனி, அரசாட்சியில் அமர்த்தப்படவுள்ளவனைத் திருவுளச்சீட்டுக் கொண்டா, பாரசீக மக்களின் பெரும்பான்மையைக் கொண்டா, வேறொரு முறையைக் கொண்டா தேர்ந்தெடுப்பது? எதிலுமே உங்களுடன் நான் போட்டியிடப் போவதில்லை. ஏனென்றால், நான் ஆளவோ, ஆளப்படவோ விரும்பவில்லை. ஆதலால், பின்வரும் நிபந்தனையின்படி, இந்தப் போட்டியிலிருந்து நான் விலகிக்கொள்கிறேன்: அதாவது நானோ எனது வழித்தோன்றல்களோ உங்கள் குடிமைகள் அல்லர்!"*

மேற்படி நிபந்தனையை ஏனைய அறுவரும் ஏற்றுக்கொண்டனர். எனவே **ஒட்டேனஸ்** போட்டியில் கலந்துகொள்ளவில்லை. அவன் எவரையும் ஆதரிக்காது, நடுநிலை வகித்து, ஒதுங்கிக்கொண்டான். தம்முள் ஒருவரை மிகவும் செவ்விய முறையில் அரியணையில் அமர்த்துவது பற்றி எஞ்சிய அறுவரும் கூடி ஆராய்ந்தார்கள். அவர்களிடையே ஏற்பட்ட இணக்கங்கள்:

1. ஆட்சிமீட்புத் திட்டத்தை வகுத்தவனும், ஆட்சிமீட்புக் குழுவை அமைத்தவனும் **ஒட்டேனசே** என்பதால், தம்முள் எவன் அரசன் ஆகினாலும், ஆண்டுதோறும்

ஒட்டேனசுக்கும், அவன் வழித்தோன்றல்களுக்கும் மீதியா *(Media)* புலத்து ஆடைகளும், பாரசீகத்தின் தலைசிறந்த கொடைகளும் வழங்கப்பட வேண்டும்.

2. அரசன் ஒரு பெண்ணுடன் படுத்திருக்கும் வேளை தவிர வேறெந்த வேளையிலும் **ஒட்டேனஸ்** உட்பட எழுவருள் எவரேனும் வாயில்காப்போர் ஊடாக அறிவித்தல் கொடுக்காமலேயே அரண்மனைக்குள் புகலாம்.

3. தமது குடும்பங்களைச் சேராத வேறொரு குடும்பத்தில் அரசன் மணம் முடிக்கக் கூடாது.

4. காலையில் அறுவரும் தத்தம் குதிரைகளில் ஏறி நகரத்துக்கு வெளியே செல்ல வெண்டும். அப்பொழுது யாருடைய குதிரை முதலில் கனைக்கிறதோ, அவனே அரசனாக வேண்டும்.

அன்றிரவு டேரியசுக்கும், ஒரு விண்ணன் என்று பெயர்பெற்ற அவனுடைய குதிரைப்பாகனாகிய **ஒய்பறசுக்கும்** இடையே இடம்பெற்ற இரகசிய உரையாடல்:

டேரியஸ்: *"ஒய்பறஸ், அரசபதவி பற்றி நாங்கள் இப்படித்தான் முடிவெடுத்தோம்: காலையில் நாங்கள் அறுவரும் எங்கள் குதிரைகளில் ஏறிப் புறப்படப் போகிறோம். அப்பொழுது எவனுடைய குதிரை முதலில் கனைக்கிறதோ, அவனே அரசனாவான். இனி, குதிரைச் சங்கதியில் உனக்கு ஏதாவது கெட்டித்தனம் உண்டானால், மற்றவர்களை விடுத்து நாங்களே பரிசைத் தட்டிக்கொள்வதற்கு உடனடியாக ஓர் உபாயத்தை வகுத்துக்கொள்.*

ஒய்பறஸ்: *"எசமான், தாங்கள் அரசன் ஆகுவீர்களா அல்லவா என்பது இப்படித்தான் தீர்மானிக்கப்படும் என்றால், தாங்கள் கலவரம் அடைய வேண்டியதில்லை. வேறெவரும் அல்ல, தாங்களே அரசனாதல் திண்ணம். இந்த நிலைவரத்துக்கு வேண்டிய பரிகாரம் எனக்குத் தெரியும்."*

டேரியஸ்: *"சரி, அப்படி ஓர் உபாயம் உனக்குத் தெரியும் என்றால், அதற்கு வேறொரு நாளைக் காத்திருக்க வேண்டாம். இப்பொழுதே அதனைப் பயன்படுத்த வேண்டும். காலை விடிந்தவுடன் எங்கள் போட்டி இடம்பெறும்."*

அன்றிரவு, நன்கு இருட்டிய பிறகு, **ஒய்பறஸ்** தனது எசமானுக்கு மிகவும் உவப்பான பெண்குதிரையை நகரத்துக்கு வெளியே கொண்டுபோய் ஓரிடத்தில் பத்திரமாய்க் கட்டிவைத்தான்.

பிறகு எசமானின் பொலிகுதிரையைக் கொண்டுபோய், திரும்பத் திரும்ப அந்தப் பெண்குதிரையைச் சுற்றுவித்தான். சுற்றுவிக்கும்பொழுது, பெண்குதிரையுடன் அதனை உரசுவித்தான். ஈற்றில் பொலிகுதிரையைப் பெண்குதிரைமீது ஏற விட்டான்.

வைகறையில் எழுந்த அறுவரும், தாங்கள் இணங்கிக் கொண்டபடி, தத்தம் குதிரைகளில் ஏறி நகருக்கு வெளியே புறப்பட்டார்கள். இராத்திரி பெண்குதிரை கட்டப்பட்ட இடத்தை அவர்கள் அணுகியதும், **டேரியசின்** பொலிகுதிரை அந்த இடத்துக்குப் பாய்ந்து சென்று கனைத்தது! ஏனைய ஐவரும் உடனடியாகத் தத்தம் குதிரைகளை விட்டிறங்கி, **டேரியசின்** முன்னே நெடுஞ்சாண்கிடையாக வீழ்ந்தார்கள்.

டேரியஸ் அரியணையில் அமர்ந்து, முதன்முதல் பிறப்பித்த ஆணையின்படி, குதிரையில் அமர்ந்த ஒருவனின் உருவம் ஒரு பாறையில் செதுக்கப்பட்டு, அதன் கீழ் *“ஹிஸ்தாபெசின் மகன் டேரியஸ், (... என்னும் பெயர்கொண்ட) தன் குதிரையின் திறமையாலும், தனது குதிரைப்பாகன் ஒய்பறசின் திறமையாலும் பாரசீகர்களின் அரியணையை ஈட்டிக்கொண்டான்”* என்று பொறிக்கப்பட்டது! *(Herodotus, The Histories, Edited by Robert B. Strassler, Pantheon Books, New York, 2007, p. 239–250).*

முடியாட்சி ஓங்கிய அன்றைய காலகட்டத்தில் குதிரையைக் கனைக்க வைத்து கதிரையில் அமர்ந்த அதே தரப்புகளின் வழித்தோன்றல்கள், குடியாட்சி ஓங்கிய இன்றைய காலகட்டத்தில் மக்களை இளிக்க வைத்து ஆட்சியை அபகரித்து வருகிறார்கள் – மக்களை ஒரு கும்பலாக்கி, இளிக்க வைத்து ஆட்சியை அபகரித்து வருகிறார்கள்.

“ஒரு கும்பலை மகிழ்விப்பது ஓர் எளிதான, ஆனால் இழிவான செயல். அவர்களை வியக்கவைப்பது அத்துணை கடினமல்ல. அவர்களுக்கு நன்மை புரிந்து, அவர்களை மேம்படுத்தும் பணியே தொல்லையும் ஆபத்தும் மிகுந்தது *(Caleb Colton).*

2011-11-25

மீனுடன் மீண்ட கணையாழி

எரொடொட்டஸ் (*Herodotus, BC484–425*) ஒரு மாபெரும் கதைசொல்லி என்பதில் ஐயமில்லை. சில திறனாய்வாளர்கள் ஒரு படி மேலே சென்று, அவர் கதையளப்பவர் என்று சாடியதுண்டு. அதில் உண்மை இல்லாமல் இல்லை. எவ்வாறாயினும், அவர் எழுதிய ***வரலாறுகள்*** *(The Histories)* ஓர் அரிய வரலாற்றுக் கருவூலம் ஆகும். அதில் இடம்பெறும் ஒரு பதிவின்படி, *எகிப்திய மன்னன்* ***அமாசிஸ்*** *(Amasis, BC 570–526), சாமோஸ் தீவக மன்னன்* ***பொலிகிரேட்டசுக்கு*** *(Polycrates, BC538–522) எழுதிய மடல்:*

"நண்பராகவும், நேசராகவும் விளங்கும் ஒருவர் சிறப்புடன் வாழ்வதை அறிவது இன்பம் தருவதே. அதேவேளை, கடவுளர் காழ்ப்பு மிகுந்தோர் என்பதை நான் அறிவேன். ஆதலால், உங்கள் அசாதாரண நற்பேறுகள் என்னை மகிழ்விக்கவில்லை. எல்லாவற்றிலும் நற்பேறு துய்க்கும் எவரும் ஈற்றில் முற்றிலும் பேரழிவுக்கு உள்ளாகி மடியாததை இற்றைவரை நான் கேள்விப்பட்டதில்லை. ஆதலால் உண்மையில் நான் உளமார விரும்புவது இதுவே:

எனக்கும், நான் நேசிக்கும் ஆட்களுக்கும் ஒரு விடயத்தில் நற்பேறும், வேறொரு விடயத்தில் அவப்பேறும் கிடைக்க வேண்டும். எங்களுக்கு எல்லாவற்றிலும் வெற்றி கிடைக்கக் கூடாது. நற்பேறும் அவப்பேறும் மாறிமாறிக் கிடைக்கும் வாழ்வே எங்களுக்கு வேண்டும். ஆதலால் நான் சொல்வதைக் கேட்கவும். எனது புத்திமதியைச்

செவிமடுத்து, நீங்கள் இடைவிடாது எய்தும் நற்பேறுகள் குறித்து நடவடிக்கை எடுக்கவும்.

உங்கள் சொத்துக்களைப் பார்வையிட்டு, அவற்றுள் பெறுதற்கரியதைத் தேர்ந்தெடுக்கவும். எதை இழந்தால் நீங்கள் மிகவும் மனமுடைவீர்களோ அதையே தேர்ந்தெடுக்கவும். திரும்பவும் ஒரு மானுடப் பிறவியின் கையில் அகப்படாவாறு அதனை எங்கேயாவது வீசிவிடவும். அதன் பிறகும் உங்களுக்கு நற்பேறும் அவப்பேறும் மாறிமாறிக் கிடைக்காமல், தொடர்ந்தும் நற்பேறே கிடைத்து வந்தால், திரும்பவும் நான் கூறிய அதே பரிகாரத்தை நாடவும்."

மேற்படி மடலை வாசித்த பொலிகிரேட்டஸ், எகிப்திய மன்னன் கூறிய புத்திமதி மிகவும் சிறந்தது என்பதை உணர்ந்து கொண்டான். அதன்படி, தனது வழிவழிச் சொத்துக்களுள் எதனை இழந்தால் அவன் இதயம் மிகவும் ஒடியுமோ அதனைத் தேடினான். ஈற்றில் தான் அணிந்த கணையாழியை, (சாமோஸ் தீவகத்து தியோடறஸ் என்னும் பொன்வினைஞனின் கைவண்மையில்) மரகதம் பதித்த கணையாழியை அவன் தேர்ந்தெடுத்தான்.

அந்தக் கணையாழியையே வீசிவிட வேண்டும் என்று முடிவெடுத்து, ஒரு கலத்தில் ஏறி, அதனைச் செலுத்திச் செல்லும்படி தனது படைஞரிடம் பணித்தான். கலம் சாமோஸ் தீவை விட்டு நெடுந்தூரம் சென்ற பின்னர், படைஞர் அனைவரும் பார்த்திருக்க, அவன் தனது கணையாழியைக் கழற்றி கடலில் வீசினான். அதன் பிறகு அவன் தாயகம் திரும்பி, தன் இழப்பை எண்ணி வருந்தினான்.

நாலைந்து நாட்கள் கழித்து ஒரு கடலாளன் ஒரு பேரழகிய மீனைப் பிடித்தான். அதனை மன்னன் பொலிகிரேட்டசுக்கு பரிசாக வழங்குவதே தகுமெனக் கருதி, அந்த மீனுடன் அரண்மனை வாயிலை அடைந்து, தன்னை இட்டுச்சென்று மன்னன் முன்னிலையில் நிறுத்தும்படி வாயில்காப்போரிடம் அவன் வேண்டிக் கொண்டான். வேண்டுகோளுக்கு இசைவு கிடைத்து, மன்னனிடம் அதனைப் பரிசாக வழங்குந் தறுவாயில் அவன் கூறியது:

"மாட்சிமை தங்கிய மன்னவா, நான் மீன்பிடித்துப் பிழைப்பவன். ஆனாலும், இந்த மீனை நான் பிடித்தபொழுது, அதைச் சந்தைக்கு கொண்டுபோவது சரி என்று எனக்குப் படவில்லை. மாறாக, இதைப் பெற்றுக் கொள்ளும் அருகதை தங்களுக்கே, தங்கள் கோன்மைக்கே உண்டு என்று நான் முடிவெடுத்தேன். ஆதலால் இதை இங்கு கொண்டுவந்தேன். இப்பொழுது இந்த மீனை தங்களுக்கு நான் பரிசாக அளிக்கிறேன்."

மேற்படி சிற்றுரையைக் கேட்டு அகமகிழ்ச்சி அடைந்து, மன்னன் பொலிகிரேட்டஸ் கூறிய மறுமொழி: "நீ மிகவும் கனிவு படைத்தவன். உனது கூற்றுக்கும் பரிசுக்கும் நான் இரு மடங்கு நன்றி செலுத்துகிறேன். உன்னை எங்களுடன் விருந்துண்ண அழைக்கிறேன்."

கடலாளன் (விருந்துண்டு களித்து), மன்னன் தனக்கு ஈந்த மரியாதையை எண்ணி உள்ளம் பூரித்து, வீட்டுக்குப் புறப்பட்டான். அதன் பிறகு அரண்மனைப் பணிவிடையாளர்கள் அந்த மாபெரும் மீனை வெட்டியபொழுது, அதன் வயிற்றினுள் மன்னனின் கணையாழியைக் கண்டெடுத்தார்கள். அவர்கள் எக்களிப்புடன் அதை எடுத்துச்சென்று மன்னனிடம் கொடுத்து விபரம் தெரிவித்தார்கள். அது கடவுள்செயல் என்றுணர்ந்த பொலிகிரேட்டஸ் தான் செய்தது, தனக்கு நேர்ந்தது முழுவதையும் விபரித்து எகிப்திய மன்னன் அமாசிசுக்கு ஒரு மடல் அனுப்பினான்.

அந்த மடலை வாசித்த அமாசிஸ், ஒருவர் பட்டறிவதற்குரிய விதியிலிருந்து அவரை இன்னொருவர் காப்பாற்றுவது இயலாத காரியம் என்பதை உணர்ந்து கொண்டான். பொலிகிரேட்டஸ் வீசிய உடைமையே அவனிடம் மீண்டபடியால், அவன் தொடர்ந்து, இறுதிவரை, எல்லாவற்றிலும் நற்பேறு துய்க்கப் போவதில்லை என்பது அமாசிசுக்குப் புரிந்தது. ஆதலால், தான் பொலிகிரேட்டசுடன் பூண்ட நட்புறவைத் துண்டித்துக் கொள்வதாக அவனுக்கு அறிவிக்கும்படி சொல்லி ஒரு கட்டியக்காரனை அவன் சாமோசுக்கு அனுப்பி வைத்தான். பொலிகிரேட்டஸ் ஈற்றில் ஓர் அறக்கொடிய அவப்பேறுக்கு இரையாகும்பொழுது, ஒரு நண்பராகவோ நேசராகவோ விளங்கும் ஒருவருக்காக வருந்துவதுபோல், தான் வருந்தக் கூடாது என்பதற்காகவே அவன் அப்படிச் செய்தான்.

இதற்கிடையே, பாரசீக மன்னன் கம்பைசஸ் (Cambyses, கி.மு. 530–523) தனது தஸ்கெலியன் (Daskyleion) புலத்து ஆளுநராக மிற்றொபேற்ஸ் (Mitrobates) என்பவனையும், சாடிஸ் (Sardis) புலத்து ஆளுநராக ஒரைட்டஸ் (Oroites) என்பவனையும் அமர்த்தியிருந்தான். ஒரு நாள் ஒரைட்டசை விளித்து மிற்றொபேற்ஸ் சீறினான்: "உண்மையில் உன்னை ஓர் ஆள் என்று நீ கருதுகிறாயா? சாமோஸ் தீவு உன் புலத்துக்கு அருகில் இருக்கிறது. அதனை அடிப்படுத்துவது மிகவும் எளிது. தீவைச் சேர்ந்த ஒருவன் அதனைக் கட்டி ஆளுகிறான். ஆக 15 காலாட் படையினரின் துணையுடன்தான் அவன் ஆட்சியைப் பிடித்தான். அப்படிப்பட்ட சாமோஸ் தீவை நீ எங்கள் மன்னரின் அரசுடன் இணைக்கத் தவறிவிட்டாயே!"

இந்த வசை ஓரைட்டசை, பொலிகிரேட்டசுக்கு எதிராக வெகுண்டெழ வைத்தது. அவன் மைக்னீசியா என்ற இடத்தில் நிலைகொண்டு, பொலிகிரேட்டசுக்கு அனுப்பிய சேதி: "நீங்கள் பெருந் திட்டங்கள் தீட்டுவதாகவும், உங்கள் ஆசைகளை நிறைவேற்றப் பணம் தேவைப்படுவதாகவும் நான் அறிகிறேன். நீங்கள் எனது புத்திமதியின்படி நடந்தால், நீங்கள் சரியான பாதையிலும் செல்வீர்கள், என்னையும் காப்பாற்றுவீர்கள். மன்னன் கம்பைசஸ் என்னைக் கொல்லத் திட்டம் தீட்டுவதைப் புலப்படுத்தும் அறிக்கைகள் என்னை வந்தடைந்துள்ளன. ஆதலால், இங்கிருந்து என்னையும், என் பணத்தையும் ஏற்றிசெல்ல ஏற்பாடு செய்யும்படி உங்களிடம் நான் கேட்டுக்கொள்கிறேன். என் பணத்துள் கொஞ்சத்தை நீங்கள் வைத்துக்கொண்டு, எஞ்சியதை நான் வைத்திருக்க நீங்கள் அனுமதி அளிக்கலாம்.

இப்பணத்தைக் கொண்டு நீங்கள் கிரேக்கம் முழுவதுக்கும் ஆட்சியாளன் ஆகமுடியும். நான் சொல்வதை நீங்கள் நம்பாவிட்டால், உங்களுக்கு மிகவும் நம்பிக்கையான ஆளை இங்கு அனுப்பி வைக்கவும். நான் மெய்ப்பித்துக் காட்டுவேன்."

சேதி அறிந்து மகிழ்ந்த பொலிகிரேட்டஸ் தனது செயலாளனை மைக்னீசியாவுக்கு அனுப்பி வைத்தான். அவன் வருவதை அறிந்த ஓரைட்டஸ் எட்டுப் பேழைகளில் கழுத்துவரை கற்களையும், அவற்றின்மேல் பொன்னையும் இட்டு நிரப்பி வைத்திருந்தான். செயலாளன் பேழைகளைப் பார்வையிட்டு, பொலிகிரேட்டசுக்கு தகவல் தெரிவித்தான்.

நிறைந்த மனதுடன் பொலிகிரேட்டஸ் மைக்னீசியாவுக்குச் சென்று ஓரைட்டசைச் சந்திக்க ஆயத்தம் செய்தான். கெட்ட கனவு கண்ட அவன் மகள் அவனைத் தடுத்து நின்றாள். அவன் கலத்தில் ஏறுந் தறுவாயில் திரும்பவும் அவனைத் தடுத்துநின்று, சகுனப்பிழையான சொற்களை உதிர்த்த மகளிடம், "நான் பத்திரமாய் திரும்பி வந்தால், நீ மணம் முடிக்காது கன்னியாகவே காலம் தள்ளநேரும்" என்று எச்சரித்தான்.

"உங்கள் எச்சரிக்கை பலிக்கவேண்டும் என்றே நான் பிரார்த்திக்கிறேன். எனது பிதாவை இழப்பதைவிட, ஒரு கன்னியாகக் காலம் தள்ளுவதையே நான் அதிகம் விரும்புகிறேன்" என்று விடைகொடுத்தாள் மகள்.

மைக்னீசியா சென்றடைந்த பொலிகிரேட்டஸ் மிருகத்தனமாகவும், அருவருக்கத்தக்க முறையிலும் கொல்லப்பட்ட விதத்தை இங்கு எடுத்துரைக்க முடியாது. எவ்வாறாயினும், எகிப்திய மன்னன் அமாசிஸ் ஆரூடம் கூறியவாறு, பொலிகிரேட்டசின்

பேறுகள், சொத்துக்கள் அனைத்தும் அழிந்தொழிந்தன (Herodotus, The Histories, Edited by Robert B. Strassler, Pantheon Books, New York, 2007, p.225). **எரடொட்டஸ் தணிக்கைசெய்த விபரம்:** பொலிகிரேட்டஸ் சிலுவையில் அறைந்து கொல்லப்பட்டு, உடல் நாட்கணக்காக ஒரு கம்பத்தில் தொங்கவிடப்பட்டது!

எரடொட்டசின் பதிவுத்திரட்டில் ***மீனுடன் மீண்ட கணையாழி*** ஓர் அவப்பேறுக்கு இட்டுச்செல்கிறது. நற்பேறு, வாழ்நாள் முழுவதும் நிலைக்காது. இதுவரை துய்த்தது போதும் என்று சொல்லி ஒதுங்கவேண்டிய காலம் என்றோ கழிந்துவிட்டது. காலம் தாழ்த்திக் கழுவாய் தேடுவதில் பயனில்லை என்பதே அதன் படிப்பினை போலும்.

எரடொட்டசுக்கு ஏறத்தாழ 1,000 ஆண்டுகள் பிற்பட்டவர் ***காளிதாசர்*** (அவர் கி.பி. 4ஆம் நூற்றாண்டுக்கும் 5ஆம் நூற்றாண்டுக்கும் இடைப்பட்ட காலத்தில் வாழ்ந்ததாகத் தெரிகிறது). காளிதாசரின் ***சகுந்தலை*** நாடகத்தின் 6ஆம் காட்சியில் மீனுடன் ***மீண்ட கணையாழி*** ஒரு நேரெதிர்மாறான திருப்பத்துக்கு – ஒரு நற்பேறுக்கு – வழிவகுக்கிறது:

மன்னன் துஷ்யந்தனின் மைத்துனர் (தலைமைக் காவலர்) வேறிரு காவலர்களுடன் ஒருவனைக் கைதுசெய்து கொண்டுவருகிறார். கைதியின் கைகள் பின்புறமாகக் கட்டப்பட்டுள்ளன.

காவலர்கள் (கைதியைத் தாக்கியபடி): உண்மையைச் சொல்லடா, திருட்டுப் பயலே! இந்தக் கணையாழியை நீ எங்கே களவாடினாய்? இதில் பதிக்கப்பட்டுள்ள கற்களைப் பார்... மன்னரின் இலச்சினை பதிக்கப்பட்டுள்ளது... பிராமணப்பிறவி!

கைதி (பயந்து நடுங்கி): ஐயோ, காவலர்களே, எனக்கு அடிக்க வேண்டாம்! அப்படி ஒரு காரியத்தை நான் ஒருபொழுதும் செய்ய மாட்டேன்!

முதலாவது காவலர் (கேலியாக): ஐயோ, என்னை மன்னிக்கவும் ஐயா! இந்த உண்மையை நான் கவனிக்கத் தவறியது எங்கனம்? தாங்கள் ஓர் அந்தணர் அன்றோ! இது மன்னவர் தங்களுக்கு ஈந்த கொடை அன்றோ!

கைதி: நான் சொல்வதைக் கேட்பீர்களா? நான் ஒரு வறிய கடலாளன். இந்திர வனத்து நெய்தல் திணையில் மீன்பிடித்துப் பிழைக்க முயல்பவன்...

இரண்டாவது காவலர்: திருட்டுப்பயலே, உன் சாதியை நாங்கள் கேட்டோமா?

தலைமைக் காவலர்: சூசகா, அவன் ஆதியோடு அந்தமாய் கதையைச் சொல்லட்டும். குறுக்கிட்டபடி இருக்க வேண்டாம்!

காவலர்கள்: அப்படியே ஆகட்டும், ஐயா! வாயைத் திறந்து பேசடா!

கைதி: நான் தூண்டில், வலை கொண்டு மீன் பிடித்து, என் குடும்பத்தைக் காப்பவன்.

தலைமைக் காவலர்: எவ்வளவு பரிசுத்தமான உத்தியோகம்!

கைதி: அப்படி எல்லாம் நீங்கள் சொல்லக் கூடாது, ஐயா! (பாடுகிறான்):

பிறர் என்னைப் பழிக்கலாம், எனினும்,
இது என் கடமை அன்றோ:
"நீ ஒரு கழிசடை –
நீ பலியிடும் விலங்குமீது
உனக்கு இரக்கம் இல்லை" என்று
குருவிடம் எவரும் கூறமாட்டாரே!

தலைமைக் காவலர்: நடந்ததைச் சொல்லடா!

கைதி: ஒரு நாள் ஒரு கயல்மீனை நான் வெட்டிக்கொண்டிருந்தேன். அதன் வயிற்றினுள் இந்த அழகிய கணையாழி கிடந்தது. நீங்கள் எப்படிச் செய்வீர்களோ அப்படித்தான் நானும் செய்தேன் – அதை நல்ல விலைக்கு விற்க நான் பேரம் பேசிக்கொண்டிருந்தேன். அப்புறம் நான் கைது செய்யப்பட்டதுதான் எனக்குத் தெரியும். என்னைத் தீர்த்துக் கட்டுங்கள் அல்லது விடுதலை செய்யுங்கள்! என்னை நீங்கள் என்ன செய்தாலும், இதுதான் உண்மை!

தலைமைக் காவலர்: சனுகா, இவன் மேனியிலிருந்து வெளிப்படும் நெடியை வைத்துச் சொல்லுகிறேன், இவன் ஒரு மீனவன் என்பதில் ஐயமில்லை. ஆனாலும், இந்தக் கணையாழி எப்படி இவனுக்குக் கிடைத்தது என்பதுதான் இன்னமும் எங்களுக்குப் புரியவில்லை. ஆகவே, இவனை நேரே அரண்மனைக்கு கொண்டுசெல்ல வேண்டும் என்றுதான் நான் நினைக்கிறேன்.

காவலர்கள்: ஆகட்டும், ஐயா! எழுந்து நடவடா, முடிச்சுமாறி!

(அவர்கள் நடந்து செல்கிறார்கள்).

தலைமைக் காவலர்: சூசகா, அரண்மனை வாயிலில் இவனை மறித்து வைத்திரு! நான் மன்னரிடம் போய், கணையாழியின் வரலாற்றைச் சொல்லி, கையோடு திரும்பி வந்து தகவல் தெரிவிக்கிறேன்.

காவலர்கள்: நல்ல செய்தியோடு திரும்பி வாருங்கள், ஐயா!

(தலைமைக் காவலர் வெளியேறுகிறார்).

முதலாவது காவலர்: சனுகா, ஐயா போனது போனது தான்!

இரண்டாவது காவலர்: உண்மை தான்! ஆனால் முன்கூட்டியே ஏற்பாடு செய்யாமல் அரண்மனைக்குள் நாங்கள் அடி எடுத்து வைக்கக் கூடாது!

முதலாவது காவலர்: சனுகா, இந்த திருட்டுப்பயலுக்கு ஒரு தூக்குமாலை இடுவதற்கே என் கைகள் உன்னுகின்றன.

(கைதியைச் சுட்டிக்காட்டுகிறான்).

கைதி: இது அடுக்காது – எதுவித காரணமுமின்றி ஒருவனைக் கொல்வது பற்றி நீங்கள் கதைக்கக் கூடாது.

இரண்டாவது காவலர் *(அப்பால் பார்த்தபடி):* இதோ ஐயா திரும்பி வருகிறார். அவர் மன்னரின் ஆணையுடன் வருவதாகத் தெரிகிறது. கூட்டாளி, இனி பிணந்தின்னிக் கழுகுகள்தான் உன் கூட்டாளிகள்! காலனுடன் கூடிவரும் நாய்களின் தாடையை நீ வைத்த கண் வாங்காமல் பார்ப்பதுபோல் தெரிகிறதே!

தலைமைக் காவலர் *(வெளிப்பட்டு):* சூசகா, மீனவனை விடுதலை செய்! இவன் கணையாழி பற்றிச் சொல்லிய கதை உறுதிப்படுத்தப்பட்டுள்ளது.

முதலாவது காவலர்: அப்படியே ஆகட்டும், ஐயா! இவன் யமலோகத்தை ஊடறுத்து நடந்து போய்விட்டானே!

(கைதியை விடுதல் செய்கிறான்).

கைதி *(தலைமைக் காவலரைப் பணிந்து):* எனது உத்தியோகம் பற்றி இப்பொழுது என்ன நினைக்கிறீர்கள், ஐயா!

தலைமைக் காவலர்: கணையாழிக்கு நிகரான பணத்தை உனக்குக் கொடுக்கும்படி என்னிடம் பணிக்கப்பட்டுள்ளது.

(பணம் கொடுக்கப்படுகிறது).

கைதி *(பணிந்து):* தங்களுக்கு நான் மிகவும் கடமைப்பட்டவன், ஐயா!

முதலாவது காவலர்: இதையே நான் தயவென்று சொல்வேன் – கழுவாயிலிருந்து தூக்கி நேரே யானையின் மீது அமர்த்தப்படுவதையே நான் தயவென்று சொல்வேன்!

இரண்டாவது காவலர்: ஐயா, மன்னருக்கு அது மிகவும் பெறுமதி வாய்ந்த கணையாழி போல் தெரிகிறதே?

தலைமைக் காவலர்: கணையாழியின் பெறுமதி பற்றி மன்னர் கவலைப்படுவதாகத் தெரியவிலை. வழமையில் அவர் நிதானம் தப்புவதில்லை. ஆனால் அந்தக் கணையாழியை அவர் கண்டதும் எதையோ நினைவுகூர்ந்த மாதிரி, தான் அன்புசெலுத்திய ஒருவரை நினைவுகூர்ந்த மாதிரி, கொஞ்ச நேரம் அவர் மிகவும் பதகழிப்புக்கு உள்ளானார்.

முதலாவது காவலர்: அந்த வகையில் நீங்கள் மன்னருக்கு ஓர் அரும் பணி ஆற்றியுள்ளீர்கள் என்பது உறுதி, ஐயா!

இரண்டாவது காவலர்: அத்துடன் இந்த மீனவ மன்னனுக்கும் பேருதவி புரிந்திருக்கிறீர்கள்!

(கடலாளனைப் பொறாமையுடன் பார்க்கிறான்).

கைதி: சரி, காவலர்களே! அரைவாசி உங்களுக்கு – நீங்கள் கொஞ்சம் அதிகமாகவே குடித்துத் தள்ளலாம்!

இரண்டாவது காவலர்: அது நியாயம் தானே!

தலைமைக் காவலர்: நீ உண்மையில் ஒரு மீனவப் பிரபு! நீ எனது சிறந்த நண்பனாக இருக்கத் தக்கவன்! எனவே நேரே நாங்கள் குதத்துக்குப் போவோம் – போய் ஓரிரு மதுப்புட்டிகளுடன் எங்கள் உறவைக் கொண்டாடுவோம்! *(Kalidasa, The Recognition of Sakuntala, Translated by W. J. Johnson, Oxford, 2001, p. 70–72).*

பி.கு: **மீனுடன் மீண்ட கணையாழி** பற்றிய வேறு பதிவுகள்:

1. *Talmud - Jewish Law (A.D.200–500)*
2. *Benefits of Bismillah - Islamic source*
3. *Joseph Jacobs - British writer (1854–1916)*

2011.11.20

அந்தப்புரம்
(கி.மு. 484 – 425)
எரொடொட்டஸ்
ஆதிகிரேக்க வரலாற்றறிஞர்

__களம்:__ அன்றைய இலிதிய நாடு (இன்றைய துருக்கியின் மேற்குப் புலம்)

__களம் புகுவோர்:__ இலிதிய அரசன் __கந்துலோஸ்__

இலிதிய __அரசி__ (அரசியின் பெயரை எரடோட்டஸ் தணிக்கை செய்வது கவனிக்கத்தக்கது)

அரசனின் மெய்காவலன் __கைகேயஸ்__

அரசியின் __சேடி__

காட்சி: 1

பொழுது புலரும் வேளை. அந்தப்புரத்து மஞ்சத்தில் உறக்கம் கலையும் மன்னவன் __கந்துலோஸ்__. மஞ்சத்தில் எழுந்திருக்கும் மன்னனின் தோளிலிருந்து நழுவும் போர்வைத் தலைப்பு. இன்னும் உறக்கத்தில் ஆழ்ந்திருக்கும் __அரசி__. அரசியின்மேல் கவிந்திருக்கும் போர்வையை விலக்கும் மன்னன். ஒருக்களித்துப் படுத்திருக்கும் அரசி. கலைந்த கூந்தலுடன் ஒளிரும் அரசியின் முகத்தை நயந்து முகரும் மன்னன். உறக்கத்தில் புரண்டு மல்லாந்து படுக்கும் அரசி. முழுப் போர்வையையும் விலக்கி, அரசியின் முழுமேனி அழகையும் நயந்துவக்கும் மன்னன். புன்முறுவலுடன் படுக்கை அறையை விட்டு வெளியேறும் மன்னவனை, அரைக் கிறக்கத்தில் நோட்டமிட்டு, மீண்டும் உறங்கும் அரசி.

காட்சி: 2

பிற்பகல். தனது ஓய்வுகூடத்துள் அமர்ந்து மதுவருந்தும் மன்னன் **கந்துலோஸ்.**

கந்துலோஸ்: *யாரங்கே?*

கைகேயஸ்: *(உள்ளே பாய்ந்து)* வணக்கம், மாட்சிமை தங்கிய மன்னவர் அவர்களே! தங்கள் கட்டளை என்னவோ?

கந்துலோஸ்: *(உரத்த குரலில்)* கைகேயஸ்!

கைகேயஸ்: *(தணிந்த குரலில்)* தங்கள் சித்தம் என்னவோ, மன்னவா!

கந்துலோஸ்: *(நிதானமான குரலில்)* அரசியைப் பற்றி நீ என்ன நினைக்கிறாய்?

கைகேயஸ்: *(முழங்கும் குரலில்)* மாட்சிமை தங்கிய அரசியார் நீடூழி வாழ்க!

கந்துலோஸ்: *(உரத்த குரலில்)* அரசியைப் பற்றி நீ என்ன நினைக்கிறாய்?

கைகேயஸ்: *(தணிந்த குரலில்)* மன்னிக்கவேண்டும், மன்னவா! தாங்கள் . . .

கந்துலோஸ்: இந்த நாட்டரசி ஓர் அழகரசியடா!

கைகேயஸ்: *(தாழ்ந்த குரலில்)* தாங்கள் . . .

கந்துலோஸ்: நான் புளுகவில்லையடா! அரசி ஒரு பேரழகியடா! *(மீண்டும் மதுக்குவளையை ஏந்துகிறான்)*

கைகேயஸ்: *(அரசன் மீண்டும் ஒரு மிடறு பருகும்பொழுது, அரசனின் பின்புறம் நகர்ந்து மதுப்புட்டியை மறைவாக அப்புறப்படுத்துகிறான்).*

கந்துலோஸ்: நீ நம்பவில்லையா?

கைகேயஸ்: மன்னிக்கவேண்டும் மன்னவா, தாங்கள் என்னிடம் கேட்கிறீர்களே!

கந்துலோஸ்: உன்னிடமும் கேட்கிறேன், எவரிடமும் கேட்கிறேன், இந்த நாட்டு மக்கள் அனைவரிடமும் கேட்கிறேன். இலிதியா நாட்டரசி இணையிலா அழகியா, இல்லையா?

கைகேயஸ்: *(முழங்கும் குரலில்)* மாட்சிமை தங்கிய அரசியார் நீடூழி வாழ்க!

கந்துலோஸ்: "மாட்சிமை தங்கிய அழகரசி நீடூழி வாழ்க!" என்று முழங்கடா!

கைகேயஸ்: மாட்சிமை தங்கிய அரசியாரின் மாபெரும் அழகு உலகறிந்த உண்மை, மன்னவா!

கந்துலோஸ்: உலகம் அதை வாய்விட்டுச் சொல்லட்டும்!

கைகேயஸ்: (அமைதி காக்கிறான்)

கந்துலோஸ்: நீயும் அதை வாய்விட்டுச் சொல்லு!

கைகேயஸ்: மாட்சிமை தங்கிய அரசியார் மாபெரும் அழகி என்று வாய்விட்டுச் சொல்லும் அருகதை தங்களைத் தவிர வேறு எவருக்கும் இருக்கக் கூடாது மன்னவா!

கந்துலோஸ்: என்ன? மற்றவர்களுக்கு அந்த அருகதை இருக்கக் கூடாதா?

கைகேயஸ்: மாட்சிமை தங்கிய அரசியார் தங்கள் வாழ்க்கைத்துணை மாத்திரமல்ல, ஒரு பெண்மணியும் கூட, மன்னவா!

கந்துலோஸ்: அரசி என்றால் பெண்மணி தானே?

கைகேயஸ்: ஆம், அரசி என்றால் பெண்மணி தான், மன்னவா! தங்களுக்கு நான் கூற வந்தது...

கந்துலோஸ்: நீ கூற வந்தது?

கைகேயஸ்: ஒரு பெண்மணியின் அழகை, அதுவும் தங்கள் வாழ்க்கைத்துணையின் அழகை, அதுவும் மாட்சிமை தங்கிய அரசியாரின் அழகை ஓர் ஆடவன், அதுவும் தங்கள் மெய்க்காவலன், அதுவும் இந்த நாட்டுக் குடிமகனாகிய நானோ பிறரோ ஏறெடுத்துப் பார்ப்பது தகாது, மன்னவா!

கந்துலோஸ்: நான் மனம் திறந்து பேசுகிறேன். நீ மனம் திறந்து பேசவில்லையே!

கைகேயஸ்: தாங்கள் மாட்சிமை தங்கிய மன்னர், நான் தங்கள் மெய்க்காவலன். நான் எப்படித் தங்கள் பாணியில் பேசுவது, மன்னவா?

கந்துலோஸ்: (உரத்த குரலில்) கைகேயஸ்! நீ தத்துவம் பேசுகிறாய், மனம் திறந்து பேசவில்லை.

கைகேயஸ்: (தணிந்த குரலில்) தாங்கள் மன்னவர், தாங்கள் மனம் திறந்து பேசவும் வல்லவர், மனம் மறந்து பேசவும் வல்லவர்.

கந்துலோஸ்: நிறுத்து உன் தத்துவத்தை! பேசு மனம் திறந்து!

கைகேயஸ்: மாட்சிமை தங்கிய அரசியாரின் மாபெரும் அழகு நாடறிந்த உண்மையே என்பதை ஏற்கெனவே நான் ஒப்புக்கொண்டேனே, மன்னவா!

கந்துலோஸ்: இல்லை, நீ மனம் திறந்து ஒப்புக்கொள்ளவில்லை.

கைகேயஸ்: மன்னிக்கவேண்டும், மன்னவா. மாட்சிமை தங்கிய மன்னராகிய தாங்கள் மாட்சிமை தங்கிய அரசியாரைப் பற்றித் தங்கள் மெய்க்காவலனுடன் அளவளாவுகிறீர்கள் என்பதைச் சற்று எண்ணிப் பாருங்கள்!

கந்துலோஸ்: (உரத்த குரலில்) கைகேயஸ், நான் அரசியைப் பற்றிக் கேட்கவில்லை, அரசியின் அழகைப் பற்றிக் கேட்கிறேன்!

கைகேயஸ்: (முணுமுணுக்கிறான்) தங்கள் மெய்காவலனிடம் . . .

கந்துலோஸ்: (கர்ச்சிக்கிறான்) கைகேயஸ்!

கைகேயஸ்: தங்கள் சித்தம் என்னவோ, மன்னவா?

கந்துலோஸ்: நீ முணுமுணுப்பதிலிருந்து தெரிகிறது, அரசியின் அழகை நீ எனக்காகத்தான் ஏற்றுக்கொள்கிறாய் என்று! நீ முகத்துக்கஞ்சி வேசையாடுகிறாய்!

கைகேயஸ்: இதென்ன அநியாயம், மன்னவா! இது அடாப்பழி, மன்னவா! தாங்கள் இன்று மட்டுமீறி . . . அருந்தியிருக்கிறீர்கள் . . .

கந்துலோஸ்: நீ வாய்க்கு வாய் கதைப்பதிலிருந்து தெரிகிறது, நான் சொல்வதை நீ நம்பவில்லை என்று.

கைகேயஸ்: இது வீண்பழி மன்னவா!

கந்துலோஸ்: குடிமக்கள் தங்கள் கண்களை விடக் காதுகளை அதிகம் நம்புகிறார்களோ?

கைகேயஸ்: (அமைதி காக்கிறான்)

கந்துலோஸ்: கைகேயஸ்!

கைகேயஸ்: தங்கள் சித்தம் என்னவோ, மன்னவா?

கந்துலோஸ்: நீ அரசியை அம்மணமாய்ப் பார்த்து, அரசியின் பேரழகை ஒப்புக்கொள்வதற்கு உடனடியாக ஓர் உபாயத்தை வகுத்துக்கொள்!

கைகேயஸ்: (தன் காதுகளைப் பொத்தி) ஐயகோ, மன்னவா! இதென்ன கொடுமை, அநீதி, அநியாயம், அக்கிரமம், மன்னவா! "தங்கள் சித்தம்! தங்கள் சித்தம்!" என்று கூறித் தங்கள் உத்தரவுகளை

ஏற்கும் இந்த மெய்காவலனிடம் "தங்கள் சித்தம்!" என்று கூறி ஏற்கமுடியாத ஓர் உத்தரவைப் பிறப்பிக்கிறீர்களே! இப்படி ஒரு தண்டனைக்கு உள்ளாக, நான் என்ன பாவம் செய்தேன், மன்னவா? என்ன பாவம் செய்தேன்? (விம்முகிறான்).

கந்துலோஸ்: இது என் கட்டளை!

கைகேயஸ்: ஐயோ, மன்னவா! தங்கள் கட்டளையை நான் நிறைவேற்றலாமா? இந்தப் பைத்தியக்காரத்தனத்துக்குத் தாங்கள் இடங்கொடுக்கலாமா? மாட்சிமை தங்கிய அரசியாரின் பிறந்தமேனியை, தங்கள் வாழ்க்கைத்துணையின் பிறந்தமேனியை, எனக்கு வாழ்க்கைப்படாத பெண்மணியின் பிறந்தமேனியை நான் கண்கொண்டு பார்க்கலாமா?

கந்துலோஸ்: என் பட்டறிவைக் கொண்டு நான் சொல்லுவேன், எந்தப் பட்டறையிலும் நான் முழங்குவேன், அரசியே மாபெரும் அழகி! நீ அரசியின் பிறந்தமேனியைப் பார்த்து, அரசியின் பேரழகை ஒப்புக்கொள்வதற்கு உடனடியாக ஓர் உபாயத்தை வகுத்துக்கொள்!

கைகேயஸ்: ஐயகோ, மன்னவா! பிறர் முன்னிலையில் ஒரு பெண்ணின் ஆடை அகலும்பொழுது அப்பெண்ணின் பெருமையும் அகலுமே, மன்னவா!

கந்துலோஸ்: ஆடை அகன்று அழகு துலங்குவதே பெண்ணுக்குப் பெருமை!

கைகேயஸ்: நம் முன்னோர் வகுத்த பண்பும் ஒழுக்கமும் என்னாவது, மன்னவா?

கந்துலோஸ்: அழகை எதிர்கொள்ள அஞ்சிய முன்னோர் வகுத்த பேடி – அறத்தை மறந்துவிடு!

கைகேயஸ்: தலைமுறை தலைமுறையாய் நாங்கள் கைக்கொண்ட இல்லறத்தையும் நல்லறத்தையும் துறப்பதா, மன்னவா?

கந்துலோஸ்: உன் பேடித்தனத்தை மறைக்க இல்லறம், நல்லறம் என்று புதுக்கதை பேசாதே!

கைகேயஸ்: இது பேடித்தனம், அல்ல, மன்னவா!

கந்துலோஸ்: ஆம், ஒரு பெண்ணின் முழு மேனியழகைக் காணத் துணியாத பேடித்தனம்!

கைகேயஸ்: இது பேடித்தனம் அல்ல, மன்னவா, பேராண்மை!

கந்துலோஸ்: பேராண்மை? நான் கேள்விப்பட்டதில்லையே!

கைகேயஸ்: பிறன்மனை நோக்காத பேராண்மை!

கந்துலோஸ்: அப்படி என்றால், அரசியின் உடலழகுக்கு நீ கண்கண்ட சாட்சி ஆவது எப்படி?

கைகேயஸ்: மாட்சிமை தங்கிய அரசியார் மாபெரும் அழகி என்பதால், தாங்கள் ஏற்கெனவே அதற்குக் கண்கண்ட சாட்சியாக விளங்குகிறீர்கள் என்பதால், இனி நானோ வேறு யாருமோ அதற்குக் கண்கண்ட சாட்சியாக விளங்க வேண்டியதில்லை என்பதால், மாட்சிமை தங்கிய அரசியாரின் பெருமைக்கு இழுக்குண்டாக்கும் விதமாக நடந்துகொள்ளும்படி தாங்கள் பிறப்பித்த கட்டளையை மீட்டுக்கொள்ளுங்கள், மன்னவா!

கந்துலோஸ்: முடியாது, நான் இட்ட கட்டளையை மீட்க முடியாது. அரசி மாபெரும் அழகி என்பதற்கு நீ புறச்சாட்சியாக விளங்க வேண்டும். (குவளையில் மது தீர்ந்தது கண்டு) எங்கே என் மதுப்புட்டி?

கைகேயஸ்: ஐயோ, நான் அறியேன், மன்னவா! நான் என்ன செய்வேன்? எங்கு செல்வேன்? என்ன ஆவேன்?

கந்துலோஸ்: உன்னைச் சோதித்துப் பார்ப்பதற்காக நான் இதனைச் சொல்லவில்லை. நீ கவலைப்பட வேண்டியதில்லை. என்னையோ அரசியையோ எண்ணி நீ அஞ்சத் தேவையில்லை. நானோ அரசியோ உனக்குத் தீங்கு விளைவிக்கப் போவதில்லை.

கைகேயஸ்: (அமைதி காக்கிறான்)

கந்துலோஸ்: பயப்படாதே, கைகேயஸ்! நானே ஓர் உபாயம் தீட்டி வைத்திருக்கிறேன்.

கைகேயன்: அபாயம், மன்னவா, அபாயம்!

கந்துலோஸ்: அபாயம் இல்லையடா, கைகேயஸ், உபாயம்!

கைகேயஸ்: (அமைதி காக்கிறான்)

கந்துலோஸ்: அரசிக்குத் தெரியாமல் அரசியின் உடலழகை நீ அவதானிக்க . . .

கைகேயஸ்: அவமானம்! எங்கள் ஆண்மைக்கும் அரசியின் பெண்மைக்கும் அவமானம் மன்னவா, அவமானம்!

கந்துலோஸ்: நீ அவதானிப்பது அரசிக்குத் தெரியவே தெரியாது. இன்று அந்தி சாயும் வேளை, வழமைக்கு மாறாக, அந்தப்புரத்துப் படுக்கை அறைக்குள் அரசி அடி எடுத்து வைக்க முன்னரே நான் அங்கே போய்ப் படுத்துவிடுவேன்.

கைகேயஸ்: *(அமைதி காக்கிறான்)*

கந்துலோஸ்: நீயும் வழமைக்கு மாறாகப் படுக்கை அறைக்குள் அடி எடுத்து வைக்கப் போகிறாய்!

கைகேயஸ்: ஐயையோ, மன்னவா, ஐயையோ!

கந்துலோஸ்: நான் கதவைத் திறந்தபடியே விட்டு வைப்பேன். திறந்த கதவின் பின்புறம் நீ பதுங்கியிருப்பாய். அப்புறம் அரசி உள்ளே வந்து, தனது ஆடைகளையும் அணிமணிகளையும் களையும்பொழுது, அரசியின் முன்னழகை நீ அவதானிப்பாய்.

கைகேயஸ்: ஐயையோ! மன்னவா, ஐயையோ!

கந்துலோஸ்: அரசி, ஆடைகளையும் அணிமணிகளையும் களைந்து ஆடைக்கூடத்துள் வைத்துவிட்டு, மஞ்சத்தை நோக்கித் திரும்பும்பொழுது, அரசியின் பின்னழகை நீ அவதானிப்பாய்.

கைகேயஸ்: ஐயையோ! மன்னவா, ஐயையோ!

கந்துலோஸ்: அரசி மஞ்சத்தை நோக்கி அடி எடுத்து வைக்கும் அதே சமயத்தில் நீயும் அரசியின் கண்ணில் விழாமல் வெளியே அடி எடுத்து வைப்பாய். வெளியே எவர் கண்ணிலும் விழாமல் நீ

நழுவிப் போய்விடுவாய்! நாளை காலை ஓய்வுகூடத்தில், உன் கண்கண்ட சாட்சியத்தை நீ தெரிவிக்கலாம். அரசி ஒப்பற்ற அழகி என்பதை நீ வாயார ஒப்புக்கொள்வதை நான் காதாரக் கேட்கலாம் (இருக்கை விட்டெழுந்து புறப்படுகிறான்).

கைகேயஸ்: ஐயையோ! ஐயையோ! ஐயையோ! *(அரசனைப் பின்தொடர்ந்து வெளியேறுகிறான்).*

காட்சி 3

இருளுந் தறுவாயில் எழில் கொஞ்சும் அந்தப்புரம். மன்னன் **கந்துலோஸ்** வழமைக்கு மாறாக வேளைக்கே அந்தப்புரத்தை வந்தடைகிறான். படுக்கை அறைக் கதவைத் திறந்து மஞ்சத்தில் விழுந்து குப்புறப் படுத்து, போர்வையை வாரி மேனியை மூடுகிறான். ஒரு நாழிகை கழித்து வெளிப்படும் **கைகேயஸ்** அரவமின்றி அறைக்குள் புகுந்து, கதவின் பின்புறம் பதுங்கிக்கொள்கிறான். ஐந்தாறு நொடிகள் கழித்து வெளிப்படும் **அரசி**, அழகுசிந்த நடைபயின்று, அறைக்குள் நுழைகிறார். கதவையும் மஞ்சத்தையும் ஒரு தடவை நோட்டம் விட்டுக்கொண்டே ஆடைக்கூடத்தை அடைந்து, ஆடைகளையும் அணிமணிகளையும் களைந்து வைக்கிறார். அரசி மஞ்சத்தை நோக்கி அடி எடுத்து வைக்கும்

அதேவேளையில் , **கைகேயஸ்** மின்னல் போல் மறைந்துவிடுகிறான். அரசி ஒரு நொடி திரும்பி வாயிலை நோக்கி, மறுபடி திரும்பி மஞ்சத்தில் அமர்ந்து, மல்லாந்து படுத்து, போர்வையை வாரி, மேனியை மூடுகிறார்.

காட்சி 4

அந்தப்புரத்தில் அமர்ந்திருக்கும் அரசி. பின்புறம் நிற்கும் சேடி.

சேடி: மாட்சிமை தங்கிய அரசியார் அவர்களே, தாங்கள் ஆணையிட்டவாறு மாட்சிமை தங்கிய மன்னரின் தலைமை மெய்க்காவலர் கைகேயஸ் இங்கு வரவழைக்கப்பட்டுள்ளார். தங்களிடம் சேதி தெரிவிக்குமாறு எங்களுக்கு அறிவிக்கப்பட்டுள்ளது. தங்கள் உத்தரவை எதிர்பார்த்து அவர் வெளியே காத்திருப்பதாகத் தெரிவிக்கப்பட்டுள்ளது.

அரசி: கைகேயஸை உடனடியாக உள்ளே அனுமதிக்கும்படி சொல்லி அனுப்பு. அவன் உள்ளே அனுமதிக்கப்பட்டவுடன், அவனுடன் நான் அந்தரங்கமாய் உரையாட ஏற்பாடு செய்!

சேடி: உத்தரவு, அரசியார் அவர்களே! (வெளியேறுகிறாள்)

கைகேயஸ்: *(உள்ளே அடி எடுத்து வைத்தபடி)* மாட்சிமை தங்கிய அரசியார் நீடூழி வாழ்க!

அரசி: *(கடுகடுக்கும் முகத்துடன்)* ம்!

கைகேயஸ்: வந்தனம், மாட்சிமை தங்கிய அரசியார் அவர்களே!

அரசி: *(உரத்த குரலில்)* கைகேயஸ்!

கைகேயஸ்: *(தாழ்ந்த குரலில்)* தங்கள் சித்தம் என்னவோ, அரசியார் அவர்களே!

அரசி: *(நிதானமான குரலில்)* ஒருத்திக்கு ஒருவன்!

கைகேயஸ்: *(அமைதி காக்கிறான்)*

அரசி: *(முழங்கும் குரலில்)* ஒருத்திக்கு ஒருவன்!

கைகேயஸ்: மன்னிக்க வேண்டும், அரசியார் அவர்களே! தாங்கள் . . .

அரசி: கைகேயஸ்!

கைகேயஸ்: தங்கள் சித்தம் என்னவோ, அரசியார் அவர்களே!

அரசி: ஒன்றில் அவன் அல்லது நீ!

கைகேயஸ்: தாங்கள் . . .

அரசி: (முழங்கும் குரலில்) ஒன்றில் கந்துலோஸ் அல்லது கைகேயஸ்!

கைகேயஸ்: *(அதிர்ந்துபோய் நிற்கிறான்)*

அரசி: ஒன்றில் நீ கந்துலோஸைக் கொன்று என்னையும் நாட்டையும் அடைய வேண்டும், அல்லது நீ பார்த்த காட்சியை இனி என்றுமே பார்க்காமல் இருக்கும் வண்ணம் இக்கணமே நீ கொல்லப்பட வேண்டும்!

கைகேயஸ்: *(அதிர்ச்சியில் உறைந்துபோய் நிற்கிறான்)*

அரசி: ஒருத்திக்கு ஒருவன்! ஒன்றில் நீ அல்லது அவன்! ஒன்றில் அவன் கொல்லப்பட வேண்டும், இந்த இழிந்தசெயலைத் திட்டமிட்டதற்காக. அல்லது நீ கொல்லப்பட வேண்டும், அவனுக்கு அடிபணிந்து என்னை அம்மணமாய்ப் பார்க்கும் இழிந்த செயலைப் புரிந்ததற்காக.

கைகேயஸ்: *(அதிர்ச்சியும், அச்சமும், பதற்றமும்)*

அரசி: ஒன்றில் கந்துலோஸ் அல்லது கைகேயஸ்! இருவருள் ஒருவன் வாழவேண்டும். இருவருள் ஒருவன் மாளவேண்டும்! நீ அவனைக் கொன்று என்னையும் நாட்டையும் அடையலாம், அல்லது நீயே கொலையுண்டு மாளலாம். இரண்டில் ஒன்றை நீயே தேர்ந்தெடுக்கலாம்!

கைகேயஸ்: *(விம்முகிறான்)*

அரசி: இரண்டில் ஒன்றைச் சொல்!

கைகேயஸ்: *(விம்மிவிம்மி)* என்னை மன்னித்துவிடுங்கள் மாட்சிமை தங்கிய அரசியார் அவர்களே!

அரசி: *மாட்சிமை தங்கிய அரசியார்!* நீ பதுங்கியிருந்து என் பிறந்தமேனியைப் பார்த்தபொழுது என் மாட்சிமை முழுவதையும் அழித்துவிட்டாயே! *மாட்சிமை தங்கிய அரசியார்!*

கைகேயஸ்: நான் மாட்சிமை தங்கிய மன்னரின் ஆணைக்குக் கட்டுண்ட காவலன், அரசியார் அவர்களே?

அரசி: *மாட்சிமை தங்கிய மன்னர்!* தான் மட்டுமே பார்க்கவேண்டிய காட்சியை உனக்குக் காட்டியபொழுது தன் மாட்சிமை முழுவதையும் அவன் இழந்துவிட்டானே! *மாட்சிமை தங்கிய மன்னர்!*

கைகேயஸ்: *(அமைதி காக்கிறான்)*

அரசி: நீ அவனுடைய மெய்காவலன் என்ற வகையில் அவனுக்கு அடிபணிந்தது நியாயமே என்று உனக்குத்

தென்பட்டால், நீ பார்க்கக் கூடாத காட்சியைப் பார்க்க நேர்ந்தது நியாயமே என்று உனக்குத் தென்பட்டால், உடனடியாக அவனைக் கொன்று உன் நியாயத்தை மெய்ப்பி!

கைகேயஸ்: மன்னரின் மெய்காவலனே மன்னரைக் கொல்வதா, அரசியாரே?

அரசி: (வெகுண்டெழுந்து) கந்துலோஸ் ஒரு மன்னனும் அல்ல, நீ ஒரு மெய்க்காவலனும் அல்ல. கந்துலோஸ் ஒரு பொன்னையன், நீ ஒரு பொய்க்காவலன்! நீ வாழப் போகிறாயா, மாளப் போகிறாயா? உன் முடிவைச் சொல்!

கைகேயஸ்: (ஒரு முடிவுக்கு வந்தவனாக) தங்கள் சித்தம், மாட்சிமை தங்கிய அரசியார் அவர்களே!

அரசி: (சீற்றம் தணிந்து) கந்துலோஸ் மன்னவனாக மாள்வானாக, நீ மன்னவனாக வாழ்வாயாக!

கைகேயஸ்: (விம்மிவிம்மி) நாங்கள் மன்னரைக் கொல்வது எப்படி, அரசியார் அவர்களே?

அரசி: உன்னை எங்கே நிறுத்தி என் பெண்மையை அவன் அம்பலப்படுத்தினானோ, உன்னை அங்கே நிறுத்தியே அவன் ஆண்மையை நான் அம்பலப்படுத்துவேன். நீ எங்கே பதுங்கியிருந்து என்னைப் பார்த்தாயோ, அங்கே பதுங்கியிருந்துதான் நீ அவன்மீது பாய்வாய்! எந்த மஞ்சத்தில் அவன் போலி உறக்கம் கொண்டானோ அந்த மஞ்சத்தில்தான் அவன் மீளாத்துயில் கொள்வான்! இதோ எனது கட்டாரி! (அலகில் பற்றி, பிடியை நீட்டுகிறார்)

கைகேயஸ்: (அரசியைப் பணிந்து, தனது இடது கையால் வலது கையைப் பற்றி, வலது கையால் கட்டாரியை ஏற்று, தனது முகத்தில் ஒற்றி, இடையில் செருகுகிறான்).

அரசி: எத்தனை தடவைகள் அவன் குறி என்னுள் ஊடுருவியதோ, அத்தனை தடவைகள் என் கட்டாரி அவனுள் ஊடுருவட்டும்! ஒருத்திக்கு ஒருவன் என்பதை நாடு கற்கட்டும்! பிறன்மனை நோக்காத பேராண்மை நிலைநிற்கட்டும்! கொலையும் செய்வாள் பத்தினி என்பது மெய்யாகட்டும்!

காட்சி 5

பொழுது சாயும் வேளை. இருள் சூழும் அந்தப்புரம். அரசி, படுக்கை அறைக்குள் விரைந்து, மஞ்சத்தில் பாய்கிறார். ஒரு நாழிகை கழித்து அறைக்குள் புகும் கைகேயஸ் கதவின் பின்புறம் பதுங்கிக்கொள்கிறான். சில நொடிகள் கழித்து வெளிப்படும் மன்னன் அறைக்குள் சென்று, மஞ்சத்தில் அமர்ந்து, அரசியை அணைக்கிறான். அரசி கையளித்த கட்டாரியை உருவும்

கைகேயஸ், மின்னல் போல் பாய்ந்து மன்னனைக் குத்திக் கொல்லுகிறான்.

அரசி: *(முழங்கும் குரலில்)* ஒருத்திக்கு ஒருவன்!

கைகேயஸ்: *(குருதிசிந்தும் தன் கைகளையும், அரசனின் குருதிதோய்ந்த உடலையும் பார்த்து விம்மி)* மாட்சிமை தங்கிய மன்னவா, என்னை மன்னித்துவிடுங்கள், என்னை மன்னித்துவிடுங்கள்!

அரசி: *(மன்னனின் உடலை விளித்து முழங்குகிறார்)* கொலையும் செய்வாள் பத்தினி! *(கைகேயஸை விளித்து முழங்குகிறார்)* மாட்சிமை தங்கிய மன்னர் கைகேயஸ் அவர்களே, ஒருத்திக்கு ஒருவன் என்பதை தாங்கள் நிலைநாட்டிவிட்டீர்கள்! பிறன்மனை நோக்காத பேராண்மையை தாங்கள் நிலைநிறுத்திவிட்டீர்கள்! என்னையும் இலிதிய நாட்டையும் தாங்கள் அடைந்துவிட்டீர்கள்! *(வாயிலை நோக்கி)* யாரங்கே?

சேடி: *(அறைக்குள் விரைந்து வந்து)* மாட்சிமை தங்கிய அரசியார் அவர்களே ... *(மன்னன் கொலையுண்டது கண்டு)* ஐயோ! மன்னவா! ஐயையோ! கொலை! மன்னவர் கொலையுண்டார்! காப்பாற்றுங்கள்! அரசியைக் காப்பாற்றுங்கள்! . . .

அரசி: ஒழிக, கந்துலோஸ் என்று முழங்கடி சேடி!

சேடி: ஒழிக, கந்துலோஸ்!

அரசி: ஒருத்திக்கு ஒருவன் என்று முழங்கடி, சேடி!

சேடி: ஒருத்திக்கு ஒருவன்!

அரசி: ஓங்குக, பிறன்மனை நோக்காத பேராண்மை என்று முழங்கடி, சேடி!

சேடி: ஓங்குக, பிறன்மனை நோக்காத பேராண்மை!

அரசி: வாழ்க இலிதிய நாட்டு மன்னர் மாட்சிமை தங்கிய கைகேயஸ், என்று முழங்கடி, சேடி!

சேடி: வாழ்க, இலிதிய நாட்டு மன்னர் மாட்சிமை தங்கிய கைகேயஸ்!

தோற்றுவாய்:

Herodotus, *The Histories,* A new English translation by Andrea L. Purvis, Edited by Robert B. Strassler, Pantheon Books, New York, 2007, pages: 8-9

2011.08.04

சாக்கிரட்டீஸ்
ஒரு மீள்நோக்கு

A summary of
The Trial of Socrates
by I. F. Stone)

கிரேக்க நாட்டின் மாபெரும் மெய்யியலாள ராகிய சாக்கிரட்டீசின் (கி.மு.469–399) **அடிப்படைக் கொள்கை:** *கட்டளை இடுவது ஆள்வோர் கடன். கட்டளைக்கு அடிபணிவது ஆளப்படுவோர் கடன். கப்பல் முதலாளி கப்பல் செலுத்தத் தெரிந்தவர்களையும், நிலபுலம் படைத்தோர் பயிர்செய்யத் தெரிந்தவர்களையும், நோயாளிகள் நோய்தீர்க்கத் தெரிந்தவர்களையும், விளையாட்டு வீரர்கள் பயிற்சி அளிக்கத் தெரிந்தவர்களையும், தையல் வேலைக்குத் தைக்கத் தெரிந்தவர்களையும் நாடுவது போலவே, மக்கள் தம்மை ஆள்வதற்கு ஆளத் தெரிந்தவர்களையே நாட வேண்டும் ... அத்தகைய ஆட்சியாளரையே* மெய்ஞான மன்னர் *(philosopher-king)* என்று வர்ணித்தார் சாக்கிரட்டீசின் தலை மாணாக்கர் பிளேட்டோ (கி.மு 427–347).

மாலுமி குடித்து வெறித்தால் கப்பல் முதலாளி அவரை மாற்றலாம். மருத்துவர் துரோகம் செய்தால் நோயாளி அவரை மாற்றலாம். ஆட்சியாளர் கொடுங்கோலராய் மாறினால் பொதுமக்கள் என்ன செய்வது என்ற வினாவுக்கு சாக்கிரட்டீஸ் பதிலளிக்கவில்லை. அதற்குப் பதிலாக, கொடுங்கோலர் அழிதல் திண்ணம் என்று

கூறுகிறார். கப்பல் முதலாளிக்கும் நோயாளிக்கும் ஒரு நியாயம், பொது மக்களுக்கு வேறு நியாயம்! கொடுங்கோலரைப் போலவே துரோகம் புரியும் மருத்துவரும், குடித்து வெறிக்கும் மாலுமியும் அழிதல் திண்ணம் என்று சாக்கிரட்டீஸ் உரைக்காதது ஏனோ தெரியவில்லை! தம்மை அகற்ற எத்தனிக்கும் பொது மக்களைக் கொடுங்கோலர்கள் அடக்கி ஒடுக்கியே வந்துள்ளார்கள். அத்தகைய கொடுங்கோலர்களை அகற்றுவது எப்படி என்ற கேள்விக்குச் சாக்கிரட்டீஸ் பதிலளிக்கவே இல்லை.

சாக்கிரட்டீஸ் ஆசான்கள் மோதல்: சாக்கிரட்டீசின் இன்னொரு வாதம்: *அறமே அறிவு (அறமும் அறிவும் ஒன்றே). அறிவு என்றால் என்ன? எதை முற்றுமுழுதாக வரையறுக்க முடியுமோ அதுவே அறிவு. ஒருவர் ஒரு பொருளை வரையறுக்க வல்லவராயின், அதனை அவர் அறிந்தவர் ஆவார். அதனை அவர் வரையறுக்க முடியாதவராயின், அதனை அவர் அறியாதவர் ஆவார். எவருமே எதனையும் முற்றுமுழுதாக வரையறுக்க முடியாது. ஆகவே எவருமே எதனையும் முற்றுமுழுதாக அறிய முடியாது.*

அதாவது பரந்துபட்ட பாமர மக்கள் அறிவிலிகள் (அறிவையோ அறத்தையோ வரையறுக்க முடியாதவர்கள்). ஆகவே அவர்கள் தங்களைத் தாங்களே ஆள்வதற்கு அருகதை அற்றவர்கள். மக்கள் கூட்டம் ஒரு மந்தைக் கூட்டம். மந்தைகள் தாமாகவே மேயவல்லவை அல்ல. இடையரே மந்தையை மேய்க்க வல்லவர். வேந்தரே மாந்தரை ஆளவல்லவர்!

மக்கள் அனைவரும் முற்றிலும் அறிவாளிகள் அல்லர் என்பது உண்மையே. எனினும் தம்மைத் தாமே ஆள்வதற்கு வேண்டிய அடிப்படை அறிவு மக்களுக்கு உண்டு. அல்லாவிட்டால் காட்டுமிராண்டிகளாக விளங்கிய மக்கள் தம்மைத் தாமே ஆளும் நிலைக்கு உயர்ந்திருக்க முடியாது. தம்மைத் தாமே ஆளும் நிலைக்கு உயர்ந்த மக்கள் சாக்கிரட்டீசின் சிந்தையில் வெறும் மந்தையாய் தெரிவது பெரும் விந்தையாய் இருக்கிறது.

சாக்கிரட்டீஸ் பிறப்பதற்கு ஒரு நூற்றாண்டு முன்னதாகவே அதென்சில் அனைவருக்கும் அடிப்படைக் கல்வி பயிலும் வசதி அளிக்கப்பட்டுவிட்டது. அனைவரும் எழுத்தறிவு பெற்றுக் கொண்டார்கள். அடிப்படைக் கல்வியையும், அதன் வழித்தோன்றிய எழுத்தறிவையும் பொறுத்தவரை மக்கள் ஒருவருக்கொருவர் நிகரானவர்களாகவே விளங்கினார்கள். மக்களாட்சி உரம் பெற்று மேலோங்குவதற்கு அத்தகைய சூழ்நிலை ஏதுவாய் அமைந்தது.

அதேவேளை மேற்படிப்பு வசதி மேற்குடியினருக்கே கிடைத்தது. மேற்படிப்பைப் பொறுத்தவரை மேற்குடியினருக்கும் கீழ்க்குடியினருக்கும் இடையே காணப்பட்ட வெளியை நிரப்புவதில் ஒரு சாரார் தலையாய பங்கு வகித்தார்கள். அவர்கள் அறிவையும் அறத்தையும் போதித்தார்கள். ஆதலால் அவர்கள் ஆசான்கள் *(sophists)* எனப்பட்டார்கள். அவர்களுள் கோஜியாஸ் *(Gorgias)*, அல்சிடிமாஸ் *(Alcidimas)*, அந்திபோன் *(Antiphon)*, புறொட்டேகொறஸ் *(Protagoras)*, ஹிப்பியாஸ் *(Hippias)*முதலியோர் முக்கியமானவர்கள்.

எல்லோரும் இந்நாட்டு மன்னர் என்பதே மேற்படி ஆசான்களின் அடிப்படைப் போதனை. சாக்கிரட்டீஸ் அதனை வன்மையாக எதிர்க்கிறார். அவருக்கு ஒரு புராணக் கதை மூலம் பதிலிறுக்கிறார் புறொட்டேகொறஸ் (என்ற ஆசான்): கிரேக்கரின் முழுமுதல் கடவுள் (கிரேக்கரின் சிவன்) *Zeus* தனது தூதரை *(Hermes)* அழைத்து மக்களுக்கு அரசியல் கலையை வழங்கும்படி பணிக்கிறார். ஏற்கெனவே ஏனைய கலைகளை ஆங்காங்கே வழங்கிய இறைதூதர் அரசியல் கலையையும் ஆங்காங்கே வழங்கிவிடட்டுமா என்று கடவுளைக் கேட்கிறார். அதற்குக் கடவுள் கொடுக்கும் விடையில் மக்களாட்சிப் பண்பு பொதிந்திருக்கிறது: *அரசியல் கலையை எல்லோருக்கும் வழங்கிவிடு. அதில் எல்லோருக்கும் பங்குகொடு. அதனை ஒருசிலருக்கு மட்டும் வழங்கினால், மக்கள் எல்லோரையும் மேம்படுத்த முடியாது போய்விடும். அத்துடன் அரசியல் கலையில் ஈடுபடாதோர் மக்களைப் பீடித்த பீடைகளாய் மாள்வர் என்பதையும் அவர்களுக்கு உணர்த்திவிடு...*

மக்களின் சமத்துவத்தை முதன்முதல் வலியுறுத்தியோர் மேற்படி ஆசான்களே: *மக்கள் ஒருவருக்கொருவர் சரிநிகரானவர்கள். சுதந்திரம் மக்களின் பிறப்புரிமை. இயற்கை எவரையும் அடிமை கொள்வதில்லை. மக்கள் கருத்தொருமித்து தங்களைத் தாங்களே ஆளவேண்டும். வேறு துறைகளில் மக்கள் அனைவரும் பங்குபற்ற முடியாவிட்டாலும், அரசியலைப் பொறுத்தவரை மக்கள் அனைவரும் பங்குபற்ற முடியும், பங்குபற்ற வேண்டும்...* என்று மேற்படி ஆசான்கள் வாதாடினார்கள்.

இன்னோர் ஆசானாகிய ஹிப்பியாசை சாக்கிரட்டீஸ் வாதுக்கழைக்கிறார். வாதம் சூடுபிடித்து, மெய்யரையும் பொய்யரையும் பற்றிய ஆராய்ச்சியில் உச்சக் கட்டத்தை அடைகிறது. மெய்யைச் செவ்வனே அறிந்தவரே பொய்யைச் செவ்வனே சொல்ல வல்லவர். ஆகவே மெய்யரே தலைசிறந்த பொய்யர் என்று அடித்துச் சொல்லுகிறார் சாக்கிரட்டீஸ்! ஒரு

மெய்யர் மெய்மையைக் கைவிடாது பொய்யராவது எங்ஙனம்? ஆகவே சாக்கிரட்டீஸ் சொல்வதைத் தன்னால் ஏற்க முடியாது என்கிறான் ஹிப்பியாஸ். நான் சொல்வதை என்னாலும் ஏற்க முடியாதுதான். நான் வாதாடும்பொழுது திசைமாறிப் போய்விடுகிறேன். இங்கேயும் போகாது, அங்கேயும் போகாது, எங்கேயோ போய்விடுகிறேன் என்று ஒப்புக்கொள்கிறார் சாக்கிரட்டீஸ்!

மேற்படி ஆசான்கள் கட்டணம் வாங்கிப் போதிப்பதையும், தாம் கட்டணம் வாங்காது போதிப்பதையும் சாக்கிரட்டீஸ் குத்திக் காட்டுகிறார். சாக்கிரட்டீசின் தகப்பன் ஒரு கல்லுப் பொழியும் தொழிலாளி. தாய் ஒரு மகப்பேற்றுத் தாதி. சாக்கிரட்டீசுக்கு 3 பிள்ளைகள். அவர் இரண்டொரு தடவைகளே காலாட் படையில் சேர்ந்து போரிட்டவர். 70 வயதுவரை வாழ்ந்தவர். உழைத்துப் பிழைக்காதவர்... அப்படி என்றால் இவரைக் கொண்ட அந்தக் குடும்பம் எப்படி தப்பிப் பிழைத்தது? பாவம், அவருடைய மனைவி சாந்திப்பே *(Xanthippe)*, 3 பிள்ளைகளின் தாய், அடுப்பைப் புகைய வைப்பதற்கு என்ன பாடு பட்டிருப்பார்! அப்படி இருந்தும் சாக்கிரட்டீசின் மாணவர்கள் தமது குருபத்தினியை ஓர் அடங்காப் பிடாரி என்று கதை கட்டிவிட்டார்கள். அந்த அபலையை அடங்காப் பிடாரி என்பது எத்துணை அபத்தம்!

உண்மையில் தகப்பன் தேடிவைத்த சொத்துகளே சாக்கிரட்டீசுக்குக் கைகொடுத்தன. அவற்றுள் வீடு வளவும் தளபாடங்களும் பணமும் அடங்கும். தகப்பன் விட்டுச் சென்ற பணம் 5 மினா என்கிறார் சோக்கிரட்டீஸ், 70 மினா என்கிறார் கிரேக்க வாழ்க்கை வரலாற்றாசிரியர் புளூட்டாக் *(Plutarch)*. 80 மினா என்கிறார் கிரேக்க நாவலர் லிபேனியஸ் *(Libanius)*! (1 மினா ஸ்ரீ 4 பொன்). சாக்கிரட்டீஸ் குறைத்துச் சொல்லுகிறாரோ, மற்றவர்கள் கூட்டிச் சொல்லுகிறார்களோ தெரியவில்லை. எவ்வாறாயினும் தமது மாணவரும் நண்பருமாகிய கிறிட்டோவிடம் வட்டிக்குக் கொடுப்பதற்குப் போதியளவு பணத்தைத் தகப்பன் விட்டுச்சென்றுள்ளார் என்பது மட்டும் உண்மை!

அரிஸ்டோட்டில் முன்வைக்கும் விளக்கம்: மனிதன் ஒரு சமூகப் பிராணி என்று (பிளேட்டோவின் சீடராகிய) அரிஸ்டோட்டில் (கி.மு 384–322) கூறியதாகச் சொல்வது வாடிக்கை. அவர் கிரேக்க மொழியில் அதனை *zoon politikon* என்று குறிப்பிட்டுள்ளார். *Logos* என்ற கிரேக்கச் சொல் *வாக்கு, நீதி, நியாயம்* மூன்றையும் ஒருங்கே உணர்த்தும் சொல். அந்த மூன்று தன்மைகளும் மனிதரில் இயற்கையாகவே காணப்படுகின்றன.

அந்த வகையில் மனிதர்கள் ஏனைய சமூகப் பிராணிகளிலிருந்து இயற்கையாகவே வேறுபடுகிறார்கள். இதனைக் கருத்தில் கொண்டே அரிஸ்டோட்டில் மனிதரை *zoon politikon* என்று வரையறுத்தார். அதாவது மனிதர்கள் *நியாயம் பேசும் சமூகப் பிராணிகள்* என்பதே அரிஸ்டோட்டில் கொண்ட கருத்து.

தமது வாழ்வியல் குறித்து வாதாடும் உரிமையும் வாக்களிக்கும் உரிமையும் அவர்களுக்கு உண்டு என்றும், அவர்களால் ஆளப்படும் *அரசு சுதந்திர மக்கள் அவை (free association of men)* என்றும், அங்கு மக்களே மாறிமாறி ஆள்வோர் என்றும் ஆளப்படுவோர் என்றும் *(the citizen takes turns to govern and be governed)*, அவர்கள் ஒருவருக்கொருவர் நிகரானவர் என்றும் ஒப்பானவர் என்றும் *(equal and like)* அரிஸ்டோட்டில் குறிப்பிட்டுள்ளார். இது சாக்கிரட்டீஸ் கொண்ட கருத்துக்கு நேரெதிர்மாறான கருத்தாகும்.

அவ்வாறு அரிஸ்டோட்டிலால் (கி.மு 384–322) ஏற்றுப் போற்றப்படும் ஆட்சியே அவர் பிறப்பதற்கு மூன்று நூற்றாண்டுகளுக்கு மேலாக, அவருடைய குருவாகிய பிளேட்டோவும் (கி.மு 427–347), பிளேட்டோவின் குருவாகிய சாக்கிரட்டீசும் (கி.மு 469–399) பிறப்பதற்கு இரு நூற்றாண்டுகளுக்கு மேலாக அதென்சில் நிலைத்திருந்தது.

சாக்கிரட்டீசின் இலட்சிய மன்னன் அகமெம்னன்: மேன்மக்கள் புலவராகிய ஹோமர் *(Homer)* தமது இலியட் *(Iliad)* காவியத்தில் கீழ்மக்களை மந்தைகள் என்றும், மாமன்னன் அகமெம்னனை *(Agamemnon)* இடையன் என்றும் வர்ணிக்கிறார். அந்த அகமெம்னனையே சாக்கிரட்டீஸ் தனது இலட்சிய ஆட்சியாளனாய் வரிக்கின்றார். அகமெம்னன் மந்தையை மேய்த்த விந்தையை ஹோமர் பின்வருமாறு எடுத்துரைக்கிறார்:

மாமன்னன் அகமெம்னன் மேற்கொள்ளும் ஒரு வெற்றிகரமான படையெடுப்பை அடுத்துக் கைப்பற்றப்படும் இளம் பெண்களை அவனுடைய தளபதிகள் பங்கு போடுகிறார்கள். அப்பெண்களுள் ஒரு புரோகிதரின் மகளும் அடங்குவாள். அகமெம்னனுக்குப் புரோகிதரின் மகள், காவிய நாயகனாம் மறவன் அகிலீசுக்கு *(Achilles)* வேறொரு பெண்... என்றெல்லாம் பங்கு போடப்படுகிறது.

பாவம்! அந்தப் புரோகிதர் தனது உயிரையும் கப்பத்தையும் கையில் ஏந்தியபடி அந்தப் படுபாவியிடமிருந்து தனது அருமை மகளை மீட்க வருகிறார். தனது அரசியை *(Clytemnestra)* விடப் புரோகிதரின் மகள்மீதே தனக்கு மோகம் அதிகம்

என்று பகிரங்கமாகத் தெரிவிக்கும் அகமெம்னன், கப்பத்தை ஏற்க மறுத்ததுடன் நில்லாது, புரோகிதரையும் அவமதித்து விரட்டுகிறான்.

புரோகிதர் பூசிக்கும் கடவுளாகிய சூரியமூர்த்தி *(Apollo)* வெகுண்டெழுந்து பாசறை எங்கும் கொள்ளைநோயைப் பரப்புகிறார். மாமன்னனின் போர்வீரர்கள் சாரிசாரியாகச் செத்து மடிகிறார்கள். விழித்தெழும் மறவன் அகிலீஸ் மாமன்னனின் ஆணையின்றியே அவையைக் கூட்டி, அந்தப் புரோகிதரின் மகளை விடுதலைசெய்ய நிர்ப்பந்திக்கிறான். அகமெம்னன் புரோகிதரின் மகளை விடுதலை செய்துவிட்டு, ஏற்கெனவே அகிலீசுக்கு ஒதுக்கிய பெண்ணைக் கவர்ந்து செல்கிறான். அகிலீஸ் ஆவேசமடைந்து அகமெம்னனைச் சாடுகிறான்: *பேராசை பிடித்தவனே, வெட்கம் கெட்டவனே, குடிகாரப் பயலே, குட்டைநாய் முழியா, பெட்டைமான் நெஞ்சா . . .*

மாமன்னனைச் சாடுபவன் மறவன். அத்துடன் காவிய நாயகன். ஆதலால் ஹோமர் அதனைப் பொறுத்துக்கொள்கிறார். ஆனால் சாக்கிரட்டீசினால் அதனைப் பொறுக்க முடியவில்லை. அகிலீசின் கூற்று தணிக்கை செய்யப்பட வேண்டும் (காவியத்திலிருந்தே நீக்கப்பட வேண்டும்) என்று வாதாடுகிறார். அகமெம்னன் அவருடைய இலட்சிய ஆட்சியாளன் அல்லவா?

தேர்சைற்ஸ் *(Thersites)* ஒரு கீழ்மட்டப் படைவீரன். அவனும் மாமன்னனைச் சாடுகிறான். மேற்குடிப் புலவராகிய ஹோமரால் அதனைப் பொறுக்க முடியவில்லை. தேர்சைற்சை இழிந்தவன் என்றும், அருவருப்பானவன் என்றும் அலங்கோலமானவன் என்றும் திட்டுகிறார். அவன் மாமன்னனை என்னவோ தட்டிக் கேட்டுவிட்டான் என்ற கோபம் புலவருக்கு! அப்படி அவன் தட்டிக் கேட்ட சங்கதி என்ன? (மக்களை மேய்க்கும் இடையனே என்று வஞ்சப் புகழ்ச்சியுடன் அகமெம்னனை அவன் விளிப்பது கவனிக்கத்தக்கது): *மக்களை மேய்க்கும் இடையனே, உனது பேராசை தீராதா? உனது கூடாரத்தில் பெண்குலமும் வெண்கலமும் நிறைந்திருப்பது போதாதா? துரோய் (ஜிகூஷீஷீஹ்) தேசத்துப் பொன்கலமும் உனக்கு வேண்டுமா? அல்லது கூடிப்படுப்பதற்கு மேலும் ஒரு குட்டிப்பெண் வேண்டுமா? உனது பேராசையால் போரை இழுத்தடித்து எமது நாட்டுக்குப் பேரழிவை ஏற்படுத்தியது போதாதா?. . .*

முடிசார்ந்த மன்னனையே சாடும் தேர்சைற்ஸ் அடிமட்டப் படைவீரர்களைச் சும்மா விடுவானா? *படுமுட்டாள்களே, மானம் கெட்டவர்களே, கிரேக்கப் பேடிகளே, பெட்டையர்களே, இந்த ஆள் இந்தக் கிழட்டு வயதில் இந்த இடத்தில் தன்னந்*

தனியனாய் நின்று தான் கவர்ந்த சொத்துகளைத் தானே அனுபவிக்கட்டும். தன்னிலும் சிறந்த அகிலீசுக்கு ஒதுக்கிய மங்கையைக் கவர்ந்து அவனை மானங்கெடுத்திய இந்தப் பயல் தன்னந் தனியனாய் நின்று தனது சொத்துகளைத் தானே அனுபவிக்கட்டும். புறப்படுங்கள் நாங்கள் நாடு திரும்புவோம், புறப்படுங்கள் நாங்கள் வீடு திரும்புவோம் . . .

மாமன்னனைச் சாடிய படைவீரனாகிய தேர்சைற்சை மன்னன் ஒடிசியஸ் *(Odysseus)* பாய்ந்து பிடித்து, அவையின் நடுவில் நிறுத்தி, இரத்தம் பீறிட நையப் புடைத்து, மானங்கெடுத்தி, *அற்பப் பிறவியே, இனிமேல் மாமன்னனை ஏசுவதற்கு உன் வாய் உன்னினால், நீ ஆடை இல்லாது அழுது புலம்பியபடி கப்பலை நோக்கி ஓட நேரும் . . .* என்று எச்சரிக்கிறான். அதேவேளை ஒடிசியஸ் அகமெம்னனைப் பார்த்து: *அழியப் போறவனே, நீ ஆள்வதற்கு அருகதை அற்றவன் . . .* என்று சீறத் தவறவில்லை.

ஈற்றில் நாடு திரும்பும் அகமெம்னனையும் கசந்திரா *(Cassandra)* என்ற அவனுடைய பிறிதோர் ஆசை நாயகியையும் அரசி கிளிட்டமென்ஸ்றா *(Clytemnestra)* குத்திக் கொலை செய்கிறாள். கொலை செய்துவிட்டு அரசி கூறுகிறாள்: *இதோ கிடக்கிறான் எனக்குத் துரோகம் செய்தவன். அதோ கிடக்கிறாள் அவனுடைய ஆசை நாயகி, ஏற்கெனவே மாலுமிகளுடன் படுத்தெழும்பிய மாதரசி . . .*

அத்தகைய மாமன்னன் அகமெம்னனையே சாக்கிரட்டீஸ் தமது இலட்சிய ஆட்சியாளனாக வரிக்கின்றார்! *எல்லோரும் இந்நாட்டு மன்னராய் விளங்க முடியாது. வேந்தரே மாந்தரை ஆளவல்லவர்* என்று ஒடிசியஸ் இட்ட முழக்கமும், *ஆளத் தெரிந்தவரே ஆளவேண்டும், ஆளப்படுவோர் அடிபணிய வேண்டும்* என்று சாக்கிரட்டீஸ் இட்ட முழக்கமும் ஒன்றே.

மக்களாட்சியின் படைபலம்: ஹெறோடோட்டஸ் *(Herodotus,* கி.மு.*484–425)* கிரேக்கரின் தலையாய வரலாற்றாசிரியர். அதென்சில் சர்வாதிகாரம் தலைதூக்கிய காலப்பகுதியில் அதன் படைபலம் மங்கியதையும், மக்களாட்சி தலையெடுத்த காலப்பகுதியில் அதன் படைபலம் ஓங்கியதையும் அவர் சுட்டிக்காட்டுகிறார். பாரசீகப் பேரரசர் தமது படையினருக்குச் சாட்டையடி கொடுத்துப் போர்க்களத்துக்கு இட்டுச் சென்றதாகவும், கிரேக்கப் படையினர் அவர்களை எதிர்கொள்வதற்கு மனமுவந்து போர்க்களம் புகுந்ததாகவும் அவர் தெரிவிக்கிறார். மக்கள் தமது எசமானருக்காகப் போராடுவதற்கும், தமக்காகப் போராடுவதற்கும் இடையே காணப்படும் வேறுபாட்டையே அவர் இங்கு உணர்த்துகிறார்.

கி.மு.490இல் கிரேக்கம்மீது படையெடுத்த பாரசீகப் பேரரசன் டேறியசின் *(Darius)* படையை மரதன் *(Marathon)*என்ற இடத்தில் வைத்து முறியடித்த கிரேக்கப் படையினருள் ஒருவர் ஈஸ்சைலஸ் *(Aeschylus)* என்ற புலவர்! அவர் எழுதிய *பாரசீகர் (The Persians)* என்ற நாடகம் கி.மு.472இல் (சோக்கிரட்டீஸ் பிறப்பதற்கு 3 ஆண்டுகளுக்கு முன்னர்) மேடையேற்றப்பட்டது. அதன் முதல் காட்சி:

கிரேக்கரைப் பழிவாங்குவதற்காக டேறியசின் மகன் சேசெஸ் *(Xerxes)* மீண்டும் கிரேக்கம்மீது போர் தொடுக்கிறான். போர்க் களத்திலிருந்து எதிர்பார்த்த வெற்றிச் செய்தி கிடையாத கலவரத்தில் ஆழ்ந்திருக்கிறார் தாயரசி. அப்பொழுது போர்க் களத்திலிருந்து பாரசீகத் தலைநகருக்கு *(Susa)* மீள்கிறான் ஒரு தூதுவன். அவனை வரவழைத்த தாயரசி கிரேக்கப் படைபலம் பற்றி வினவுகிறார்:

தாயரசி: அந்தப் படைக்கு யார் இடையன் அல்லது தலைவன் அல்லது எசமான்?

தூதுவன்: அவர்கள் எவர்க்கும் அடிமைகள் அல்லர். அவர்கள் எவர்க்கும் குடிமைகள் அல்லர்.

தாயரசி: அப்படி என்றால், தம்மீது போர் தொடுக்கும் ஒரு படைக்கு எப்படி அவர்களால் ஈடுகொடுக்க முடிகிறது?

அந்தக் கேள்விக்கு நேரடியாகப் பதில் சொல்வதைத் தவிர்க்கும் தூதுவன் மறைமுகமாக ஓர் உண்மையைச் சுட்டிக்காட்டுகிறான்:

தூதுவன்: தம்மிலும் பெரிய பாரசீகப் படையை, தம்மிலும் சிறந்த பாரசீகப் படையை முன்னரும் அவர்கள் வென்றனர் அன்றோ!

அப்பொழுது இன்னொரு தூதுவன் வந்து சலாமிஸ் *(Salamis)* என்ற இடத்தில் வைத்துப் பாரசீகப் படை முறியடிக்கப்பட்ட சேதியைத் தெரிவிக்கிறான்!

சாக்கிரட்டீஸ் இரண்டொரு தடவைகள் காலாட் படை—யினராய் விளங்கியதுண்டு. எனினும் அதென்சின் படைபலத்துக்கு அடிப்படையாய் அமைந்த மக்களாட்சியை அவர் என்றுமே மெச்சியதில்லை. அதென்சில் ஓங்கிய சுதந்திர சமூகத்தை அவர் என்றுமே நயந்ததில்லை. ஆட்சியிலும் போரிலும் பங்குபற்றிய அரசியலாளர்கள், கவிஞர்கள், கைவினைஞர்கள், பாமர மக்கள் அனைவரையும் அவர் நோஞ்சான்கள் என்றும் முட்டாள்கள் என்றும் பழிக்கிறார். காலணி, கட்டடம், உலோகம், உழவு,

தோல், கடைத் தொழிலாளிகள் யாவரையும் அவர் மூடர்கள் என்றும் ஈனர்கள் என்றும் தூற்றுகிறார்.

சாக்கிரட்டீசின் இலட்சிய அரசு ஸ்பாட்டா: ஸ்பாட்டாவே *(Sparta)* அவருடைய இலட்சிய அரசு. ஸ்பாட்டாவில் ஓங்கிய சில்லோராட்சியே *(Oligarchy)* அவரைப் பெரிதும் ஈர்த்தது. அங்கு ஒருசில படைத் தலைவர்கள் புரிந்த சர்வாதிகாரமே சில்லோராட்சி எனப்பட்டது. அங்கு மேற்குடியினருக்கு மாத்திரமே வாக்குரிமை இருந்தது. கீழ்க்குடியினருக்கோ தொழிலாளிகளுக்கோ வாக்குரிமை கிடையாது. உள்ளூர் மக்கள் வெளியூருக்கோ வெளியூர் மக்கள் உள்ளூருக்கோ செல்ல முடியாது. கலை, இலக்கியப் படைப்புகள் தணிக்கை செய்யப்பட்டன. கல்விப் போதனை மட்டுப்படுத்தப்பட்டது. உளவுப் படையினர் புத்திமான்களைக் கைதுசெய்து கொன்றுகுவித்து வந்தார்கள். அத்தகைய ஆட்சியே சாக்கிரட்டீசை ஆட்கொண்டது!

அதென்சில் சொலோன் *(Solon* கி.மு 638–558*)* என்ற அரசியலாளரே ஆண்கள் அனைவருக்கும் வாக்குரிமை கிடைக்க வழிவகுத்தவர் என்று சொல்லப்படுகிறது. ஏறத்தாழ 1,250 ஆண்டுகள் கழித்து, அதாவது 19ஆம், 20ஆம் நூற்றாண்டுகளிலேயே அத்தகைய வாக்குரிமையை எஞ்சிய உலகம் பின்பற்றத் தொடங்கியது! அத்தகைய புரட்சிகரமான வாக்குரிமையை விடுத்து, ஏற்கெனவே அதென்ஸ் மாநகரத்தில் நிலவிய மக்களாட்சியை விடுத்து, சர்வாதிகாரம் நிலவிய ஸ்பாட்டாவையே சாக்கிரட்டீஸ் தமது இலட்சிய அரசாகக் கொள்ளுகிறார்!

கொடுங்கோலருள் சிலர் சாக்கிரட்டீசின் சீடர்கள்: அதென்சில் நிலவிய மக்களாட்சி மூன்று தடவைகள் கவிழ்ந்தது (கி.மு.411, 404, 401). மக்கள் அதனைக் கவிழ்க்கவில்லை. உள்நாட்டுச் சதிகாரர்கள் ஸ்பாட்டாவின் உடந்தையுடன் ஆட்சியைக் கவிழ்த்தார்கள். கி.மு.411இல் ஆட்சியைக் கவிழ்த்த 400 பேர் 4 மாதங்கள் கொடுங்கோல் ஓச்சினார்கள். 404இல் 30 கொடுங்கோலர்கள் 8 மாதங்கள் கொடுங்கோன்மை புரிந்தார்கள். அவர்களுள் சிலர் சாக்கிரட்டீசின் சீடர்கள்! ஒருவர் கிறிட்டியாஸ் *(Critias)*. அவர் பிளேட்டோவின் ஒன்றுவிட்ட சகோதரர்! அவரே 30 கொடுங்கோலர்களுள் தலையாயவர். இன்னொருவர் அல்சிபையேட்ஸ் *(Alcibiades)*. அவர்மீது சோக்கிரட்டீசுக்கு மிகுந்த வாஞ்சை இருந்தது. இன்னொருவர் சாமைட்ஸ் *(Charmides)*. அவர் பிளேட்டோவின் மாமனார்! அவர் தலைமைக் கொடுங்கோலரின் வலக்கை போன்றவர். அவர்களுக்கு ஒரு ஸ்பாட்டா – பட்டாளம் பாதுகாப்பு வழங்கியது. சாட்டையும் கையுமாக நடமாடிய 300 குண்டர்கள் மக்களை வேட்டையாடி வந்தார்கள்.

அவர்கள் நடத்திய பயங்கர ஆட்சியைப் பழம்பெரும் கிரேக்க வரலாற்றறிஞராகிய தூசிடைட்ஸ் (*Thucydides*, கி.மு.460–400) விலாவாரியாக எடுத்துரைத்துள்ளார். மக்களாட்சிவாதிகள் உட்பட 1,500 பேர் கொலையுண்டார்கள். எலூசிஸ் (*Eleusis*) என்ற நகரத்தில் மட்டும் 300 பேர் கொல்லப்பட்டார்கள். ஸ்பாட்டாவில் கொலையுண்டவர்களை விட அதென்சில் கொலையுண்டவர்களின் தொகை அதிகம்! அதென்சில் சுதந்திர மக்களின் தொகை நெடுங்காலமாகப் பெருகிவிட்டது. அதனால்தான் இங்கே பலரைக் கொல்ல நேர்ந்தது என்கிறான் தலைமைக் கொடுங்கோலன் கிறிட்டியாஸ்!

மக்கள் அடங்கி ஒடுங்குகிறார்கள். எத்தனையோ புத்திமான்கள் அதென்சை விட்டுத் தப்பி ஓடுகிறார்கள். ஆனால் சாக்கிரட்டீசோ பிளேட்டோவோ எங்குமே தப்பி ஓடாது பத்திரமாய் இருக்கிறார்கள்! போகட்டும், பலியான மக்களுக்காக அவர்கள் ஒரு சொட்டுக் கண்ணீர் சிந்தினார்களோ என்றால், அதுவுமில்லை! மாறாக, புதிய பாடம் எழுதுவதற்கு, முதலில் கரும்பலகையை அழியுங்கள் என்றார் சாக்கிரட்டீஸ்! ஆட்சியாளரைக் கட்டிக் காப்பதும், பொது மக்களை அடக்கி ஒடுக்குவதுமே படையினர் கடன் என்றார் பிளேட்டோ!

அப்புறம் கொடுங்கோலர்களுக்கு உள்ளேயே குத்துவெட்டுத் தொடங்கிவிட்டது. ஒருவேளை அல்சிபையேட்ஸ் மக்களாட்சிவாதிகளின் பக்கத்துக்குத் தாவி, தன்னைக் கவிழ்த்துவிடக்கூடும் என்று அஞ்சினான் கிறிட்டியாஸ். ஆதலால் அல்சிபையேட்ஸ் வழக்கம்போலக் களவொழுக்கத்தில் ஈடுபட்டிருந்த தருணத்தில் அவனைக் கொல்லுகிறான் கிறிட்டியாஸ். சாக்கிரட்டீசின் ஒரு மாணவன் இன்னொரு மாணவனைக் கொல்லுகிறான். சாக்கிரட்டீஸ் புகட்டிய பாடங்களை அம்மாணவர்கள் கசடறக் கற்றவர்கள்!

குற்றச்சாட்டு: அதென்சில் நிலவிய மக்களாட்சியில் கீழ்க்குடியினரின் கை ஓங்கியிருந்தது. சாக்கிரட்டீஸ் ஒரு நடுக்குடியினர். அவருடைய மாணவர்கள் பெரிதும் மேற்குடியினர். சாக்கிரட்டீசின் போதனைகள் கீழ்க்குடியினரை மட்டம்தட்டுவதாகவும் மேற்குடியினரை மேம்படுத்துவதாகவும் அமைந்தது – மக்களாட்சியை மட்டம்தட்டுவதாகவும் சர்வாதிகாரத்தை மேம்படுத்துவதாகவும் அமைந்தது.

அவர் மக்களாட்சியைப் பேணுவதற்கோ மேம்படுத்துவதற்கோ பாடுபடவில்லை. அதிலுள்ள குறைகளைக் குறைப்பதிலோ களைவதிலோ ஈடுபடவில்லை. மாறாக, மக்களாட்சியின் அனுகூலங்களை முற்றுமுழுதாகப் பயன்படுத்தி மக்களாட்சியையே

எதிர்த்து வாதாடினார். இது பூவரசில் தங்கியிருக்கும் குருவிச்சை பூவரசையே அமுக்க முற்படுவதற்கு நிகராகும். அந்த வகையில் அவர் மக்களின் அடிமடியில் கைவைத்துவிட்டார்! மக்களாட்சிவாதிகள் அவருக்கெதிராகக் கிளர்ந்தெழுந்ததற்கு அதுவே தலையாய காரணம்.

கி.மு.401இல் அதென்ஸ் கொடுங்கோன்மையிலிருந்து கடைத்தேறிய தறுவாயிலும் சாக்கிரட்டீஸ் வாக்குரிமையையும் மக்களாட்சியையும் எதிர்த்து வாதாடுகிறார். அதாவது கொடுங்கோன்மையின் சூடு தணிவதற்குள் மீண்டும் அதற்குத் தூபமிடும் குரல் ஒலிக்கிறது. அது கேட்டு மக்களாட்சிவாதிகள் கொதித்தெழுகிறார்கள். மூவர் சாக்கிரட்டீஸ்மீது வழக்குத் தொடுக்கிறார்கள். முதல்வர் அனைட்டஸ் (Anytus). அவர் தோல் பதனிடும் தொழில் புரிபவர். அடுத்தவர் லைக்கன் (Lycon). அவர் நாவலர்கள் சார்பாகப் பங்குபற்றுகிறார். இன்னொருவர் மெலிட்டஸ் (Meletus). அவர் கவிஞர்கள் சார்பாகப் பங்குபற்றுகிறார். சாக்கிரட்டீஸ்மீது இரண்டு குற்றங்கள் சுமத்தப்படுகின்றன:

1. இளைஞர்களின் உள்ளத்தைக் கெடுத்த குற்றம்.

2. அரசு நம்பும் கடவுளரை நம்பாத குற்றம்.

1ஆவது குற்றம் சாக்கிரட்டீசின் போதனைகள் சார்ந்தது. 2ஆவது குற்றம் அவருடைய நம்பிக்கைகள் சார்ந்தது. இவை பொதுப்படையான குற்றச்சாட்டுகள். திட்டவட்டமான குற்றச்சாட்டுகள் அல்ல. அதாவது சாக்கிரட்டீஸ் என்ன சட்டத்தை மீறி என்ன குற்றம் இழைத்தார் என்பது இங்கு தெளிவுபடுத்தப்படவில்லை. அவர் என்ன செய்தார் என்பதை வைத்து அவர்மீது குற்றம் சுமத்துவது கடினமாக இருந்திருக்க வேண்டும் என்றே படுகிறது. ஆதலால்தான் அவர் என்ன சொன்னார் என்பதை வைத்து அவர்மீது குற்றம் சுமத்தப்படுகிறது போலும்.

500 நடுவர்களுள் 280 பேர் சாக்கிரட்டீசைக் குற்றவாளியாகக் காண்கிறார்கள். 220 பேர் அவரை விடுதலைசெய்ய வாக்களிக்கிறார்கள். இது ஓர் அறுதிப் பெரும்பான்மை அல்ல என்பது கவனிக்கத்தக்கது. ஆனால் தன்னை விசாரித்த நீதிமன்றத்தை சாக்கிரட்டீஸ் வழக்கம்போல எள்ளி நகையாடுகிறார். தான் எள்ளி நகையாடும் வாக்குரிமையோ வாக்களிப்போ தனக்கு நீதி வழங்கினால், தனது போதனையே பொய்த்துவிடும் அல்லவா? ஆதலால் தனக்கு நீதி கிடையாது போவதையே அவர் உள்ளூர விரும்புகிறார். எனவே வேண்டுமென்றே நடுவர்களைச்

சீண்டுகிறார். ஆதலால் அவருக்கு மரண தண்டனை அளிக்க வேண்டும் என்ற தீர்மானத்துக்கு ஆதரவாக 360 வாக்குகளும் எதிராக 140 வாக்குகளும் கிடைக்கின்றன! இது ஓர் அறுதிப் பெரும்பான்மை ஆகும். எத்தகைய வாக்குகளை அவர் எள்ளி நகையாடினாரோ, அத்தகைய வாக்குகளே அவருடைய தலைவிதியை நிர்ணயித்தன!

இறுதிக் கட்டம்: சாக்கிரட்டீசுக்கு மரண தண்டனை தீர்க்கப்பட்டபொழுது அதென்சில் திருவிழா விடுமுறைக் காலம் என்பதால் அது உடனடியாக நிறைவேற்றப்படவில்லை. அந்தத் தருணத்தில் அவருடன் கொடுக்கல் வாங்கல் வைத்திருந்த மாணவரும் நண்பருமாகிய கிறிட்டோ *(Crito)* அவரைச் சிறையில் சந்தித்து, காவலர்களுக்கு இலஞ்சம் கொடுத்து, தெசாலி *(Thessaly)* என்ற பிறிதொரு கிரேக்க ஆள்புலத்துக்குத் தப்பியோடுவதற்கு ஒழுங்குசெய்வதாகத் தெரிவிக்கிறார். சாக்கிரட்டீஸ் அதற்கு மறுப்புத் தெரிவிக்கிறார். சட்டத்தின் பிடியிலிருந்து தப்புவது நீதியாகாது என்று கூறுகிறார். அது மெச்சத்தக்க பண்பு என்பதில் ஐயமில்லை.

எவ்வாறாயினும் அவர் தமது இலட்சிய ஆள்புலமாகிய ஸ்பாட்டாவுக்குத் தப்பியோடுவதற்கு ஏன் ஒழுங்குசெய்யப்பட வில்லை என்ற கேள்வி இங்கே எழுகிறது. ஸ்பாட்டாவின் சர்வாதிகாரிகள் மறவர்களையே வாழ்த்தி வரவேற்பார்கள் என்பதும், புத்திமான்களைத் தீர்த்துக்கட்டி விடுவார்கள் என்பதும் சாக்கிரட்டீஸ், பிளேட்டோ, கிறிட்டோ போன்றவர்களுக்குத் தெரியாதா என்ன? அல்சிபையேட்ஸ் ஒரு தலைசிறந்த மறவர் என்றபடியால் ஸ்பாட்டாவின் படையில் சேர்க்கப்பட்டார். சாக்கிரட்டீசின் இன்னொரு போர்ப்பயிற்சி பெற்ற மாணவராகிய செனொபொன் *(Xenophon)* ஸ்பாட்டாவின் கூலிப்படையில் சேர்க்கப்பட்டார். இருவரும் தமது தாயகத்தின் எதிரிகளுடன் இணைந்து தாயகத்துக்கு எதிராகப் போரிட்ட துரோகிகள்!

சாக்கிரட்டீசுக்கு மரண தண்டனை விதிக்கப்பட்டதை அடுத்து அவருடைய தலை மாணாக்கராகிய பிளேட்டோ எவரும் துரத்தாமலேயே எகிப்துக்கு ஓட்டம் எடுக்கிறார். எகிப்தில் நிலவிய சாதிப் பாகுபாட்டைக் கண்டு மெய்சிலிர்க்கிறார்! 12 ஆண்டுகள் கழித்து அதென்சுக்கு மீண்டு, ஒரு கல்விக் கழகத்தை அமைத்து, தமது குருவின் மக்களாட்சிக்கு மாறான கருத்துக்களை முன்னெடுத்துச் செல்லுகிறார். குருவின் போதனையை அவர் என்றுமே மீறியதில்லை. ஆனால் அதற்கெல்லாம் இடம்கொடுத்த அதென்ஸ் மாநகர சுதந்திர சமூகத்தை அவர் என்றுமே மெச்சியதில்லை.

சாக்கிரட்டீஸ் தன் வாழ்நாள் முழுவதும் அதென்சில் வாழ்ந்து கொண்டே அதன் ஆட்சியாளரை எதிர்த்த மாமேதை. பிரித்தானியாவைப் பொறுத்தவரை பேட்றாண் றசலும் **(Bertrand Russell)**, அமெரிக்காவைப் பொறுத்தவரை நோம் கொம்ஸ்கியும் **(Noam Chomsky)** அத்தகைய மாமேதைகளே எனலாம். இங்கே ஓர் அடிப்படை வேறுபாடு கவனிக்கத்தக்கது: சாக்கிரட்டீஸ் அதென்சில் வாழ்ந்துகொண்டு, அங்கு நிலவிய மக்களாட்சியில் திளைத்துக்கொண்டு (ஸ்பாட்டாவில் நிலவிய) சர்வாதிகாரத்தை நாடி வாதாடியவர், மக்களாட்சியை எதிர்த்தவர், சர்வாதிகாரத்தை ஆதரித்தவர். ஆனால் றசலும், கொம்ஸ்கியும் தத்தம் நாடுகளில் வாழ்ந்துகொண்டு, அந்த நாடுகளில் நிலவும் மக்களாட்சியைத் துய்த்துக்கொண்டு, அத்தகைய மக்களாட்சியை மேம்படுத்துவதற்காகவே பாடுபட்டு வந்துள்ளார்கள். அவர்கள் சர்வாதிகாரத்தை ஆதரித்தவர்கள் அல்லர். அந்த வகையில் சாக்கிரட்டீசைக் காட்டிலும் றசலும் கொம்ஸ்கியும் தலைசிறந்தவர்கள் என்பதில் ஐயமில்லை.

சாக்கிரட்டீசைச் சிறையில் சந்திக்கச் செல்லும் மாணவன் பேடோ (*Phaedo*) திரும்பிவந்து சொல்லுகிறான்: *நாங்கள் உள்ளே போனோம். அங்கே (சாக்கிரட்டீசின் மனைவி) சாந்திப்பே கையில் கைக்குட்டியுடன் நின்றாள். அவள் எங்களைக் கண்டதும் விம்மி அழுதாள். பெண்கள் வாடிக்கையாகச் சொல்லுவதைச் சொல்லி அழுதாள்: 'ஐயோ, ஐயா, நீரும் உமது நண்பரும் கதைப்பது இதுதான் கடைசித் தடவை, ஐயா . . .'*

சாக்கிரட்டீசையும் பிளேட்டோவையும் போலவே பேடோ சாந்திப்பேயையும் பிற பெண்களையும் இளக்காரமாகப் பேசுகிறான். உண்மையில் அவள் இங்கே தன்னைப் பற்றியோ தனது பிள்ளைகளைப் பற்றியோ சொல்லிப் புலம்பவில்லை. தனது கணவரும் அவருடைய சீடர்களும் இதுவரை புரிந்த வாதப் பிரதிவாதங்களில் அக்கறை எடுக்கும் நிலையில் அவள் இருக்கவில்லை. அப்படி இருந்தும் அந்த வாதங்களுக்கு எற்பட்ட முடிவை எண்ணி அவள் மனம் இரங்குவது வெளிப்படையாகவே தெரிகிறது. அது சாக்கிரட்டீசின் சீடனுக்குப் புரியவில்லை!

சாக்கிரட்டீஸ் மனைவியை அரவணைத்து ஆறுதல் கூறவுமில்லை. தனது கைக்குட்டியைக் கையில் ஏந்திக் கொஞ்சவுமில்லை. சடாரென்று கிறிட்டோவைப் பார்த்துச் சொல்லுகிறார்: *கிறிட்டோ, அவளை யாருடனாவது வீட்டுக்கு அனுப்பிவிடு . . .* அவள் மார்பில் குத்திக் கதறக் கதறக் கிறிட்டோவின் வேலைக்காரர்கள் கொறகொறவென்று இழுத்துச் செல்லுகிறார்கள். அப்புறம் சாக்கிரட்டீஸ் குளித்துவிட்டு மரண

தண்டனைக்கு (நஞ்சூட்டப்படுவதற்கு) தயாராகும்பொழுது திரும்பவும் சாந்திப்பே வந்துவிடுகிறாள். ஆங்கிலத்தில் இற்றைவரை *Xanthippe* என்ற பெயர் அடங்காப் பிடாரி *(shrew)* என்ற பொருளில் எடுத்தாளப்படுவது எத்துணை அநியாயம்?

சிலர் பலரைக் கொடுமைப்படுத்துவது வரலாறு. நாம் கொடுமைகளுக்கு உள்ளாவது புதுமை அல்ல. கொடுமைகள் கண்டிக்கப்பட வேண்டும் என்பதில் ஐயமில்லை. எமக்கு நேரும் கொடுமைகள் இரண்டு விதமானவை. பத்தோடு பதினொன்றாக அமையும் கொடுமைகள் ஒருவிதம். கலிலியோவுக்கு நேர்ந்த கொடுமையைப் போன்றவை மறுவிதம். பூமி சூரியனைச் சுற்றி வருகிறது என்று சொன்னதற்காகக் கலிலியோ கொடுமைப்படுத்தப்பட்டார். அவர் அன்று கொடுமைப்படுத்தப்பட்டார் என்பதற்காக மாத்திரம் இன்று மெச்சப்படவில்லை. அவர் சொன்னது சரி என்பது தெரியவந்த பின்னரே அவருக்கு ஏற்கெனவே இழைக்கப்பட்ட கொடுமை பெரிது படுத்தப்படுகிறது. அதாவது கொடுமைக்கு ஆளானவரின் நிலைப்பாடு சரியே என்பது தெரியவரும்பொழுது அவருடைய தியாகம் எம்மைப் பெரிதும் ஆட்கொள்ளுகிறது (பூமி தொடர்ந்து சூரியனைச் சுற்றும் என்பதற்கு உத்தரவாதம் இல்லை என்று ஐன்ஸ்டைன் கூறியதை ஒரு கணம் மறந்துவிடுவோம்).

சாக்கிரட்டீஸ் கொடுமைக்கு ஆளாகவில்லை. அதென்சின் அன்றைய சட்டதிட்டப்படி அவருக்கு மரண தண்டனை விதிக்கப்பட்டது (மரண தண்டனை ஒரு கொடுமையே என்பது வேறு கதை). ஒரு வாதத்துக்காக அவர் கொடுமைக்கு ஆளானார் என்பதை ஒப்புக்கொள்வோம். அவருடைய நிலைப்பாடு (மக்களாட்சி தகாது, சர்வாதிகாரமே தகும் என்ற நிலைப்பாடு) சரியா, தவறா என்ற கேள்வி இங்கே எழுகிறது. அதற்கான விடை ஆளுக்கு ஆள், காலத்துக்குக் காலம், இடத்துக்கு இடம் வேறுபடக்கூடும். எவ்வாறாயினும் கொடுமைக்கு உள்ளாகும் அனைவரும் கலிலியோ ஆகமுடியாது. கொடுமைக்கு உள்ளாவோரின் நிலைப்பாடும் சரியாக அமையவேண்டும் என்று *Stephen* யிணீஹ் *Gould* கூறியமை கருத்தில் கொள்ளத்தக்கது.

'சாக்கிரட்டீசின் நிறைகள் வெளிப்படை. இவ்வுலக வாழ்வில் அவர் வெற்றியை நாடவில்லை. அவர் அச்சம் என்பதை அறியார். இறுதிக் கணம்வரை அமைதி காத்தார். பிறருடன் பாங்குறப் பழகினார். நகைச்சுவை சொரிந்தார். ஏனைய அனைத்தையும் விடத் தாம் உண்மை என்று நம்பிய பொருளையே நாடினார். எனினும் அவரிடம் சில பாரிய குறைகள் இருந்தன. நேர்மையற்ற முறையில் அவர் போலிவாதம் புரிந்தார். தம் சிந்தனைக்கு

எட்டியவரை விருப்பு வெறுப்பின்றி அறிவுத் தேட்டத்தில் ஈடுபடுவதை விடுத்து, தாம் உவந்த முடிபுகளை எண்பிப்பதற்கே அவர் தமது மதிநுட்பத்தைப் பயன்படுத்தினார். எதனையோ எண்ணி அகமகிழ்ந்து பசப்புரை புகலும் இயல்பு அவரிடம் காணப்பட்டது. ஒரு தகாத குருவரரையே அது எமக்கு நினைவூட்டுகிறது. தாம் கடவுளரிடையே பொன்றா இன்பம் துய்க்கப்போவதாக அவர் நம்பாதிருந்தால், உயிர் துறக்க அஞ்சாத அவர் நெஞ்சத்தை எம்மால் மேலும் மெச்ச முடிந்திருக்கும். அவருடைய முன்னவர்களைப் போல் விஞ்ஞான நியதிகளின்படி அவர் சிந்திக்கவில்லை. எனினும் இப்பேருலகு தமது ஒழுக்க நியமங்களுக்கு உடன்பட்டதே என்பதை எண்பிக்க அவர் திடசித்தம் பூண்டிருந்தார். இது மெய்ம்மைக்கு அவர் இழைத்த துரோகம் ஆகும். மெய்யியற் பாவங்களுள் அது படுமோசமானது. ஒரு மனிதர் என்ற வகையில் அவர் நற்கருணைப் புனிதர்களுடன் சேர்ந்துவிட்டதாய் நாம் நம்பலாம். எனினும், ஒரு மெய்யியலாளர் என்ற வகையில் அவர் நெடுங்காலம் விஞ்ஞானக் கழுவாய் தேடவேண்டியவர்' (Bertrand Russell, History of Western Philosophy, George Allen & Unwin, London, 1946; Paperbacks, London, 1980, p.156).

இதோ கா(வ)லன் நஞ்சுடன் வருகிறான். ஒரு மாபெரும் மெய்யியலாளருக்கு நஞ்சு பருக்கும் கடமை தன்மீது சுமத்தப்பட்டது குறித்து அவன் நெஞ்சு குமுறுகிறது. நஞ்சு பருக்கப்படுவதை விட நஞ்சு பருகுவதே சிறப்பு என்று சாக்கிரட்டீஸ் முடிவெடுக்கிறார். தானே குடுவையை வாங்கி ஒரே மிடறில் நஞ்சைக் குடித்துவிடுகிறார். உயிர் பிரியுந் தறுவாயில் சாக்கிரட்டீசின் இறுதி வேண்டுகோள்: *கிறிட்டோ, நாங்கள் வைத்திய நாதருக்கு ஒரு சேவல் தானம் செய்யவேண்டும் அல்லவா? அதனை மறந்துவிடாதே!*

நோய்வாய்ப்பட்டவர்கள் இரவோடிரவாக வைத்திய நாதருக்கு ***(Asclepius)*** ஒரு சேவலைத் தானமாகக் கொடுத்துவிட்டு, அவர் சந்நிதியில் படுத்துவிடுவார்கள். அவர்கள் விழித்தெழும்பொழுது குணமடைவார்கள் என்பது கிரேக்கரின் ஐதீகம். வைத்திய நாதர் சாக்கிரட்டீசின் உயிரைக் கவர்ந்து அவருடைய பிறவிப் பிணியைக் குணப்படுத்தப் போகிறார்! அதற்குக் கைமாறாகத்தான் அந்த சேவல் தானம்! நகைச்சுவை, நம்பிக்கை, முரண்பாடு என்பவற்றின் திருவுருவம்: சாக்கிரட்டீஸ்!

I. F. Stone, The Trial of Socrates, Little Brown and Company, Toronto, 1988

www.ingramcontent.com/pod-product-compliance
Lightning Source LLC
LaVergne TN
LVHW100801051026
849519LV00006B/1927
* 9 7 8 9 3 8 4 6 4 1 0 6 1 *